Easy MS Word 2007

Thong Ong

authorHOUSE®

AuthorHouse™
1663 Liberty Drive
Bloomington, IN 47403
www.authorhouse.com
Phone: 1-800-839-8640

First published by AuthorHouse 5/5/2009

ISBN: 978-1-4389-7771-3 (sc)

Printed in the United States of America
Bloomington, Indiana

This book is printed on acid-free paper.

TABLE OF CONTENTS
MỤC LỤC

BÀI THỰC HÀNH SỐ 3

BÀI THỰC HÀNH SỐ 4

BÀI THỰC HÀNH SỐ 8

BÀI THỰC HÀNH SỐ 9

BÀI THỰC HÀNH SỐ 10

BÀI THỰC HÀNH SỐ 11

BÀI THỰC HÀNH SỐ 12

BÀI THỰC HÀNH SỐ 13

Computer for EveryBody
TIN HỌC CHO MỌI NGƯỜI

TỔNG QUÁT VỀ MS WORD 2007

Thưa các bạn,

Microsoft Word là một phần mềm hết sức tiện lợi trong công việc soạn thảo văn bản, hầu như không thể thiếu tại văn phòng làm việc của mình. Từ phiên bản thuở sơ khai là Word 2.0 for Windows, hãng Microsoft đã liên tục phát triển Word thành các phiên bản Word 6.0, Word 7.0, Word 97, Word 2000, Word XP, và gần đây Word 2003, nhưng tất cả các phiên bản nầy đều có một giao diện hao hao giống nhau, nên người sử dụng dễ dàng tiếp thu phiên bản mới dựa trên kinh nghiệm của phiên bản trước đó.

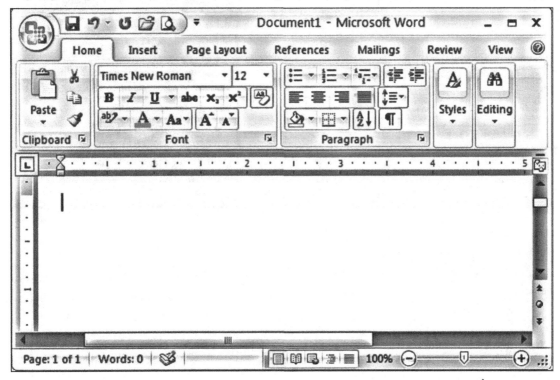

Nhưng với phiên bản Microsoft Office Word 2007 (Word Version 12), bằng một giao diện rất lạ lẫm, có thể gây nhức đầu cho người đã từng sử dụng Word ! Chính bản thân chúng tôi cũng hoảng hồn và ngẩn ngơ khi tiếp cận lần đầu với Word 2007, do vậy chúng tôi thấy cần phải viết lại tập giáo trình nầy, như một cách giúp bạn đọc nhanh chóng làm chủ được Word, nếu máy của bạn đã cài bộ Microsoft Office 2007. Trường hợp bạn đang cài bộ Office XP hoặc Office 2003, chúng tôi khuyên bạn cứ để vậy mà dùng, vì các bộ Office nầy, theo chúng tôi, là rất thân thiện và hầu như đã đạt đến đỉnh của sự hoàn hảo.

KHỞI ĐỘNG WORD 2007

1. Mở máy, Windows được nạp (chúng tôi biên sạn tài liệu nầy trên máy tính đang được cài đặt hệ Windows XP).

2. Nếu sẵn biểu tượng Shortcut của Word 2007 trên Start Menu hặc trên màn hình Desktop (xem hình) thì nhắp đúp vào biểu tượng hoặc nhắp chuột chọn nó và Enter.

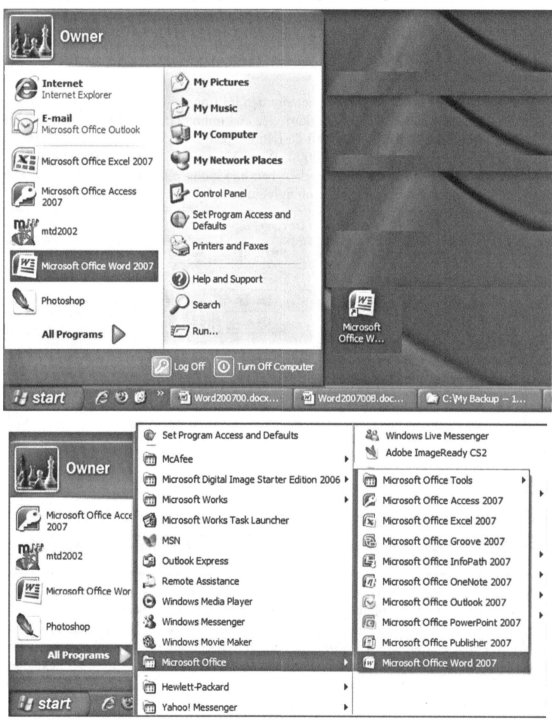

3. Thông thường, ít ai tạo Shortcut cho Word, bạn khởi động bằng cách nhắp Start, chọn All Programs, rồi chọn Microsoft Office, xong chọn Word 2007 theo lộ trình trên.

⊙ Về cách làm thế nào để tạo Shortcut cho một ứng dụng, xin xem các tài liệu "Giao diện đồ họa MS Windows" các Version 98, Me, XP. Việc Word nằm trong nhánh nào của Start Menu thì phải tùy vào thực tế của hệ Windows trên máy mà bạn đang dùng.

☞ Dùng phím : Nếu chuột không hoạt động, bấm Ctrl-Esc kích hoạt Start Menu, dùng phím di chuyển vệt xanh theo lộ trình như trên, khi vệt sáng đến dòng có biểu tượng của Word 2007 thì nhấn Enter để kích hoạt.

MÀN HÌNH WORD 2007

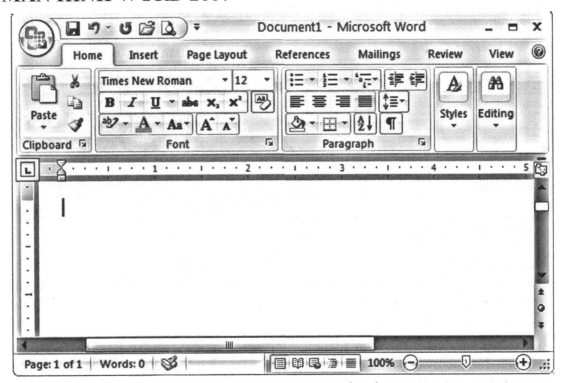

Sau khi được nạp, màn hình Word 2007 có dáng dấp gần như trên (đã bị thu nhỏ cho vừa trang sách), là của một bộ Word 2007 "nguyên xi", còn thực tế bạn có thể thấy hơi khác, do có ai đó đã hiệu chỉnh các Quick Access Toolbar bằng cách đưa thường xuyên lên màn hình nhiều biểu tượng của các công cụ khác nữa. Tuy nhiên việc nầy không ảnh hưởng nhiều đến quá trình thao tác soạn thảo văn bản của bạn. Cách trình bày lạ lẫm nầy gọi là Office Fluent user interface (giao diện lưu loát với người dùng), được áp dụng cho tất cả các phần mềm trong bộ Office 2007.

Với màn hình trên đây :

1. Dòng trên cùng gọi là Title Bar (thanh tiêu đề) ở đó có tên tài liệu (Document1) và tên của ứng dụng (Microsoft Word), bên trái có biểu tượng Office Button hình tròn, mà khi nhắp chuột vào đó sẽ bày ra Menu (hình sau) với các lịnh như New, Open, … đến Close, nếu nhắp vào nút Exit Word, bạn đóng tài liệu đồng thời kết thúc Word.

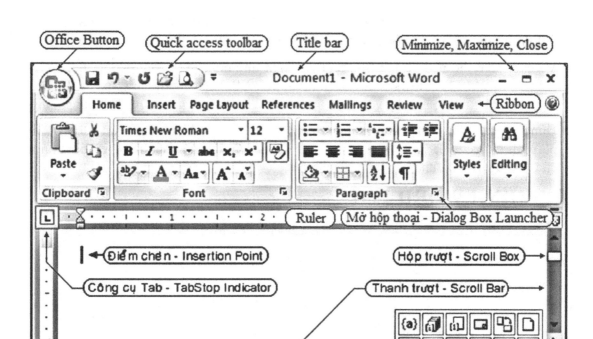

2. Bên trái của Title bar là thanh Quick Access Toolbar, chứa một số biểu tượng công cụ mà bạn thường sử dụng, bạn có thể tùy ý gắn thêm hoặc bỏ bớt các biểu tượng tùy thích. Bên phải Title bar là các nút Minimize (thu nhỏ cửa sổ), Maximize (phóng lớn cửa sổ) và Close (đóng tài liệu).

3. Dòng thứ hai là một Ribbon (dải ru băng) gồm nhiều Tab (từ Home đến View), Ribbon được thiết kế nhằm giúp người sử dụng nhanh chóng tìm các lịnh cần thiết để hoàn thành công việc. Trong mỗi Ribbon Tab, các lịnh được kết thành từng nhóm gọi là các Group. Ví dụ trên, Tab Home chứa các Group như Clipboard, Font, Paragraph, Style, Editing. Để bớt rối mắt, một số Tab có thể được Word giấu đi, chỉ bày ra trong tình huống thích hợp.

⊙ Ví dụ Tab Format của Picture Tools hoặc Tab Format của Drawing Tools chỉ xuất hiện khi một đối tượng Picture hay AutoShape đang được chọn.

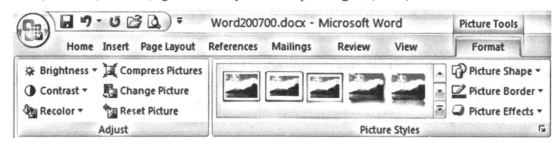

⊙   Các Tab Design và Layout của Table Tools chỉ xuất hiện khi xử lý bên trong Table.

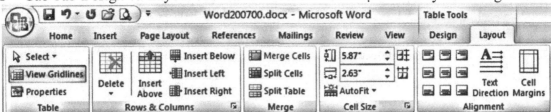

⊙   Hiện chúng tôi không thấy có cách nào để xóa bỏ hoặc thay thế các Ribbon bằng các Menu và Toolbar như trong Word của các phiên bản trước.

⊙   Nếu bạn chọn một Ribbon Tab rồi nhấn nút phải chuột, xong chọn *Minimize the Ribbon* thì dòng nầy được thu gọn lại chỉ còn lại tên các Ribbon mà thôi, các Group đều bị che nhường chỗ cho văn bản. Khi dòng Ribbon đang được thu gọn, thao tác tương tự sẽ mở ra như cũ.

⊙   Thao tác nhấp đúp vào một Tab bất ky nào của Ribbon (hoặc bấm tổ hợp phím Ctrl-F1) cũng có tác dụng tương tự, thu gọn dòng Ribbon nếu đang hiện các Group, và ngược lại, bày ra các Group nếu đang thu gọn.

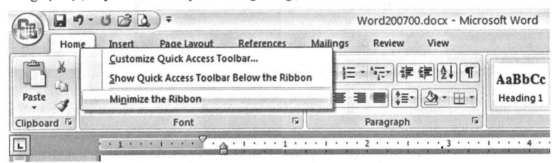

⊙   Việc thu gọn dải Ribbon không ảnh hưởng đến việc soạn thảo, ví dụ với dòng Ribbon đang thu gọn, bạn có thể chọn một phần văn bản trong tài liệu, nhấp vào Tab Home, các Group trong Tab sẽ hiện ra, bạn sử dụng tùy ý, sau đó Ribbon tự động thu gọn trở lại.

☞   Ghi chú : Có 3 thành phần cơ bản trong Ribbon :

⊙   Tabs: Các gờ Tab giăng ngang phía trên. Mỗi Tab tượng trưng một lĩnh vực thao tác.

⊙   Groups: Trong Tab có nhiều group, một group tập hợp các công việc liên hệ với nhau. Trong Group có nhiều Commands (lịnh), ví dụ Group Font của Tab Home chứa biểu tượng dùng vào mục đích trình bày như chọn Font chữ, cỡ chữ, màu chữ, dáng chữ … Tương tự, Group Paragraph thì gồm các biểu tượng canh biên, đóng khung, chừa lề v.v…. Nếu góc dưới phải của một Group có biểu tượng Dialog Box Launcher ⬜ thì khi nhấp chuột vào đó sẽ mở hộp thoại tương ứng, ví dụ hộp thoại Font để định dạng Font chữ, hộp thoại Paragraph để định dạng đoạn v.v….

⊙   Commands: Một command có thể được biểu hiện dưới dạng một nút (button), nếu có thêm nút ⯆ bên cạnh thì dùng mở hộp thoại để chọn, hoặc mở một menu tiếp theo.

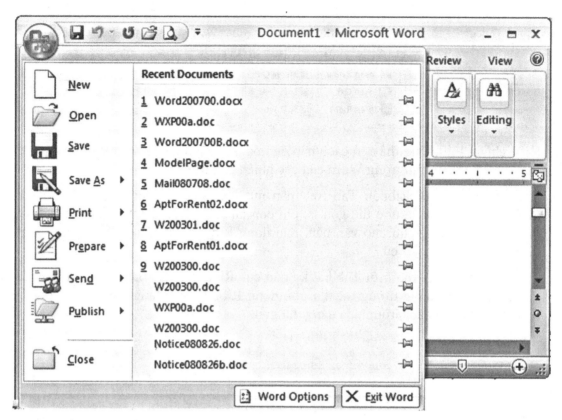

☞ Khi nhắp biểu tượng Office Button (hình tròn), Word sẽ bày ra Menu với các lịnh từ New đến Close như trên.

⊙ Nút Word Options dùng quy định các tùy chọn khi sử dụng Word và cách thao tác khi nhập văn bản. Word 2007 thường định sẵn khá nhiều chức năng tự động điều chỉnh văn bản ngay khi bạn nhập liệu, ví dụ tự động thụt đầu dòng, tự động định dạng khi bạn nhấn phím Tab v.v... Tuy khá thông minh nhưng đôi khi làm bạn bực mình vì quá lém lỉnh. Nút Word Options sẽ giúp bạn chỉ định các tùy chọn theo ý mình.

⊙ Nút Exit Word thì đóng tài liệu hiện hành đồng thời kết thúc Word.

4. Dòng tiếp theo là Ruler cho biết cách bố trí của dòng văn bản gồm các vị trí dừng khi nhấn phím Tab, và giới hạn chừa lề trái, lề phải.

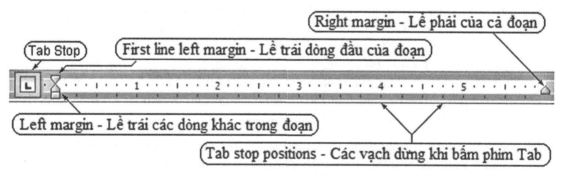

• Thông thường khu vực dành cho văn bản sẽ thấy trong phạm vi 6 inches từ 0 đến 6. Dĩ nhiên bạn có thể chỉ định lại các giới hạn nầy. Bên trái của Ruler bạn thấy một khung vuông, bên trong có hình chữ ⌊ (gọi là Left tab), nếu nhắp chuột vào sẽ luân phiên xuất hiện các hình ⊥ (Center tab), hình ⌐ (Right tab), hình ⊥ (Decimal tab), hình | (Bar tab), hình ▽ (1ˢᵗ Line Indent), và hình ⊔ (Hanging Indent) đó là các công cụ "Tab Stop" dùng để quy định các vị trí dừng khi nhấn phím Tab hoặc quy định các mốc chừa lề, mà sau nầy bạn sẽ thấy công dụng của chúng.

- Bên trái Ruler có hình 2 khối tam giác đối đỉnh đặt trên một khối tứ giác ⧗, dùng giới hạn lề trang, với :

  ★ Tam giác quay xuống ▽ là lề trái dòng đầu tiên mỗi đoạn (Paragraph).

  ★ Tam giác quay lên đặt trên khối chữ nhật ⌂ là lề trái cho các dòng khác trong đoạn.

  ★ và khối △ bên phải Ruler là lề phải cho cả đoạn.

5. Phần còn lại phía dưới Ruler là khu vực để soạn thảo văn bản.

6. Phía dưới cửa sổ là thanh tình trạng (Status bar), với :

⊙ Bên trái là các thông tin ề : Số của trang đang xử lý và tổng số trang của tài liệu, tổng số từ trong tài liệu, số lỗi (không rõ dùng trong trường hợp nào), và ngôn ngữ đang chọn.

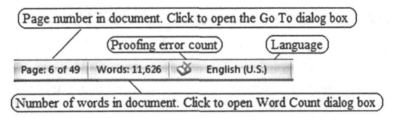

⊙ Khoảng giữa là dàn nút chọn chế độ hiển thị tài liệu : Print Layout là cách nhìn tài liệu trung thực như khi in ra. Full Screen Reading sử dụng toàn bộ màn hình. Web Layout trình bày như một trang Web. Outline thể hiện các ký hiệu bố cục bên trái mỗi đoạn, nhưng chỉ hiển thị phần văn bản (Text) mà không hiển thị các đối tượng đồ họa (Graphic), và Draft, cũng chỉ hiển thị phần văn bản mà không hiển thị các đối tượng đồ họa. nhưng có định dạng đoạn. Chế độ nhìn Draft nhẹ nhàng và nhanh, tuy nhiên, bạn nên chọn chế độ Print Layout khi soạn thảo, vì nó trung thực, dễ thao tác.

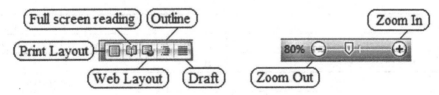

⊙ Sát bìa phải là thanh trượt Zoom, dùng điều chỉnh lớn nhỏ cho kích cỡ nhìn của tài liệu, nhắp vào các nút sẽ tăng hoặc giảm 10%.

7. Thanh dọc bên phải của khu vực soạn thảo là Vertical Scroll Bar (thanh trượt dọc) dùng để định vị điểm nháy so với toàn tài liệu bằng cách chiếu và nhắp tại mũi tên lên hay mũi tên xuống của thanh nầy, hoặc di chuyển hộp trượt (Scroll Box) trong thanh trượt. Với Word 2007, khi bạn di chuyển hộp trượt trong thanh trượt dọc, bạn còn được nhá nhá cho biết là đang trượt đến trang số mấy, nhờ đó, khi soạn thảo một tài

liệu nhiều trang, bạn có thể di chuyển nhanh chóng đến một trang nào đó mà không cần gọi đến lịnh Edit, Go To… (hoặc bấm F5 hay Ctrl+G).

8. Góc dưới thanh trượt dọc có nút hình tròn để chọn đơn vị duyệt xem tài liệu gồm 12 đơn vị Browse by … sau : Field - Endnote - Footnote - Comment - Section – Page - Goto - Find - Edit - Heading - Graphic - Table. Ngầm định là Browse by Page.

Số trang nhá nhá trên thanh trượt dọc

9. Thanh ngang phía dưới khu vực soạn thảo là Horizontal Scroll Bar (thanh trượt ngang, không nhìn thấy khi cửa sổ tài liệu đang được maximize) cũng là thanh trượt nhưng dùng định vị trên dòng ngang.

10. Trong khu vực soạn thảo, một nét sổ đứng luôn luôn chớp tắt, gọi là Insertion Point (điểm chèn hoặc con chớp) chính là vị trí cursor nơi sẽ nhận ký tự do bạn gõ vào. Nếu chọn chế độ Draft, phía dưới cùng thấy có một nét ngang đậm __, là ký hiệu cuối tài liệu (End-of-Document Indicator).

CÁC THAO TÁC CĂN BẢN KHI SOẠN THẢO

☞ **Nhập văn bản**: Gõ bình thường, khi chạm biên phải của trang, Word 2007 tự cuốn chữ xuống dòng dưới. Giữa hai từ cách nhau <u>một</u> khoảng trắng. Dấu ngắt câu (phẩy, chấm, hai chấm, chấm hỏi, chấm than ...) phải có một khoảng trắng bên phải của nó. Khi kết thúc một đoạn mới nhấn phím Enter và Word 2007 sẽ xuống dòng mới. Phím Enter được gọi là dấu kết thúc đoạn (Paragraph Mark) và dưới cách nhìn màn hình có mã điều khiển, sẽ thấy dấu ¶.

☞ **Di chuyển điểm nháy** : Trong phạm vi từ đầu tài liệu đến dòng chót của tài liệu, việc di chuyển có thể theo bảng tóm tắt sau :

Qua trái 1 ký tự	⇦	One character to the left
Qua phải 1 ký tự	⇨	One character to the right
Lên 1 dòng	⇧	Up one line
Xuống 1 dòng	⇩	Down one line
Về đầu dòng	Home	To the beginning of a line
Đến cuối dòng	End	To the End of a line
Qua trái 1 từ	Ctrl-⇦	One word to the left
Qua phải 1 từ	Ctrl-⇨	Onc word to the right
Lên trên 1 đoạn	Ctrl-⇧	One paragraph up
Xuống dưới 1 đoạn	Ctrl-⇩	One paragraph down
Về khung hoặc đối tượng trước	Alt-⇧	To previous frame or object
Về khung hoặc đối tượng sau	Alt-⇩	To next frame or object
Qua trái 1 cột (đ. chèn trong Table)	Ctrl-⇧	One column to the left
Qua phải 1 cột (đ.chèn trong Table)	Ctrl-⇩	One column to the right

Lên trên 1 màn hình	PgUp	Up one screen
Xuống dưới 1 màn hình	PgDn	Down one screen
Về cuối Tài liệu	Ctrl-End	To the end of a document
Về đầu tài liệu	Ctrl-Home	To the beginning of document
Về vị trí hiệu đính trước đó (4 lượt)	Shift-F5	To a previous revision
Xuống hàng, kết thúc một đoạn	Enter	End of paragraph
Xuống hàng chưa kết thúc đoạn	Shift-Enter	New line

☞ *Thời điểm trình bày* : Bạn có thể định dạng cho đoạn hay chọn Font chữ trước khi nhập văn bản. Như vậy ngay lúc nhập bạn đã có thể trình bày. Tuy nhiên cũng có thể cứ nhập văn bản trước, sau đó mới định dạng về cách bố trí các đoạn, chọn các phông chữ cho từng khối riêng. Các chi tiết về định dạng cho đoạn được ghi nhận ở vị trí cuối đoạn. Đoạn sau nếu không được định dạng riêng, sẽ kế thừa quy cách định dạng đoạn trước và quy cách định dạng chữ của con chữ cuối cùng của đoạn trước.

☞ *Định dạng nhóm chữ đã hiện hữu* : Trước hết, phải chọn phần văn bản muốn định dạng, xong gọi lịnh định dạng cho khối đang chọn nầy. Nguyên tắc nầy gọi là "chọn rồi hành động" - Select then Act. Muốn chọn cho một bộ phận văn bản đang có sẵn, phải đánh dấu khối bằng nhiều cách :

▭ Nếu dùng phím và quét chọn theo cách thông thường :

Đưa điểm chèn đến vị trí đầu hoặc cuối nhóm chữ. Giữ chìm phím Shift đồng thời quét bằng phím mũi tên khắp khối (khối được chọn sẽ đổi màu).

▭ Dùng phím và chọn theo cách mở rộng :

Đưa điểm chèn đến vị trí đầu nhóm chữ, bấm phím F8, gõ ký tự cuối khối, khu vực chọn sẽ "trườn mình" phủ đến ký tự đó gần nhất. Cách nầy phải chọn theo chiều xuôi từ trên xuống, không chọn ngược lại được.

▭ Dùng chuột và quét chọn theo cách thông thường :

Nhắp chuột (hình chữ I) vào vị trí đầu hoặc cuối nhóm chữ, giữ chìm nút trái của chuột đồng thời rê chuột quét khắp khối (đổi màu)

▭ Dùng chuột và quét chọn theo cách mở rộng :

Nhắp chuột (hình chữ I) vào vị trí đầu hoặc cuối nhóm chữ, đưa chuột (hình chữ I) đến vị trí kia của khối, nhấn phím Shift đồng thời nhắp (khối đổi màu).

▭ Nếu khối là trọn hàng hay nhiều hàng : Rà chuột ở mé ngoài lề trái của dòng, chuột có hình mũi tên ⬁, nếu chỉ chọn 1 dòng thì nhắp, trọn dòng đó đổi màu. Nếu chọn nhiều dòng thì giữ chìm nút trái của chuột đồng thời rê chuột quét thẳng xuống (vẫn ở lề trái) các dòng đó sẽ đổi màu.

▭ Word 2007 còn cho phép chọn các khối văn bản không kề nhau để định dạng hoặc cắt dán : nhấn giữ phím Ctrl và nút trái chuột khi quét chọn các khối.

☞ *Định dạng khối đang chọn* : Tùy theo nhu cầu (thông qua Menu hoặc qua biểu tượng), lịnh sẽ có hiệu lực cho phần văn bản đang được chọn.

Cùng một khối đang chọn, có thể áp dụng nhiều lịnh định dạng liên tiếp cho cả khối đó. Khi thôi không chọn khối đó nữa : chỉ cần bấm phím mũi tên (mũi quay về hướng nào cũng được), khối sẽ mất tính "được chọn".

☺ **_Lưu ý_** : Nếu khi có một khối đang chọn, mà bạn bấm vào bất kỳ phím nào (phím Enter chẳng hạn) thì toàn bộ khối sẽ biến mất và thay vào đó bằng phím vừa bấm, tính chất nầy gọi là "Typing replace selection" - cái mà bạn gõ vào thay cho cái mà bạn đang chọn - đó là một đặc tính hay nhưng thường gây ra cảnh dở khóc dở cười ! Gặp trường hợp nầy bạn đừng có hốt hoảng, chỉ cần bấm Ctrl-Z hoặc nhấp vào biểu tượng Undo (Reverse last action) [⟲▾] thì mọi sự đâu lại hoàn đấy.

MỘT SỐ ĐIỂM MẠNH & MỚI CỦA WORD 2007

☞ Chúng ta mới làm quen với Word 2007 nên hiện chưa tiện bình phẩm gì đối với phần mềm nầy. Tuy nhiên, theo giới thiệu của Microsoft, thì Word 2007 giúp bạn tạo và chia sẻ các văn bản chuyên nghiệp bằng những công cụ dễ dùng với 10 ưu điểm sau.

1. Tiết kiệm được thời gian định dạng hoặc trang trí văn bản, bạn chỉ lo về nội dung.
2. Tăng khả năng truyền đạt hiệu quả với các sơ đồ SmartArt và các công cụ vẽ đồ thị.
3. Tập hợp các tài liệu nhanh chóng bằng cách sử dụng Building Blocks.
4. Lưu trữ thành tập tin Portable Document Format (PDF) hoặc dạng XML Paper Specification (XPS).
5. Trực tiếp phát hành và bảo trì các blogs.
6. Kiểm soát tốt việc xử lý tài liệu của bạn bằng SharePoint Server.
7. Kết nối các tài liệu của bạn vào thông tin doanh nghiệp.
8. Có thể gỡ bỏ các ghi chú, các lời bình phẩm và các nội dung ẩn dấu vốn phát sinh trong quá trình chỉnh sửa tài liệu.
9. Dùng chức năng đối chiếu "tri-pane review panel" để so sánh và phối hợp tài liệu.
10. Giảm bớt kích thước tập tin và cải thiện được việc truy nguyên tập tin bị hỏng

⊙ Cứ tạm thời tin như vậy, khi vào thực tế sử dụng qua nhiều tình huống, bạn sẽ có thêm cơ sở để đánh giá điểm mạnh yếu của Word 2007.

WORD 2007 VÀ BỘ FONT CHỮ VIỆT

Microsoft Word là một phần mềm chạy dưới môi trường Windows nên bất kỳ bộ Font chữ nào đã được đăng ký cài đặt trong Windows đều dùng được trong văn bản Word. Hiện nay đang lưu hành nhiều bộ Font chữ Việt khác nhau như VNU, ABC, Bách Khoa, nhưng phổ biến nhất là các bộ VietWare (VNI-for-Windows) và Unicode. Chúng tôi chưa có dịp thử hết mọi bộ Font, nhưng qua sử dụng một thời gian dài, có thể đánh giá là các bộ Font VietWare và Unicode là khá phong phú và dễ sử dụng. Tuy nhiên trình điều khiển bàn phím (Keyboard Driver) của các bộ nầy có thể không tương thích với Word 2007 (kể cả Excel và Access). Hiện nay, trình điều khiển bàn phím VietKey là một đáp ứng tốt trong việc điều khiển bàn phím.

Trình VietKey nầy dễ dùng, thỏa mãn được nhiều cách gõ phím khác nhau. VietKey có 2 kiểu gõ tiếng Việt phổ thông là TELEX và VNI. VietKey có nhiều cải tiến để việc gõ tiếng Việt thuận tiện nhất cho người dùng: Lặp dấu, cài đặt các tính năng thêm cho các phím Control và Backspace, tự động phân biệt tiếng Anh và tiếng Việt ngay trong lúc đang gõ, với các tính năng này người dùng không cần phải chuyển chế độ gõ liên tục khi gõ những văn bản có cả tiếng Anh và tiếng Việt và tiết kiệm được rất nhiều thao tác.

Nếu chọn cách gõ tiếng Việt theo kiểu VNI thì quy ước bỏ dấu nên như sau :

✤ Gõ mẫu tự trước, bỏ dấu liền ngay sau mẫu tự đó, hoặc bỏ dấu ở cuối từ.

✤ Ngoại trừ "đ" là phụ âm, còn lại tiếng Việt chỉ bỏ dấu trên nguyên âm.

✤ Nếu mẫu tự có hai dấu như ấ , ề , ẳ , ộ , ễ , ớ , ữ bạn nên bỏ dấu nguyên âm trước (ă , â , ê , ô , ơ , ư) rồi bỏ dấu giọng sau (' ` ? ~ .)

Kiểu gõ VNI theo bộ VietKey bao gồm các phím số từ 1 đến 9 để thể hiện các con dấu tiếng Việt. Kiểu nầy có thể gõ cả tiếng Anh tiếng Việt mà không bị hạn chế, tuy nhiên các phím số phải dùng dãy bên phải nếu không muốn chuyển chế độ gõ. Kiểu nầy tay phải di chuyển nhiều nên tốc độ thường chậm hơn so với kiểu TELEX.

✤ Các phím dùng thay cho dấu được bố trí rất dễ nhớ như sau :

1	2	3	4	5	6	7	8	9
Sắc	Huyền	Hỏi	Ngã	Nặng	Nón	Râu	Trăng	Ngang đ

Ví dụ muốn gõ	Sẽ phải bấm như sau
Ngày xưa mưa trên phố Huế	Nga2y xu7a mu7a tre6n pho61 Hue61
Tiếng mưa còn thương ai hoài	Tie61ng mu7a co2n thu7o7ng ai hoa2i
Hạt mưa rơi vẫn rơi rơi đều	Ha5t mu7a ro7i va64n ro7i ro7i d9e62u
Cho lòng nhớ ai	Cho lo2ng nho71 ai

① Các dấu nón, trăng, râu phải gõ trực tiếp liền sau nguyên âm, còn dấu giọng (huyền, sắc, hỏi, ngã, nặng) có thể gõ trực tiếp hoặc sau nguyên âm cần bỏ dấu từ 1 đến 3 ký tự, tức có thể bỏ dấu ngay tại nguyên âm hoặc tại cuối từ (bỏ dấu tự động).

② Trường hợp gõ sai dấu có thể gõ ngay dấu khác không cần phải xoá chữ để gõ lại.

③ Các phím dấu chỉ có tác dụng theo ngữ cảnh tức là nếu không có nguyên âm nào trong vùng tác dụng thì nó vẫn hiển thị như trong chế độ tiếng Anh, ví dụ trong kiểu gõ VNI, các phím số vẫn hiện là số nếu nó không đi sau nguyên âm có khả năng có dấu.

④ Với kiểu bỏ dấu tự động các phím dấu chỉ có tác dụng khi đứng sau nguyên âm có dấu chỉ có những phụ âm hợp lệ: <c, g, h, m, n, p, t>.

⑤ Trạng thái hoa hoặc thường phụ thuộc vào trạng thái CapsLock hay Shift cuối cùng.

⑥ Nếu gõ liên tiếp dấu 2 lần thì tác dụng của dấu sẽ bị khử. Sau lần lặp đầu tiên VietKey sẽ hiểu rằng từ đang gõ là từ tiếng Anh do đó nếu gặp phải những phím dấu tiếp theo bạn không cần phải lặp dấu nữa.

☞ Tài liệu nầy được chúng tôi biên soạn chủ yếu với bộ Font Unicode.

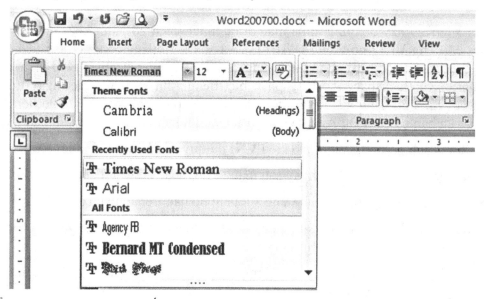

Để chọn Font chữ Việt (nếu Windows của bạn không cài đặt bộ Font tiếng Việt thì khỏi thực hành bước này), bạn rà mũi chuột vào khung tên Font của Group Font trên Tab Home, nhắp vào mũi tên bên cạnh, sẽ thấy buông xuống một danh sách các Font gần như hình trên.

Bạn rà chọn Font tùy ý, nếu đang có một khối văn bản được chọn thì khi rà đến tên Font nào, khối đang chọn sẽ chuyển biến hiển thị theo Fon t đang rà đó, tính năng nầy giúp bạn dễ quyết định hơn khi chọn Font. Trong các bài thực hàn h của giáo trình nầy, chúng ta chủ yếu chọn Font "Times New Roman".

Khi bạn quét chọn khối văn bản nào rồi mới chỉ định Font, thì chỉ riêng khối đó chịu tác dụng mà thôi, các phần khác vẫn thuộc Font đã chọn hoặc Font ngầm định (Default Font, thông thường là Times New Roman). Chúng tôi khuyên bạn dùng bộ Font Unicode, vì loại Font nầy khi phối hợp với bộ gõ VietKey, có thể hiển thị đầy đủ bộ ký tự có dấu tiếng Việt. Muốn chọn chung một Font nào cho toàn bộ văn bản, hãy bấm Ctrl-A để chọn toàn tài liệu rồi sẽ chọn Font.

☞ Muốn chọn một Font nào làm Font ngầm định, bạn :

▣ Nhắp nút Dialog Box Launcher ▣ trong Group Font của Tab Home (hoặc bấm Ctrl-Shift-F) mở hộp thoại Font, chọn tên Font, Style, Size, Effects v.v… xong nhấn nút Default, tiếp theo trả lời Yes cho hộp thỉnh ý của Word, Word sẽ lưu giữ các quy định nầy trong tạp tin Normal.dotx. Từ đó về sau, mỗi khi mở một tài liệu mới, Word chọn sẵn Font nầy.

CÁC KIỂU FONT CHỮ THÔNG DỤNG

NORMAL (thường)	BOLD (đậm)	ITALIC (nghiêng)
Arial	**Arial**	*Arial*
Berlin Sans FB	**Berlin Sans FB**	*Berlin Sans FB*
Book Antiqua	**Book Antiqua**	*Book Antiqua*
Bookman Old Style	**Bookman Old Style**	*Bookman Old Style*
Calibri	**Calibri**	*Calibri*
Cambria	**Cambria**	*Cambria*
Century	**Century**	*Century*
Century Gothic	**Century Gothic**	*Century Gothic*
Century Schoolbook	**Century Schoolbook**	*Century Schoolbook*
Courier New	**Courier New**	*Courier New*
Estrangelo Edessa	**Estrangelo Edessa**	*Estrangelo Edessa*
Georgia	**Georgia**	*Georgia*
Goudy Old Style	Goudy Old Style	*Goudy Old Style*
Kunstler	Kunstler	*Kunstler*
Lucida Handwriting	**Lucida Handwriting**	*Lucida Handwriting*
Lucida Sans	**Lucida Sans**	*Lucida Sans*
Microsoft Sans Serif	**Microsoft Sans Serif**	*Microsoft Sans Serif*
Old English Text MT	**Old English Text MT**	*Old English Text MT*
Palatino Linotype	**Palatino Linotype**	*Palatino Linotype*
Rockwell Condensed	**Rockwell Condensed**	*Rockwell Condensed*
Script MT Bold	Script MT Bold	*Script MT Bold*
Tahoma	**Tahoma**	*Tahoma*
Times New Roman	**Times New Roman**	*Times New Roman*
Verdana	**Verdana**	*Verdana*

Computer for EveryBody
TIN HỌC CHO MỌI NGƯỜI

NHẬP & TRÌNH BÀY VĂN BẢN
GIÓNG BIÊN - TÌM THAY – CẮT DÁN
LƯU TRỮ - XEM TRƯỚC KHI IN

Trong bài thực hành đầu tiên nầy, mời các bạn làm quen với các thao tác căn bản trong Word. Sau khi khởi động Windows và đã nạp Word, phần trên của màn hình bạn có thể thấy hình ảnh như sau :

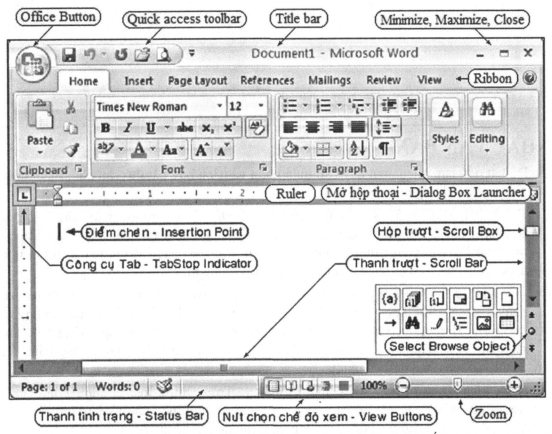

Bạn hãy lưu ý tại dòng Ruler, ở bên trái, ngay tại vị trí 0" có 2 khối hình tam giác và một khối vuông dùng giới hạn lề trang, với khối tam giác quay đầu xuống là lề trái cho dòng đầu tiên mỗi đoạn (Paragraph), khối tam giác quay đầu lên đặt trên khối chữ nhật là lề trái cho các dòng khác trong đoạn, và khối bên phải Ruler là lề phải cho cả đoạn. Đó là bề rộng tiêu chuẩn trên một dòng ngang, 6 inches.

Số lượng ký tự gõ được trên 1 dòng nhiều hay ít tùy vào kiểu chữ và cỡ chữ. Kiểu định sẵn là Times New Roman, cỡ định sẵn là 10. ở dưới các vị trí 0.5", 1", 1.5", 2" v.v... có dấu vệt chia như trên thước kẻ, đó là các nốc dừng (TabStop) và mỗi khi bạn bấm phím Tab, điểm chèn sẽ nhảy đến và dừng tại đấy. Hình sau đây đã được chọn Font là Times New Roman và chọn Size 12, cũng như đã quy định các mốc dừng TabStop cách nhau 0.25" thay vì 0.5".

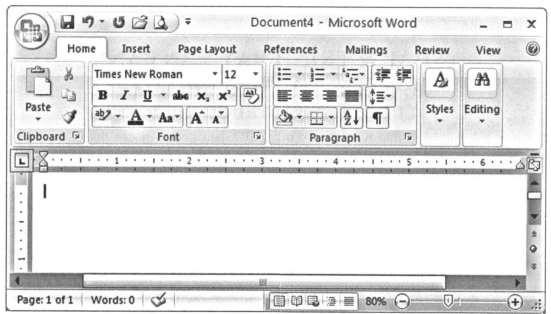

NHẬP VĂN BẢN

Để bắt đầu làm quen, bạn hãy cẩn thận nhập và trình bày bài thơ sau đây, theo hướng dẫn từng bước, không nên vội vã :

① Trước hết, chọn chế độ hiển thị trên màn hình : Dùng chuột nhắp vào nút Print Layout ở nhóm nút giữa của thanh Status bar (hoặc nhắp gờ Tab View trên Ribbon rồi chọn Print Layout trong Group Document Views), ở chế độ nầy, cái gì bạn nhìn thấy trong cửa sổ soạn thảo của màn hình sẽ y chang như vậy khi in ra giấy.

② Tiếp theo, hãy <u>chọn Font</u> chữ Việt (nếu trên Window của bạn không cài đặt bộ Font tiếng Việt thì khởi thực hành bước này). Rà chuột vào khung tên Font của Group Font trong Tab Home, nhắp mũi tên bên phải của khung, Word sẽ buông xuống một danh sách các Font đang có trong máy của bạn (xem hình). Bạn chọn Font bằng cách rà chuột vào tên của Font, và nhắp.

③ Chọn kích cỡ chữ (Font size) cũng tương tự. Trong minh họa, ta chọn Font Times New Roman, cỡ chữ 12. Số càng lớn chữ càng lớn, có thể chọn từ 1 (điểm) đến trên 1000 (điểm). Cỡ chữ mà bạn đang đọc tại trang nầy là 12 điểm.

④ <u>Canh giữa</u> nội dung sắp gõ :

• Nếu có dùng thiết bị chuột, hãy nhắp vào biểu tượng canh giữa ≣ trong nhóm Paragraph của Tab Home, bạn sẽ thấy biểu tượng như chìm xuống và đổi màu, đồng thời điểm chèn nhảy vào ngay giữa dòng, ứng với vị trí 3" trên Ruler.

• Hoặc đặt điểm chèn tại dòng đó, nhắp nút bên phải của chuột (Right Click), Word sẽ bày ra một Menu di động và một Toolbar di động ngay cạnh điểm chèn, bạn tùy ý nhắp chọn biểu tượng ≡ trên Toolbar là đủ, hoặc chọn mục Paragraph trong Menu di động, và sẽ làm việc trong hộp thoại bên phải sau đây, trong khung Alignment, nhắp vào hình mũi tên bên phải, sẽ chọn được các cách : Left, gióng biên trái - Right, gióng biên phải - Centered, gióng giữa dòng, và Justified, gióng thẳng cả 2 biên, ở đây bạn chọn Centered, rồi OK.

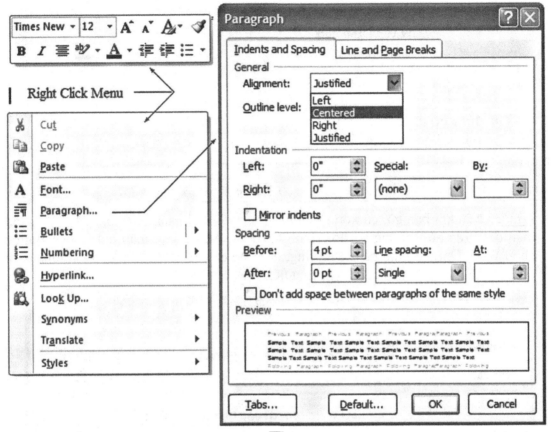

- Hoặc nhắp vào Dialog Box Launcher ▣ trong nhóm Paragraph của Tab Home mở hộp thoại và thao tác như trên, OK.

- Nếu dùng phím tắt (phím nhanh), bấm Ctrl-E cũng được kết quả tương tự.

☞ Với điểm chèn đang chớp ở giữa dòng, bạn gõ : NGƯỜI HÀNG XÓM và Enter. Lưu ý phím CapsLock dùng gõ chữ hoa hay chữ thường. Điểm chèn nhảy xuống dòng dưới và vẫn ở ngay giữa dòng. Enter lần nữa để chừa một dòng trắng. Nếu chọn cách gõ tiếng Việt theo kiểu VNI thì quy ước về cách bỏ dấu như đã được đề cập ở bài Tổng Quát.

⑤ Canh biên trái : Nhắp biểu tượng canh trái ≡ trong nhóm Paragraph của Tab Home (hoặc bấm Ctrl-L, hoặc mở hộp thoại Paragraph rồi chọn Alignment - Left) để chọn canh trái. Bạn phải thấy điểm chèn trở về bên trái của dòng, dưới vị trí 0".

☞ Bạn hãy thoải mái gõ câu *"Nhà nàng ở cạnh nhà tôi"*, xong Enter. Gõ tếp cho đủ 6 câu của chùm thơ thứ nhất, cuối mỗi câu đều bấm phím Enter để xuống hàng. Gõ xong *"... sang chơi thăm nàng"* bạn sẽ Enter 2 lần. Lần trước để xuống hàng, lần sau để chừa một dòng trắng.

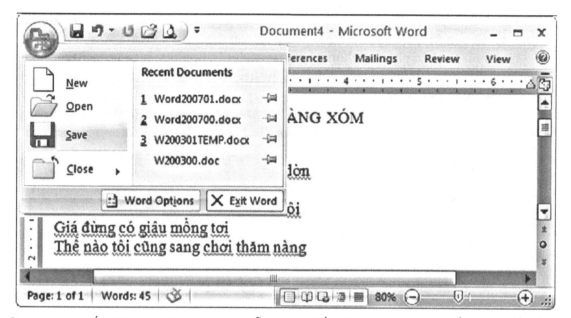

☺ <u>Lưu ý</u> : Nếu khi bạn gõ, cứ xong mỗi từ lại thấy Word gạch dưới bằng nét răng cưa màu đỏ, ấy là nó tự động bắt lỗi chính tả (tiếng Anh), hãy nhấp nút Office Button, chọn Word Options, vào phần Proofing, mục When correct spelling and grammar, tắt mục ☑ Check spelling as you type đi, OK.

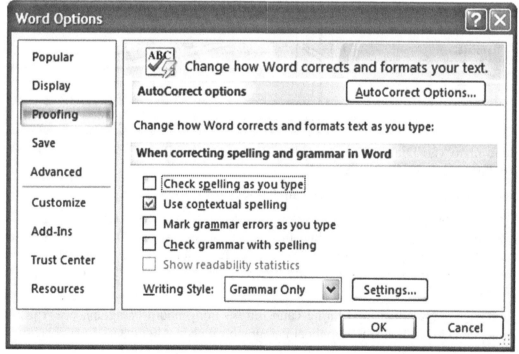

⑥ <u>Đẩy biên bằng biểu tượng</u> : Với điểm chèn đang ở đầu dòng, bạn nhấp vào biểu tượng

Increase Indent 🔼 trong nhóm Paragraph, bạn sẽ thấy cả hai khối tam giác ⬙ ở bên trái của dòng Ruler nhích vào đến vị trí 0.5" (hoặc vị trí 0.25" nếu bạn chia khoảng cách Tab như vậy), dĩ nhiên điểm chèn cũng vào đến đó. Bạn đã "đẩy biên trái" vào một Tab. Lề trái bị khoá chặt ở đây, không cách chi bạn lùi lại vị trí 0" được nữa, trừ khi bạn nhấp vào biểu tượng khắc tinh của nó là Decrease Indent 🔣.

☞ Bạn gõ câu *"Tôi chiêm bao rất nhẹ nhàng "*. xong Enter. Gõ tiếp cho đủ 6 câu của chùm thơ thứ hai, cuối mỗi câu đều bấm phím Enter để xuống hàng. Gõ xong *"... hay tôi yêu nàng"* bạn cũng Enter 2 lần. Lần trước để xuống hàng, lần sau để chừa một dòng trắng.

⑦ Đẩy biên bằng bàn phím : Bây giờ thì bạn thử bấm cặp phím Ctrl-M (nhấn giữ chìm phím Ctrl trong lúc bấm phím M), phải thấy cả hai khối tam giác ⧗ ở bên trái của dòng Ruler nhích vào đến vị trí 1" (hoặc vị trí 0.5" nếu chia khoảng cách Tab là 0.25"), dĩ nhiên điểm chèn cũng vào đến đó. Bạn đã dùng phím "đẩy biên trái" vào thêm một Tab nữa. Lề trái đương nhiên bị khoá chặt ở đây, không cách chi bạn lùi lại vị trí bên trái được, trừ khi bạn bấm tổ hợp phím Ctrl-Shift-M hoặc nhấp 🔣.

☺ Như vậy Ctrl-M tương đương biểu tượng 🔣 sẽ đẩy biên trái vào một Tab (Increase Indent) và Ctrl-Shift-M tương đương biểu tượng 🔣 lại kéo lùi biên trái lại một Tab (Decrease Indent).

☞ Tiếp tục nhập chùm thơ thứ ba. Rồi lại đẩy biên trái vào mốc dừng kế tiếp, nhập chùm thơ thứ tư v.v..., như vậy cho đến hết bài. Bài tuy hơi dài, nhưng nếu bạn có chút máu văn nghệ trong người, ắt là không thấy chán. Sau khi xong câu chót *"Nhập vào bướm trắng mà sang bên nầy"*, bạn cũng nhấn Enter 2 lần.

⑧ Canh biên phải : Nhấp vào biểu tượng canh phải ☰ (hoặc bấm Ctrl-R, hoặc mở hộp thoại Paragraph, chọn Alignment Right), điểm chèn sẽ chạy tuốt về bên phải của dòng, dưới vị trí 6 inch, nơi có khối nhỏ hình tam giác △, đó là giới hạn biên phải của mỗi dòng, và bạn gõ tên tác giả cùng năm sáng tác như sau, lúc gõ thấy những con chữ chạy ngược về bên trái là đúng.

Nguyễn Bính - 1940

☞ Hình ảnh trên màn hình sẽ gần như sau.

NGƯỜI HÀNG XÓM

Nhà nàng ở cạnh nhà tôi
Cách nhau cái giậu mồng tơi xanh dờn
Hai người sống giữa cô đơn
Nàng như cũng có nỗi buồn giống tôi
Giá đừng có giậu mồng tơi
Thế nào tôi cũng sang chơi thăm nàng

    Tôi chiêm bao rất nhẹ nhàng
    Có con bướm trắng thường sang bên nầy
    Bướm ơi bướm hãy vào đây
    Cho tôi hỏi nhỏ câu này chút thôi
    Bỗng dưng tôi thấy bồi hồi
    Tôi buồn tự hỏi hay tôi yêu nàng ?

Mấy hôm nay chẳng thấy nàng
Giá tôi cũng có tơ vàng mà hong
Cái gì như thể nhớ mong
Nhớ nàng, không, quyết là không nhớ nàng
Cô đơn buồn lại thêm buồn
Tạnh mưa bươm bướm biết còn sang chơi ?

Hôm nay mưa đã tạnh rồi
Tơ không hong nữa, bướm lười không sang
Bên hiên vẫn vắng bóng nàng
Rưng rưng tôi gục xuống bàn ... rưng rưng
Nhớ con bướm trắng lạ lùng
Nhớ tơ vàng nữa nhưng không nhớ nàng

Hỡi ơi bướm trắng tơ vàng
Mau về mà chịu tang nàng đi thôi
Đêm qua nàng đã chết rồi
Nghẹn ngào tôi khóc, quả tôi yêu nàng
Hồn trinh còn ở trần gian
Nhập vào bướm trắng mà sang bên nầy

Nguyễn Bính - 1940

LƯU TRỮ TÀI LIỆU

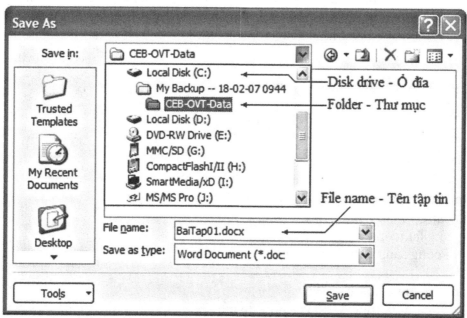

☞ Hãy lưu trữ bài thơ lên đĩa kẻo lỡ mất điện thì công toi :

Thao tác dễ nhất là nhắp vào biểu tượng đĩa mềm 💾 trên Quick Access Toolbar (hoặc nhắp Office Button chọn lịnh Save), nhìn thấy cái đĩa là hiểu ngay lưu trữ, nó đơn giản như là bạn đang giỡn vậy. Thay vì nhắp biểu tượng, cũng có thể bấm Ctrl-S hoặc bấm

Shift-F12. Vì đây là lần lưu trữ đầu tiên, nên Word bày hộp thoại Save As như hình trên, trong đó bạn cung cấp các thông tin về :

- Trong khung Save in, chọn ổ đĩa và thư mục.

- Trong khung File name, Word tự ý lấy dòng đầu tiên của bài làm tên cho tập tin, nên gợi ý sẵn là NGƯỜI HÀNG XÓM.docx, bạn nên gõ lại thành tên BaiTap01.docx, rồi nhắp nút Save.

- Khi đã được lưu trữ, tên BaiTap01.docx nầy sẽ xuất hiện trên Title Bar, còn trên đĩa thì đã có tập tin BaiTap01.docx vì .docx là phần mở rộng (Extension) ngầm định của tài liệu Word 2007. Từ đây về sau, nếu bạn chỉnh sửa gì đó rồi lưu trữ lại, sẽ không cần nêu tên nữa.

☞ Mặc dù Windows từ Version 95 trở đi chấp nhận những cái tên tập tin dài thậm thượt có thể chứa cả các khoảng trắng, nhưng chúng tôi khuyên bạn nên chọn những tên theo chuẩn của DOS : dài tối đa 8 ký tự, trong đó không chứa khoảng trắng, không chứa dấu chấm câu, để tránh các rắc rối về sau nầy.

TRÌNH BÀY VĂN BẢN

Chắc bạn cũng đồng ý rằng nội dung bài thơ thì thật là lãng mạn, nhưng phần trình bày còn quá đơn điệu không xứng với tầm cỡ của bài thơ. Vậy chúng ta hãy trau chuốt bề ngoài để cho tăng phần giá trị :

① Phóng lớn tiêu đề bài thơ : Trước hết phải quét chọn tiêu đề :

- Nếu dùng chuột, chỉ cần rà chuột ngoài bờ trái của dòng tiêu đề, khi thấy chuột biến thành hình mũi tên ⍌ (ngã về bên phải, chênh chếch 45°) thì nhắp nút trái, toàn bộ ký tự có trong dòng đó sẽ đổi màu, chúng đang ở trạng thái " được chọn". Nếu dùng phím, đưa điểm chèn đến n bên trái con chữ N của "NGƯỜI HÀNG XÓM", một tay nhấn chìm phím Shift, cứ giữ chìm như vậy trong khi dùng phím mũi tên phải quét vệt sáng đến cuối từ XÓM (hoặc giữ phím Shift và bấm phím End để quét đến cuối dòng vì trên dòng chỉ có 3 từ nầy thôi). Lúc nầy khối các từ "NGƯỜI HÀNG XÓM" được đổi màu.

- Bấm cặp phím Ctrl+] (nhấn giữ phím Ctrl trong khi bấm phím đóng móc vuông]) hoặc bấm Ctrl+Shift+> và quan sát kích cỡ của khối được phóng lớn lên. Nhìn vào khung thể hiện kích cỡ Size trong nhóm Font của Tab Home bạn sẽ thấy cỡ chữ 13 thay vì 12 như ban đầu. Bấm tiếp Ctrl+] vài lần nữa cho đến khi đạt số 18 thì nhóm chữ trong khối đã đạt đến cỡ 18 point. Nếu bấm quá 18 thì bấm Ctrl+[hoặc Ctrl-Shift-< để thu nhỏ bớt.

☺ Ghi nhớ : Ctrl+] hoặc Ctrl-Shift-> = *Increase Font* - tăng cỡ chữ,

Ctrl+[hoặc Ctrl-Shift-< = *Decrease Font* - giảm cỡ chữ.

☞ Nếu sử dụng thiết bị chuột, bạn chỉ cần nhắp chuột vào khung Size (đang chứa số 12) và nhắp. Một danh sách các cỡ chữ (từ 8 point đến 72 point) được bày ra, bạn chiếu vào số 18 và nhắp chuột. Số point càng lớn, chữ càng lớn. Lưu ý mặc dù trong danh sách chỉ có từ 8 đến 72, nhưng bạn gõ vào số bao nhiêu trong khoảng từ 1 đến 1000 cũng được, kể cả có số lẻ như 17.5 cũng không sao.

Cụ thể bạn được tựa bài thơ như sau :

NGƯỜI HÀNG XÓM

- Khối tựa đề vẫn đang còn đổi màu, nghĩa là vẫn đang ở trạng thái được chọn (nếu đã mất trạng thái được chọn thì bạn chọn lại), bạn nhắp thêm biểu tượng **B** (Bold) xong nhắp chuột ra ngoài (chỗ nào cũng được) hoặc bấm phím mũi tên (mũi nào cũng được) để dời điểm chèn ra ngoài và khối chọn sẽ trở lại bình thường.

② Xin lỗi, tui nhầm : Một điểm cần lưu ý là, theo thói quen, bạn đang chọn một khối văn bản nào đó, nó đang đổi màu, bạn lại nhấn Enter hoặc chạm vào bất kỳ phím nào khác, thường là do bấm lộn phím, ví dụ đáng lẽ bấm Ctrl-B lại nhầm phím Shift-B, hoặc bấm Ctrl rồi buông ra mới bấm B, thì toàn bộ khối đang chọn sẽ bị thay thế bởi phím mà bạn vừa ... bấm lộn ! Đấy là do đặc tính *"Typing replace selection"* nghĩa là *"Cái gõ vào sẽ thay cho cái đang chọn"*, đã được quy ước trong lịnh Word Options – Advanced – Editing Options của Word và nhiều phần mềm hiện đại khác. Gặp trường hợp nầy, bạn cứ bình tỉnh :

✧ Hoặc nhắp vào biểu tượng Undo ↰ trên Quick Access Toolbar

✧ Hoặc bấm cặp phím Ctrl-Z (phím nhanh c ủa lịnh Undo- không làm)

thì mọi việc sẽ đâu trở lại đấy.

③ In nghiêng : Hãy cho 6 câu ủa chùm thơ thứ nhất *in nghiêng* : Đưa điểm chèn đến cột 0" của dòng "Nhà nàng ở cạnh ...", nhấn chìm phím Shift , quét bằng mũi tên xuống (trong khi quét vẫn giữ phím Shift ở tư thế chìm) cho khắp cả 6 dòng của chùm thơ thứ nhất. Bấm Ctrl-I nếu dùng phím, hoặc nhắp biểu tượng *Italic* (chữ *I* nghiêng) trong nhóm Font của Tab Home. Bạn được kết quả như sau :

☺ Ghi nhớ : Ctrl-I = *kiểu in nghiêng*

> *Nhà nàng ở cạnh nhà tôi*
>
> *Cách nhau cái giậu mồng tơi xanh dờn*
>
> ...

④ In đậm : Bạn muốn in đậm cho 6 câu của chùm thơ thứ hai :

- Theo quy trình gần như trên đây, bạn đánh dấu khối cả 6 dòng của chùm nầy, xong bấm Ctrl-B nếu dùng phím hoặc nhắp biểu tượng *Bold* (chữ B) trong nhóm Font của Tab Home. Bạn được kết quả tiếp :

☺ Ghi nhớ : Ctrl-B = in đậm

> **Tôi chiêm bao rất nhẹ nhàng**
>
> **Có con bướm trắng thường sang bên nầy**
>
> **...**

⑤ Gạch dưới : Bạn hãy tự thực hành để *gạch dưới* chùm thơ thứ ba :

- Gợi ý : Đánh dấu chọn khối, bấm Ctrl-U (Underline) hoặc nhắp vào biểu tượng chữ U trong nhóm Font của Tab Home. Kết quả :

☺ Ghi nhớ : Ctrl-U = gạch dưới

> Mấy hôm nay chẳng thấy nàng
>
> Giá tôi cũng có tơ vàng mà hong ...

⑥ <u>Đổi Font</u> : Hãy thay Font chữ cho chùm thơ thứ tư đang từ Font Times New Roman quen thuộc sang Font Arial :

- Đánh dấu khối cả 6 câu, nhắp nút bên cạnh khung Font name, nơi đang ghi nằm Times New Roman ở đó, Word liệt kê danh sách các Font lên màn hình, bạn dò tìm tên Font, với mỗi tên, khối đang chọn sẽ chuyển biến theo Font đang rà đó, khi gặp tên Arial thì nhắp. Các ký tự trong khối chuyển sang Font Arial. Nếu dùng phím thì bấm Ctrl-Shift-F hoặc Ctrl-D mở hộp thoại Font để chọn. Kết quả :

☺ Ghi nhớ : Ctrl-Shift-F = chọn Font

Hôm nay mưa đã tạnh rồi

Tơ không hong nữa, bướm lười không sang …

⑦ Bạn hãy tự thực hành để chọn Font chữ Century Schoolbook, vẫn cỡ chữ 12 point cho chùm thơ thứ năm. Nếu bạn giải quyết được, đoạn đó sẽ như thế nầy :

Hỡi ơi bướm trắng tơ vàng

Mau về mà chịu tang nàng đi thôi

…

⑧ Sau cùng, bạn hãy trình bày tên tác giả và năm sáng tác :

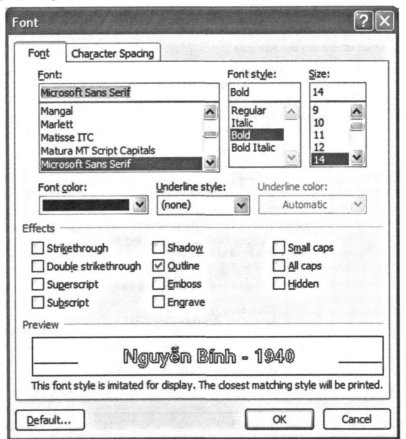

- Đưa chuột hình chữ I đến sau số 1940, nhắp nút trái, điểm chèn ở bất kỳ đâu cũng bay đến mà đậu tại đó và chớp liên hồi. Lại đưa mũi chuột hình chữ I đến bên trái con chữ N của từ "Nguyễn", một tay nhấn giữ chìm phím Shift đồng thời nhắp nút trái. Phần văn bản trong phạm vi giữa lần nhắp trước và lần Shift-nhắp sau đó sẽ đổi màu, đây là một cách khác để chọn khối văn bản.

- Mở hộp thoại Font (Ctrl-Shift-F hoặc nhắp Font Dialog Box Launcher), và làm việc trên trang Font của hộp thoại nầy : ① Trong khung Font, chọn Microsoft Sans Serif, ② Style chọn Bold, ③ Size chọn 14, và ④ Effects chọn ☒ Outline, OK.

  Các định dạng Effects như Outline (viền), Shadow (bóng), Emboss (nổi), và Engrave (chìm) phải chọn qua hộp thoại mới được (xem hình). Kết quả sẽ như thế nầy :

☞ Nếu không nhầm lẫn ở khâu nào khác thì tổng thể bài thơ bây giờ như sau :

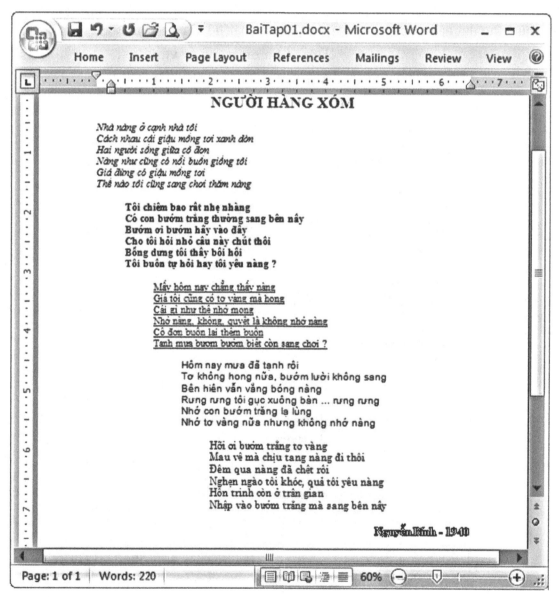

☞ Bây giờ hãy lưu trữ lại văn bản sau khi đã trình bày :

- Bấm Ctrl+S hoặc Shift-F12, hoặc nhắp biểu tượng 🖫 hoặc nhắp Office Button để chọn Save. Lần nầy Word đương nhiên lưu trữ cùng tên BaiTap01.docx như đã chỉ định ban đầu, không lôi thôi hỏi tới hỏi lui như các phần mềm khác

☺ Ghi nhớ : Ctrl-S hoặc Shift-F12 = Lưu trữ.

⑨ <u>Bắt chước định dạng</u> : Để thay đổi không khí, ta sẽ chọn lại cùng một kiểu Font Times New Roman và Style Italic cho đoạn 2 và đoạn 3 của bài thơ :

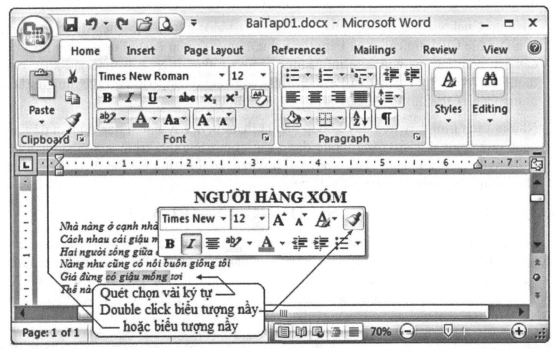

❖ Đưa điểm chèn đến một dòng bất kỳ nào trong số 6 câu của chùm thơ thứ nhất, ở đấy đang là kiểu Font Times New Roman và có Style Italic.

❖ Quét chọn một vài từ, nhắp đúp vào cái cọ sơn 🖌trong nhóm Clipboard ủa Tab Home, đây là biểu tượng Format Painter, dùng để sao chép cách định dạng chữ - Character Formatting tại nơi đang chọn đến nơi khác, chỉ bắt chước phần định dạng con chữ mà thôi chứ không chép nội dung văn bản. Khi bạn rê chuột ra ngoài thì chuột có hình chữ I kèm theo một cái cọ 🖌I. Bạn đặt điểm chèn vào bên trái câu *"Tôi chiêm bao...."* nhắp giữ nút bên trái đồng thời quét thẳng xuống cho đến hết câu chót của đoạn 3 *".... biết còn sang chơi"*. Khi buông chuột ra, tất cả nội dung trong khu vực vừa quét sẽ có cách định dạng giống như khối vừa quét.

❖ Bấm Escape để cái cọ không còn bám theo mũi chuột. Đưa điểm chèn đến một dòng bất kỳ nào trong số 6 câu của chùm thơ thứ nhất.

❖ Quét chọn một vài từ, bấm Ctrl-Shift-C, đó là phím ắt để sao chép cách định dạng chữ - Character Formatting. Bạn đặt điểm chèn vào bên trái câu đầu của chùm thơ thứ tư *"Hôm qua mưa đã...."* đồng thời quét thẳng xuống cho đến hết câu chót của chùm chót *".... mà sang bên nầy"*. Bấm Ctrl-Shift-V, tất cả nội dung trong khu vực vừa quét sẽ có cách định dạng giống như chùm thứ nhất.

☞ Lưu ý :

★ Nếu chỉ để điểm chèn tại vị trí nào đó (không quét chọn gì cả) rồi nhắp cái cọ sơn, thì việc sao chép không những sao chép phần định dạng con chữ (Character Formatting) mà còn sao chép luôn cả phần định dạng đoạn (Paragraph Formatting), nghĩa là luôn cả cách chừa lề, gióng biên, thụt đầu dòng v.v… ở giáo trình Word 97 chúng tôi quên nêu lưu ý nầy nên khi thực hành có lẽ các bạn hơi lúng túng. Xin cảm ơn vị độc giả đã giúp chúng tôi phát hiện lỗi biên soạn nầy.

★ Nếu chỉ Click vào cái cọ sơn (thay vì Double Click), thì chỉ sao chép được một lần, còn Double Click thì cái cọ cứ bám theo chuột, quét đâu là Paste Format đến đó, cho đến khi bấm Escape hoặc gọi một lịnh khác hoặc thực hiện một thao tác khác mới thôi. Thay vì Copy Format và Paste Format bằng cái cọ sơn, bạn có thể dùng tổ hợp phím nhanh Ctrl-Shift-C và Ctrl-Shift-V cũng được.

☞ Những cách trình bày trên đây không hẳn là thẩm mỹ. Tuy nhiên qua đó bạn đã thực hành được một số chức năng thông dụng cần thiết trong quá trình soạn thảo hầu hết những văn bản hằng ngày. Nếu không vừa ý, bạn có thể trình bày lại theo ý mình sau khi đã thực hành đầy đủ các phần đã nêu.

SAO CHÉP VĂN BẢN – SỬ DỤNG TEMPLATE :

Bài thơ trên đây nói lên tâm sự chàng trai si tình trong thầm lặng, toàn bài thơ cứ những "nàng" là "nàng" ! Nếu bạn chịu khó thay "nàng" thành ra "chàng" thì bài thơ vẫn không sai niêm luật, còn chuyện si tình thì được đẩy về cho "phía bên kia". Vậy bạn hãy chép bài thơ thành một bài khác nữa, thay tựa đề "NGƯ ỜI HÀNG XÓM" thành "KẺ LÁNG GIỀNG" còn chỗ nào có "nàng" thì đem "chàng" ra mà thế mạng.

Công việc nghe chừng như phải ngồi gõ lại từ đầu, quả là nhàm chán. Nhưng với Word thì đâu cần làm vậy. Bạn hãy :

① Bấm Ctrl-S lưu trữ một lần nữa sau khi vừa đổi Font.

② Nhắp nút Office Button, chọn New mở hộp thoại New Document.

Nếu chỉ cần một trang giấy trắng thì trong khung Template bạn chọn Blank and recent, rồi nhắp nút Create. Thao tác nầy tương đương với bấm Ctrl-N. Tuy nhiên, bạn hãy thử dùng một Template (khuôn mẫu) có sẵn hoa văn trang trí của Word xem sao, với điều kiện Word của bạn phải là bản chính (mua có licence) và máy tính phải có internet, nếu không thì bạn không thể dùng các Template nầy.

✧ Trong khung Template của hộp thoại New Document (hình trên), bạn chọn Flyer (tờ rơi), trong khung Flyer có nhiều loại, bạn chọn Event (sự kiện). Một số các mẫu Event Flyer sẽ được trình ra, bạn chọn mẫu Winter Event, quan sát hình hài của nó trong khung bên phải, giả sử bạn thích, nhắp Download.

✧ Có thể Microsoft sẽ đưa ra một thông điệp rằng Templates chỉ cung ứng cho người dùng bộ Office chính hiệu, bạn nhấn nút Continue để tải về. Bạn được một khuôn mẫu như hình trang sau, trong đó gồm một khung góc tròn, đó là một Autoshape Object, 2 bức tranh là các Picture object, và 2 khung để nhập văn bản gọi là các Text box object. Tất cả các Object nầy đều không nhìn thấy được nếu chọn chế độ nhìn Document View là Outline hay Draft.

③ Bạn đang ở cửa sổ của Template, hãy bấm Ctrl-F6 chuyển qua cửa sổ bài trước (hoặc nhắp vào tên bài trên thanh Window Task bar dưới đáy màn hình hoặc nhắp gờ Tab View trên Ribbon rồi nhắp nút Switch Windows để chuyển qua lại). Giả sử bạn đang ở cửa sổ BaiTap01.docx và muốn sao chép toàn bộ bài nầy sang trang Template :

⊙ Nhấn Ctrl-A để chọn toàn bài (hoặc nhắp nút Select trong nhóm Editing của Tab Home rồi chọn Select All), bấm Ctrl-C (hoặc nhắp biểu tượng Copy trong nhóm Clipboard của Tab Home) để sao y vào Clipboard (một vùng nhớ tạm).

⊙ Chuyển qua cửa sổ của trang Template vừa download về (bấm Ctrl-F6 hoặc gọi View, Switch Windows để chọn, hoặc nhắp trên Taskbar), đặt con chớp vào trang nầy, bấm Ctrl-V (hoặc nhắp nút Paste trong nhóm Clipboard của Tab Home).

④ Bạn đã dán nội dung vào trang nầy. Các chùm thơ nằm ẩn phía sau nền hoa văn như hình sau.

☺ Ghi nhớ : Ctrl-C : Copy vào Clipboard, Ctrl-V : dán từ Clipboard ra.

⑤ Thử bấm Ctrl-Home xem con chớp có về đầu bài không, bấm Ctrl-End xem nó có về cuối bài không. Bây giờ bạn bấm Ctrl-A để chọn toàn bài, rồi bấm Ctrl-Q để giải tỏa tất cả các định dạng đoạn (gióng biên, chừa lề ...), điểm chèn phải trở về bên trái và 2 khối tam giác ⧗ cũng phải trở lại mốc 0" (zero), xong bấm Ctrl-M nhiều lần cho đến khi bài thơ lệch qua khỏi bức tranh cảnh rừng trên đây.

☺ Ghi nhớ : Ctrl-Home đưa điểm chèn về đầu tài liệu, Ctrl-End đưa điểm chèn về cuối tài liệu, Ctrl-A chọn tất cả tài liệu, Ctrl-Q giải toả mọi định dạng đoạn.

⑥ Nhắp chuột vào Text box Your Winter … ban thấy một khung lấm chấm bao quanh, rà chuột lên đường biên nầy, chuột có hình mũi tên 4 cánh, bạn nhắp để chọn nó, Text box chỉ còn các nốt xung quanh, bạn bấm Delete để xóa đi. Thao tác tương tự để xóa Text box Sponsor by … phía dưới.

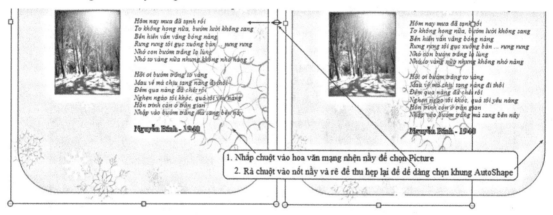

⊙ Bên cạnh bài thơ, hiện còn 2 picture và 1 AutoShape, nhưng AutoShape vị nằm khuất phía sau picture chứa hoa văn nên khó tiếp cận. Hãy thu hẹp picture nầy trước : Nhắp chuột vào một hoa văn nào cũng được, Picture sẽ ở trạng thái được chọn nên bạn thấy một khung bao và các nốt giữa các cạnh và tại các góc. Rà chuột vào nốt ở giữa cạnh nào cũng được, chuột biến thành mũi tên 2 đầu, bạn nhấn giữ nút trái chuột và rê để thu hẹp picture lại, miễn sao chuột có thể tiếp cận với AutoShape là được.

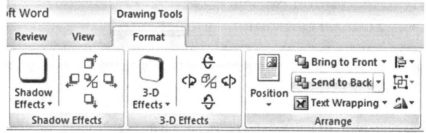

⑦ AutoShape hiện đang phủ lên trên bề mặt bài thơ, bạn đẩy chìm nó ra phía sau bài thơ bằng cách : Rà chuột nhắp chọn AutoShape (cũng thấy một khung bao và các nốt, trên Ribbon sẽ tự động xuất hiện Tab Drawing Tools Format), chọn Send to Back.

⊙ Cách khác : Rà chuột nhắp chọn AutoShape, nhấn nút phải chuột mở menu di động, chọn Format AutoShape, trong hộp thoại tiếp theo, chọn Layout Behind Text, OK. Bây giờ nhất định bài thơ đã được nhìn rõ ràng hơn.

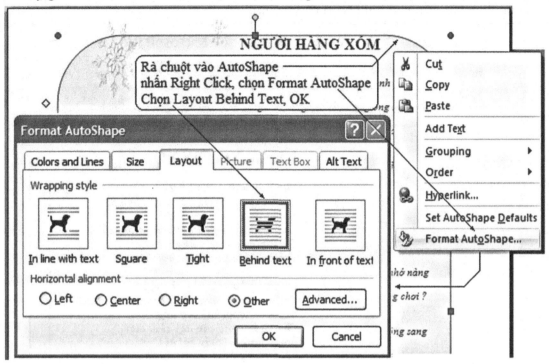

⊙ Chọn lại Picture có hoa văn mạng nhện, chỉnh lại kích cỡ như cũ.

⑧ Chỉnh sửa : Quét chọn tựa đề "NGƯỜI HÀNG XÓM" bằng cách rà chuột ngoài bờ trái của dòng mà nhắp, cả khối sẽ đổi màu. Cứ để khối chọn như vậy, ung dung gõ "KẺ LÁNG GIỀNG". Cái mà bạn gõ vào sẽ thay cho cái đang chọn, Font chữ, cỡ chữ của cái gõ vào sẽ bắt chước như ký tự đầu tiên của cái đang chọn.

🖂 Để tìm các "nàng" vừa nhanh vừa chính xác, bạn hãy bấm Ctrl-H hoặc nhắp nút Replace trong nhóm Editing của Tab Home. Hộp thoại Find and Replace (tìm và thay thế) sẽ xuất hiện như thế nầy :

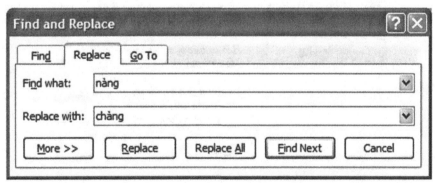

- Nhắp chuột vào khung Find what (tìm cái gì) bạn gõ vào từ "nàng".

- Nhắp chuột qua khung Replace with (thay bằng cái gì) bạn gõ vào từ "chàng".

- Nhắp nút More >>, chọn ☒ Find whole words only (tìm trọn từ)

- Nhắp Find Next. Bạn sẽ thấy Word rọi vệt sáng vào "nàng" của "Nhà nàng ... " và chờ bạn quyết định có thay "nàng" này bằng "chàng" hay không. Bạn cứ nhắp vào mục Replace nghĩa là bảo hãy thay đi, Word vội vã thay và lại tìm tiếp từ khác (nếu không muốn thay thì nhắp vào Find Next để bỏ qua).

- Word lại rọi vệt sáng vào "nàng" của "Nàng như cũng có ..." và chờ bạn quyết định. Bạn nhắp mục Replace All, lập tức tất cả các "nàng" còn lại trong bài đều được thay bằng "chàng", đồng thời hộp thông báo cho biết đã thay được bao nhiêu nàng. Bạn OK cho qua. Hộp thoại Find and Replace vẫn còn, bạn muốn tìm thay cái gì khác thì lặp lại quy trình như trên, sau cùng Close đóng hộp thoại.

- Hãy lưu trữ bài Kẻ láng giềng với tên gì đó tùy bạn.

LÀM CHO NỔI BẬT

Word có thêm công cụ dùng để chiếu sáng (Highlight) những câu hay chữ mà bạn muốn đánh dấu làm cho nội dung đó nổi bật :

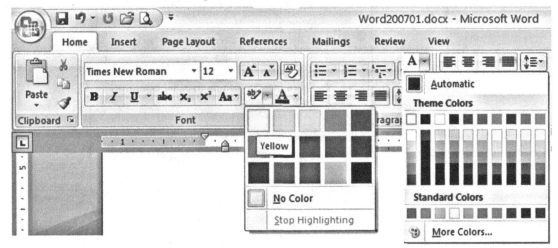

① Cách đánh dấu bằng công cụ Highlight:

- Quét các câu / chữ mà bạn muốn cho nổi bật.

- Nhắp mũi tên bên phải công cụ Highlight để chọn màu. Nếu không muốn nổi bật nữa thì chọn No Color.

② Muốn tô nổi bật cùng một màu cho nhiều chỗ :

- Chọn màu Highlight trước, rê chuột ra khỏi công cụ, mũi chuột sẽ mang theo hình cây bút nỉ (hay bút lông ?).

- Bạn quét bút nỉ lên chỗ nào là chỗ đó được Highlight. Quét bao nhiêu cũng không sợ khô mực. Bấm Escape hoặc gọi lịnh khác, bút sẽ mất.

☞ Ví dụ bạn đánh dấu màu xanh đậm cho 2 câu sau đây :

> *Giá đừng có giậu mồng tơi*
> *Thế nào tôi cũng sang chơi thăm nàng*

Nhưng bạn Highlight bằng các màu tối như xanh đậm, tím mà vẫn giữ nguyên con chữ màu đen thì là "chìm nghỉm" chứ không còn "nổi bật" nữa !

- Phải quét chọn khối đó, và chọn Font Color màu sáng (biểu tượng chữ A ngay bên cạnh Highlight) để cho tương phản.

③ Lưu ý : Định dạng Highlight của nhóm Font có tác dụng tương tự lịnh công cụ Border and Shading trong nhóm Paragraph, nhưng có điểm khác nhau : Highlight nhanh, gọn nhưng chỉ có 15 màu như trên, trong khi Borders and Shading có nhiều màu hơn, và có nhiều kiểu hoa văn phong phú hơn, nhưng phải chọn qua hộp thoại. Ngòai ra, định dạng bằng công cụ nào, khi muốn xả ra không định dạng nữa, phải dùng lại chính công cụ đó mới được.

XEM THỬ VÀ IN TÀI LIỆU

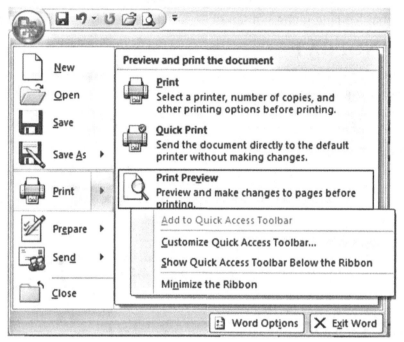

Để xem thử trước khi in, bạn nhắp Office Button rồi chọn Print - Print Preview 🔍, Word sẽ cho bạn xem qua mẫu mã từng trang của tài liệu trên màn hình.

- Trong cửa sổ Preview, nếu mục Magnifier được nhắp mở, chuột mang hình chiếc kính lúp, rọi vào chỗ nào mà nhắp sẽ bung lớn ra, nhắp lần nữa thì thu nhỏ lại. Đặc biệt, khi đang Preview, nếu cần chỉnh sửa nội dung văn bản, bạn có thể nhắp tắt mục Magnifier, rồi chỉnh sửa tự nhiên như lúc soạn thảo, nếu Zoom tỷ lệ nhỏ, chữ sẽ rất lí nhí, khả năng nầy giúp bạn dàn trang dễ hơn, vì nhìn thấy cùng lúc nhiều trang trên màn hình.

- Ta có thể chọn xem một trang hay hai trang cùng lúc bằng cách chọn qua biểu tượng (xem hình). Nếu chỉ một hoặc hai trang thì kích thước trang được thu nhỏ lại cỡ bằng một tờ lịch Bloc.

- Phía trên là thanh công cụ chuyên dùng của lịnh Print Preview :
  - ✓ Muốn dạo tới dạo lui bấm nút Previous Page xem các *trang trước*, Next Page các *trang sau* (nếu tài liệu nhiều trang)
  - ✓ Nếu tài liệu của bạn chiếm một trang nhưng vẫn còn thừa ra một tí (một tí thôi), có thể nhắp nút Shrink one Page *gò ép lại cho vừa*, thì Word sẽ cố gắng "liệu cơm gắp mắm" thu nhỏ cỡ chữ lại cho vừa.
  - ✓ Muốn in thật thì nhắp vào 🖨 (chọn Print),
  - ✓ và không xem nữa thì Close Print Preview, thanh công cụ sẽ tự động được dẹp đi.

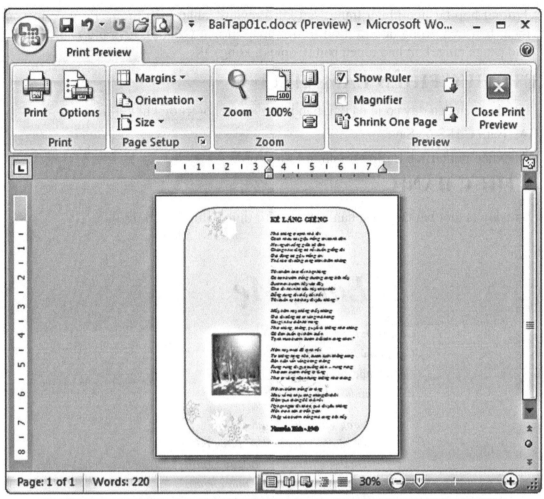

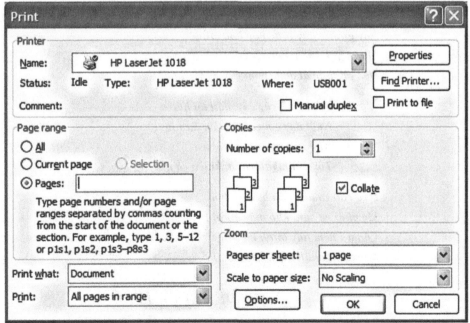

- Trường hợp tài liệu nhiều trang, sau khi Preview, nhắp biểu tượng Print để mở hộp thoại bên trên, trong đó chỉ định in trên máy in nào (Name), từ trang nào đến trang nào (Page range), in bao nhiêu bản (Copies), xong OK.

KẾT THÚC PHIÊN LÀM VIỆC

Bài đầu tiên đến đây có lẽ đã dài, bạn lưu trữ lần chót trước khi kết thúc.

★ Bấm Ctrl-S để Save.

★ Nhắp nut Office Button rồi chọn Exit Word.

TỰ THỰC HÀNH

☞ Sau đây là một bài thơ khác dành cho bạn tự thực hành nếu có thì giờ.

Lòng Mẹ

Gái lớn ai không phải lấy chồng

Can gì mà khóc, nín đi không

Nín đi, mặc áo ra chào họ

Rõ quí con tôi, các chị trông

Ương ương dở dở quá đi thôi

Cô có còn thương đến chúng tôi

Thì đứng lên nào ! lau nước mắt

Mình cô làm bận mấy mươi người

Này áo đồng lầm, quần lãnh tía

Này gương này lược này hoa tai

Muốn gì tôi sắm cho cô đủ

Nào đã thua ai đã kém ai ?

Ruộng tôi cày cấy, dâu tôi hái

Nuôi dạy em cô, tôi đảm đương

Nhà cửa tôi coi, nợ tôi trả

Tôi còn mạnh chán, khiến cô thương !

Đưa con ra đến cửa buồng thôi

Mẹ phải xa con, khổ mấy mươi !

Con ạ ! đêm nay mình mẹ khóc

Đêm đêm mình mẹ lại đưa thoi

Nguyễn Bính - 1936

Bài Thực hành số 2

TRÌNH BÀY TÀI LIỆU
GIÓNG BIÊN – TẠO NỀN MỜ
MỐC DỪNG TABSTOP

MỞ TÀI LIỆU ĐÃ CÓ SẴN

Trong bài nầy, chúng ta bắt đầu làm quen với việc soạn thảo và trình bày một văn bản có tính cách thông dụng hơn là một bài thơ như bạn đã gặp và đã thực hành. Tuy nhiên hãy kiểm tra lại xem bài thơ vừa qua có thực sự đã được lưu trữ lên đĩa hay không ? Giả định rằng bạn vừa nạp Word xong, và trên màn hình của bạn hiện nay chưa có tài liệu nào được soạn thảo trên đó cả :

- Hãy nhắp Office Button, nếu thấy sẵn tên tài liệu trong khung Recent Documents thì nhắp vào là mở, khỏe re, hoặc nhắp nút Open sẽ dẫn đến hộp thoại Open sau đây (nếu không nhắp Office Button, bạn có thể bấm Ctrl-F12 hoặc bấm Ctrl-O hoặc dùng chuột nhắp biểu tượng ⌂ trên Quick Access Toolbar cũng được).

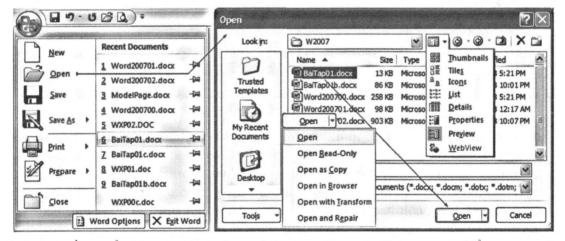

- ☺ Lưu ý rằng, để giúp người sử dụng nhớ công dụng của lịnh qua các biểu tượng trên Ribbon, mỗi khi bạn rà chuột vào biểu tượng nào, Word sẽ xoè ra tên và công dụng của biểu tượng đó kèm theo phím nhanh nếu có.

- Với hộp thoại của lịnh Open : Trong khung Look in, chọn ổ đĩa và thư mục nơi có chứa bài của bạn, Word sẽ liệt kê tất cả các tập tin có phần mở rộng là .doc, .docx, .docm, .dot, .dotx, .dotm … vào danh sách ở khung ngay phía dưới, bạn chọn tên tập tin BaiTap01.docx (vệt xanh).

- Muốn biết chắc là bài mà ta muốn mở, bạn nhắp biểu tượng Views và chọn Preview sẽ thấy nội dung của bài, nếu đúng thì nhắp Open để mở ra.

- ☺ *Lưu ý* : Đôi khi các tập tin lưu trữ lên trên đĩa cứng gặp vùng đĩa bị lỗi hoặc một lý do nào đó như không liên kết được với các Object... nên công việc lưu trữ không được hoàn chỉnh, cho tới khi bạn Open thì không chỉnh sửa gì được hoặc có thể bị treo máy, gặp trường hợp nầy, thay vì nhấn nút Open, bạn có thể nhắp mũi tên bên cạnh để chọn Open and Repair nhằm sửa chữa những lỗi đơn giản như trên.

- ☞ Hy vọng bạn đã xong bài số 1 và vừa truy xuất vào màn hình, hãy thực hành vài thao tác như bấm Page -Down / Page-Up / Ctrl-Home / Ctrl-End v.v... xem mục di chuyển điểm nháy ở phần các thao tác căn bản trong bài tổng quát.

TẠO TÀI LIỆU MỚI

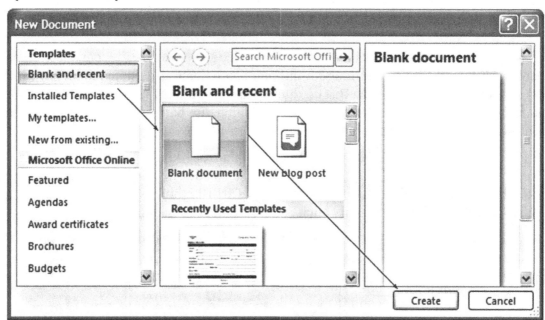

- Hãy nhắp Office Button, chọn New – Blank and recent – Blank document - Create để soạn tài liệu mới. Từ cửa sổ mới, bạn trở về cửa sổ của bài nầy, nhắp Office Button rồi chọn Close (hoặc bấm Ctrl-W hoặc nhắp nút Close ở góc trên phải của cửa sổ tài liệu) để đóng tài liệu nầy trước khi thực hành phần tiếp theo. Lưu ý nếu trong quá trình bạn mở lại một tài liệu mà không hề sửa đổi gì trên đó, thì Word ngoan ngoãn đóng tập tin, bằng như bạn có tiến hành bất cứ một thay đổi nào dù là chỉ thêm vào hay bỏ bớt một khoảng trắng, Word cũng cảnh giác bạn bằng thỉnh ý như dưới đây, và bạn có quyền chọn lựa giữa có lưu trữ hay không.

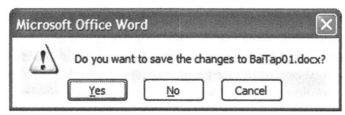

Chọn Yes nếu muốn lưu trữ, ngược lại thì chọn No, cả hai đều rồi sẽ đóng tập tin. Riêng chọn Cancel thì không đóng nữa mà vẫn duy trì tài liệu trên màn hình.

- Nếu đang xử lý nhiều tài liệu Word, thì bạn Close tài liệu nầy sẽ chuyển qua cửa sổ tài liệu khác. Nếu là Close tài liệu duy nhất còn lại, thì đồng thời kết thúc Word.

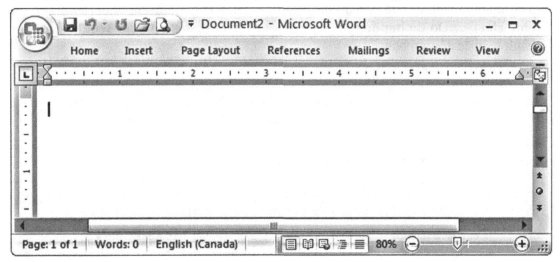

MẤY ĐIỀU THƯA TRƯỚC

Để thực hiện soạn thảo một cách bài bản, bạn nên theo quy trình sau đây. Chẳng thà bạn tự biên tự diễn thì thôi, còn muốn thao tác cho ra vẻ dân nhà nghề thì xin bạn lưu ý các điều cấm kỵ rất sơ đẳng sau đây :

① Giữa 2 từ sẽ cách nhau một khoảng trắng và chỉ một mà thôi. Dấu ngắt câu phải tựa sát vào ký tự bên trái của nó, và phải có một khoảng trắng bên phải của nó.

② Nếu cần nhảy một khoảng cách xa thì dùng phím Tab, tuyệt đối không dùng thanh SpaceBar để mà lùa chữ ra, chỉ những phần mềm nhà quê dùng trên các máy tính cổ lỗ sĩ mới phải dùng cách thủ công nầy.

③ Luôn luôn quan sát các biểu tượng gióng biên. Khi cần canh giữa thì nhấp vào biểu tượng Center ≣ mà canh, đừng có dùng thanh Spacebar xô nó ra mà thất nghiệp. Tương tự nếu cần canh về bên phải thì nhấp vào biểu tượng Align Right ≣, ngoài ra, nên luôn luôn duy trì kiểu gióng thẳng cả 2 biên bằng cách nhấp biểu tượng Justify ≣, sẽ làm cho tài liệu của bạn có vẻ quý tộc. Kinh nghiệm cho thấy đa số bạn mới dùng Word ít lưu ý điểm nầy làm cho văn bản của mình đầu tóc bờm xờm trông chẳng ra làm sao cả.

④ Khi trình bày kiểu dáng cho phần văn bản nào thì phải chọn khối văn bản trước rồi mới gọi lịnh (Select then Act), nên làm quen cách gọi qua biểu tượng, trông nó quý phái hơn, đài các hơn.

⑤ Chỉ khi nào kết thúc một đoạn mới phải Enter, còn việc xuống hàng cứ để Word tự đảm trách, có vậy mới có thể canh đều cả hai biên được.

⑥ Màn hình của Word có thể rất khác nhau giữa các chế độ View (chọn qua dàn nút View Button ở giữa thanh tình trạng). Ví dụ khi chọn Print Layout View sẽ thấy rất khác với Web Layout View và rất khác với Full Screen Reading, với ba kiểu View nầy, dù sao cũng còn có thể soạn thảo được, nhưng nếu chọn Outline View thì màn hình trở thành một nỗi kinh hoàng, rất khó soạn thảo, do vậy, hầu hết thời gian nên duy trì chế độ Print Layout, sẽ đảm bảo tính trung thực như khi in ra giấy.

⑦ Dải ribbon có thể xoè ra thụt vào, các nhóm bểu tượng trong một Tab có thể thun giãn tùy theo kích cỡ cửa sổ, sự xuất hiện các Tab đặc biệt khi một đối tượng đặc biệt được chọn … Do đó bạn đừng ngạc nhiên khi màn hình soạn thảo Word đôi khi trở thành lạ hoắc đối với bạn.

MỘT HỢP ĐỒNG MINH HỌA

☞ Sau đây là một văn bản để thực hành sử dụng Tab Stop và thụt đầu dòng, trước hết bạn xem qua mẫu hợp đồng tuyển dụng, sau đó dựa theo gợi ý trong bài:

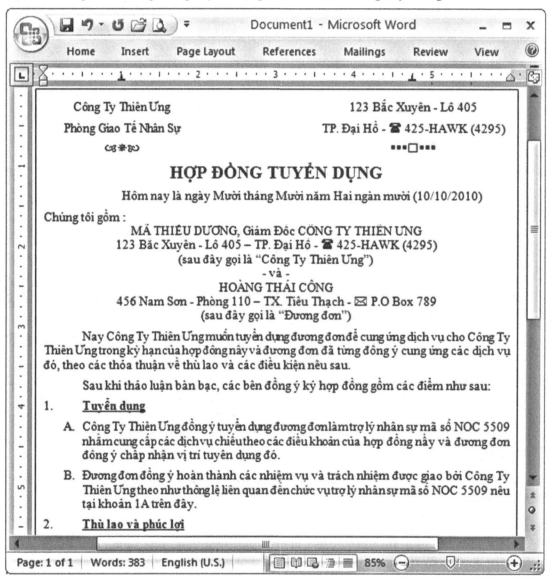

Công Ty Thiên Ưng   123 Bắc Xuyên - Lô 405
Phòng Giao Tế Nhân Sự   TP. Đại Hồ - ☎ 425-HAWK (4295)
ᚙ❋ᚘ   ▪▪▪☐▪▪▪

HỢP ĐỒNG TUYỂN DỤNG

Hôm nay là ngày Mười tháng Mười năm Hai ngàn mười (10/10/2010)

Chúng tôi gồm :

MÃ THIẾU DƯƠNG, Giám Đốc CÔNG TY THIÊN ƯNG
123 Bắc Xuyên - Lô 405 – TP. Đại Hồ - ☎ 425-HAWK (4295)
(sau đây gọi là "Công Ty Thiên Ưng")
- và -
HOÀNG THÁI CÔNG
456 Nam Sơn - Phòng 110 – TX. Tiểu Thạch - ✉ P.O Box 789
(sau đây gọi là "Đương đơn")

Nay Công Ty Thiên Ưng muốn tuyển dụng đương đơn để cung ứng dịch vụ cho Công Ty Thiên Ưng trong kỳ hạn của hợp đồng nầy và đương đơn đã từng đồng ý cung ứng các dịch vụ đó, theo các thỏa thuận về thù lao và các điều kiện nêu sau.

Sau khi thảo luận bàn bạc, các bên đồng ý ký hợp đồng gồm các điểm như sau:

1. **Tuyển dụng**

   A. Công Ty Thiên Ưng đồng ý tuyển dụng đương đơn làm trợ lý nhân sự mã số NOC 5509 nhằm cung cấp các dịch vụ chiếu theo các điều khoản của hợp đồng nầy và đương đơn đồng ý chấp nhận vị trí tuyển dụng đó.

   B. Đương đơn đồng ý hoàn thành các nhiệm vụ và trách nhiệm được giao bởi Công Ty Thiên Ưng theo như thông lệ liên quan đến chức vụ trợ lý nhân sự mã số NOC 5509 nêu tại khoản 1A trên đây.

2. **Thù lao và phúc lợi**

   A. Công Ty Thiên Ưng đồng ý trả cho đương đơn, mức thù lao căn bản cho dịch vụ cung cấp bởi đương đơn là $500.00 mỗi tháng cho hợp đồng nầy vào ngày 22 của tháng.

   B. Các khoản khấu trừ sẽ được trích từ thù lao của đương đơn để trả cho cơ quan bảo hiểm thất nghiệp, quỹ hưu bổng nhà nước và thuế lợi tức theo luật định.

3. **Điều khoản ràng buộc**

   Hợp đồng nầy phải được tôn trọng vì lợi ích của mỗi bên.

   Nay chứng thực các bên đã ký vào hợp đồng nầy vào ngày ghi trên đây.

CÔNG TY THIÊN ƯNG   _____

ĐƯƠNG ĐƠN   _____

THỰC HÀNH

Ba dòng đầu tiên xem ậy chứ không đơn giản. Sau khi chọn Font Times New Roman, Size 11, bạn nên thực hành các bước sau.

GẮN TAB STOP

① Nhắp ký hiệu TabStop bên trái Ruler (hình [L] hoặc [⊥] hoặc [⊥] hoặc [↑] hoặc [▽] hoặc [⊔] ở đó), nhắp vài lần cho đến khi có hình [⊥] tức đã chọn mốc dừng canh giữa (Center Tab). Rà chuột vào vị trí 1" của dòng Ruler mà nhắp, sẽ gắn một Center Tab vào vị trí nầy. Tương tự, gắn thêm một Center Tab nữa vào vị trí 4,75" (xem hình).

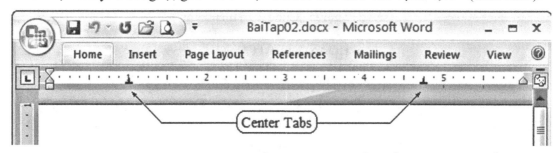

- Mặc dù chưa gõ chữ nào cả, bạn cứ bấm phím Tab, nếu điểm chèn nhảy đến vị trí 1" dưới ký hiệu [⊥] là đúng. Bạn gõ vào "*Công Ty Thiên Ưng*", khi gõ phải thấy những con chữ xòe đều ra hai bên TabStop nầy, nên gọi là Center.

- Bấm Tab nữa, điểm chèn nhảy đến vị trí 4,75" dưới ký hiệu [⊥]. Bạn gõ "*123 Bắc Xuyên - Lô 405*", những con chữ cũng xòe đều ra hai bên.

- Điểm chèn đang ở cuối dòng, bạn Enter xuống hàng. Dòng tiếp theo thừa hưởng cách định dạng của dòng trước nên cũng có 2 mốc dừng như trên.

- Tương tự, bấm phím Tab, gõ "*Phòng Giao Tế Dân Sự*". Bấm Tab, gõ "*TP. Đại Hồ - 425-HAWK (4295)*" xong Enter.

CHÈN KÝ HIỆU

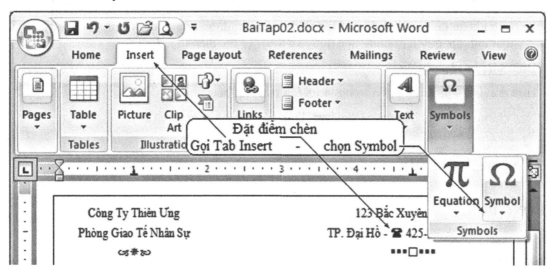

Để có hình chiếc điện thoại ☎, bạn đặt sẵn con chớp bên trái số điện thoại 425, nhắp Tab Insert của Ribbon, chọn Symbol rồi chọn More symbols mở hộp thoại sau.

• Trên trang Symbols, trong khung Font, chọn Wingdings, sẽ thấy 224 ký hiệu của Font nầy. Bạn chọn ký hiệu ☎, nhắp Insert, xong Close.

• Dòng thứ ba cũng thừa hưởng 2 mốc dừng canh giữa như dòng thứ hai : Với con chớp ở đầu dòng thứ ba, bấm Tab, gọi Insert - Symbol - Wingdings, chọn ký hiệu ଔ, nhắp Insert, chọn tiếp ký hiệu ❋, Insert, chọn tiếp ଛ, Insert, xong Close.

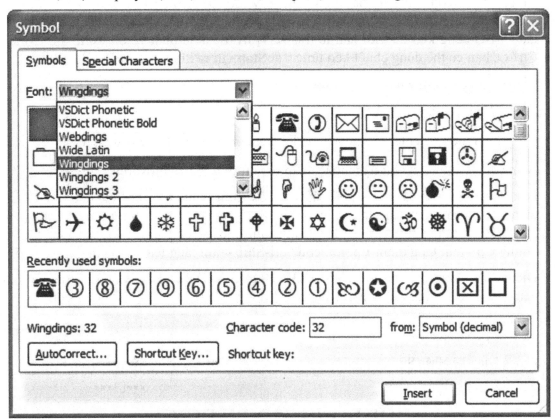

★ Bấm Tab, nhắp biểu tượng Symbol, chọn More Symbols - Wingdings, chọn ký hiệu ■ nhấn Insert 3 lần, chọn □, Insert, chọn ■, Insert 3 lần, xong Close, xong Enter.

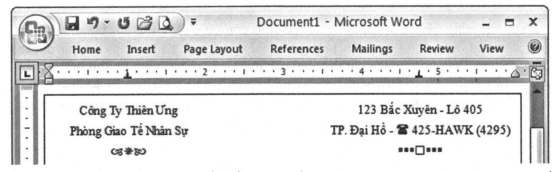

★ Lưu ý: Muốn xê xích các mốc nầy, đặt điểm chèn trên dòng đó, rà chuột vào mốc dừng mà bạn muốn xê xích, nhấn và giữ nút trái chuột cho đến khi thấy xuất hiện một lằn chỉ buông thẳng từ mốc dừng xuống thì rê chuột qua lại theo chiều ngang trên ruler để di chuyển (trong lúc rê, phần văn bản tương ứng nhúc nhích theo). Nếu rê theo chiều dọc, TabStop sẽ bị hất khỏi Ruler và mất tác dụng. Nếu lỡ như vậy, bạn cứ bình tĩnh bấm Ctrl-Z hoặc nhấp biểu tượng Undo trên Quick Access Toolbar, hoặc gắn một mốc dừng khác.

XÓA BỎ ĐỊNH DẠNG ĐOẠN

Điểm chèn hiện đang ở đầu dòng thứ 4, trên Ruler vẫn còn 2 TabStop.

- Để gỡ bỏ các mốc dừng trên, bạn bấm Ctrl-Q (Remove all paragraph formatting), trên Ruler không còn TabStop nào nữa. Lúc nầy mỗi lần bấm phím Tab, điểm chèn sẽ nhảy đến các mốc 0.5", 1" v.v... đó là các mốc ngầm định, và đều là Left Tab. Thao tác Ctrl-Q cũng kéo trả giới hạn lề trái về vị trí 0" và lề phải về 6". Nếu không bấm Ctrl-Q, bạn có thể dùng chuột kéo từng TabStop vứt ra khỏi Ruler cũng được.

- Bạn nhấn Enter chừa một dòng trắng.

CANH GIỮA - NÉT ĐẬM

- Nhấp biểu tượng Center ☰ (hoặc Ctrl-E) điểm chèn được đưa vào giữa dòng.

- Bấm Ctrl-B chọn nét chữ đậm hoặc nhấp biểu tượng **B** (chìm xuống).

- Bấm Ctrl-Shif-> (hoặc Ctrl-]), sẽ thấy con số trong khung Point-Size đang từ 11 trở thành 12, bấm thêm vài lần nữa cho đạt số 16 (hoặc chọn trong khung Font Size). Như vậy tổ hợp phím Ctrl-Shift-> cũng làm cho cỡ chữ lớn thêm lên như Ctrl-], nhưng Ctrl-] thì tăng thêm 1 point, còn Ctrl-Shift-> thì tăng lên cỡ thuận tiện kế tiếp.

- Điểm chèn đang ở giữa dòng, gõ: **HỢP ĐỒNG TUYỂN DỤNG** (chữ xòe đều hai bên) rồi Enter 2 lần (xuống dòng và chừa 1 dòng trắng). Bạn được kết quả sau:

Công Ty Thiên Ưng   123 Bắc Xuyên - Lô 405

Phòng Giao Tế Nhân Sự   TP. Đại Hồ - ☎ 425-HAWK (4295)

ఴ ✹ ౪   ▪▪▪□▪▪▪

HỢP ĐỒNG TUYỂN DỤNG

MỞ - TẮT MÃ ẨN

Phần trên nhìn bên ngoài như vậy, thực chất còn có những mã ẩn. Để nắm rõ chân tướng văn bản, bạn thử nhấp biểu tượng Show/Hide ¶ trong nhóm Paragraph ủa Tab Home, và bạn đừng ngạc nhiên khi thấy bài của mình ghẻ chốc loang lổ như thế nầy:

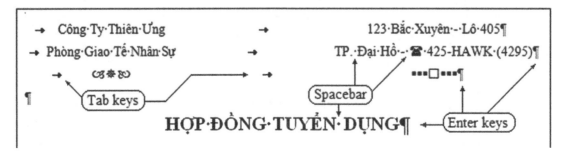

- Bên trái tên Công Ty có dấu mũi tên ➔, chính là do bạn bấm phím Tab, mũi tên ➔ bên trái 123 Bắc Xuyên cũng vậy.

- Phía sau Lô 405 và sau 4259 có dấu ¶ chính là phím Enter mà ta gọi là dấu kết thúc đoạn (Paragraph Mark).

- Các nốt chấm đứng giữa các từ chính là khoảng trắng tạo bởi thanh Space.

☞ Nhắp biểu tượng Show/Hide ¶ lần nữa để tắt mã ẩn xong nhập tiếp nội dung sau đây.

Hôm nay là ngày Mười tháng Mười năm Hai ngàn mười (10/10/2010)

Chúng tôi gồm :

MÃ THIẾU DƯƠNG, Giám Đốc CÔNG TY THIÊN ƯNG

123 Bắc Xuyên - Lô 405 – TP. Đại Hồ - ☎ 425-HAWK (4295)

(sau đây gọi là "Công Ty Thiên Ưng")

- và -

HOÀNG THÁI CÔNG

456 Nam Sơn - Phòng 110 – TX. Tiểu Thạch - ✉ P.O Box 789

(sau đây gọi là "Đương đơn")

Nay Công Ty Thiên Ưng muốn tuyển dụng đương đơn để cung ứng dịch vụ cho Công Ty Thiên Ưng trong kỳ hạn của hợp đồng nầy và đương đơn đã từng đồng ý cung ứng các dịch vụ đó, theo các thỏa thuận về thù lao và các điều kiện nêu sau.

Sau khi thảo luận bàn bạc, các bên đồng ý ký hợp đồng gồm các điểm như sau:

1. **Tuyển dụng**

   A. Công Ty Thiên Ưng đồng ý tuyển dụng đương đơn làm trợ lý nhân sự mã số NOC 5509 nhằm cung cấp các dịch vụ chiếu theo các điều khoản của hợp đồng nầy và đương đơn đồng ý chấp nhận vị trí tuyển dụng đó.

   B. Đương đơn đồng ý hoàn thành các nhiệm vụ và trách nhiệm được giao bởi Công Ty Thiên Ưng theo như thông lệ liên quan đến chức vụ trợ lý nhân sự mã số NOC 5509 nêu tại khoản 1A trên đây.

2. **Thù lao và phúc lợi**

   A. Công Ty Thiên Ưng đồng ý trả cho đương đơn, mức thù lao căn bản cho dịch vụ cung cấp bởi đương đơn là $500.00 mỗi tháng cho hợp đồng nầy vào ngày 22 của tháng.

   B. Các khoản khấu trừ sẽ được trích từ thù lao của đương đơn để trả cho cơ quan bảo hiểm thất nghiệp, quỹ hưu bổng nhà nước và thuế lợi tức theo luật định.

3. **Điều khoản ràng buộc**

   Hợp đồng nầy phải được tôn trọng vì lợi ích của mỗi bên.

   Nay chứng thực các bên đã ký vào hợp đồng nầy vào ngày ghi trên đây.

CÔNG TY THIÊN ƯNG _____

ĐƯƠNG ĐƠN _____

☞ Vài gợi ý cho phần trên :

- Bấm Ctrl-E hoặc nhắp ☰ để canh giữa trước khi gõ dòng MÃ THIẾU DƯƠNG … Các dòng kế tiếp cũng sẽ được canh giữa. Dùng Insert - Symbols để chèn các ký hiệu ☎ và ✉

- Bấm Ctrl-J hoặc nhắp ☰ trước khi gõ dòng Nay Công Ty …

- Dòng 1. **Tuyển dụng** : Con chớp ở đầu dòng, gõ 1. bấm phím Tab, bấm Ctrl-B (đậm - Bold), bấm Ctrl-U (gạch dưới - Underline), gõ **Tuyển dụng** bấm Ctrl-Space (xoá định dạng chữ), Enter.

- Bấm Ctrl-M (hanging), bấm Ctrl-T (indent), gõ A. Công Ty Thiên Ưng … cho đến hết đoạn, Enter xuống hàng. Gõ tiếp B. Đương đơn … đến cuối đoạn, xong Enter.

- Bấm Ctrl-Q (xoá định dạng đoạn), gõ số 2. nhấn phím Tab, Ctrl-B, Ctrl-U, gõ **Thù lao và phúc lợi**, nhấn Ctrl-Space, xong Enter.

- Phần A. và B. của điều 2 thao tác như điều 1, cho đến "theo luật định", nhấn Enter.

- Bấm Ctrl-Q, gõ 3. bấm Tab, bấm Ctrl-B, bấm Ctrl-U, gõ **Điều khoản ràng buộc**, nhấn Ctrl-Space, Enter.

- Bấm Ctrl-M, gõ nội dung cả đoạn, Enter

- Hai nét gạch dài để ký tên, bạn có thể gõ ký tự _ (underscore) hoặc dùng các line object (sẽ được giới thiệu sau nầy).

TAB CÓ DẪN ĐẦU

Hợp đồng trên đây chỉ nêu mức lương là 500.00 mỗi tháng. Cụ thể gồm những khoản nào thì được nêu trong một phụ bản đính kèm như sau đây. Bạn hãy giúp thực hiện phụ bản nầy :

PHỤ LỤC A

THÙ LAO & PHÚC LỢI

KHOẢN CHI PHÍ	TRỊ GIÁ.$	SỐ LƯỢNG	GHI CHÚ
Lương căn bản	*250.80*	*20 x 12.54*	*Giờ hành chính*
Phụ cấp gia đình	*135.20*	*20 x 6.76*	*Vùng sâu vùng xa*
Phí di chuyển	*50.40*	*20 x 2.52*	*Tiền tàu xe*
Chi phí bổ sung	*42.60*	*4 x 10.65*	*Theo thời giá*
Phụ cấp đặc biệt	*21.00*	*3 x 7.00*	*Làm ca đêm*
Tổng cộng	**500.00**	**4 x 125**	**Gồm cả thuế**

☞ Phụ bản nầy cũng không đơn giản chút nào, trừ khi bạn tự tay mình gõ từng dấu chấm. Nhưng bạn hãy theo cách thao tác sau đây :

① Đặt điểm chèn nơi chuẩn bị lập phụ bản. Bấm Ctrl-Q để giải tỏa định dạng đoạn. Bấm Ctrl-Space giải tỏa các định dạng chữ. Chọn Font Times New Roman, cỡ 18.

② Bấm Ctrl-E hoặc nhắp biểu tượng ☰ để canh giữa, bấm Ctrl-B mở chế độ đậm.

- Gõ **PHỤ LỤC A** - Enter - chọn cỡ chữ 26, gõ **THÙ LAO & PHÚC LỢI,** nhấn Enter 2 lần. Bấm Ctrl-J để vô hiệu Ctrl-E.

- Điểm chèn ở đầu dòng nơi bạn sẽ gõ tiêu đề **KHOẢN CHI PHÍ**, chọn cỡ chữ 12, kiểu đậm. Gắn các TabStop vào Ruler tại các vị trí sau (không cần chính xác lắm) :

Để các mốc dừng có dấu chấm dẫn đầu, phải chỉ định trong hộp thoại : Nhắp Dialog Box Launcher của nhóm Paragraph mở hộp thoại, nhấn nút Tabs… mở hộp thoại sau :

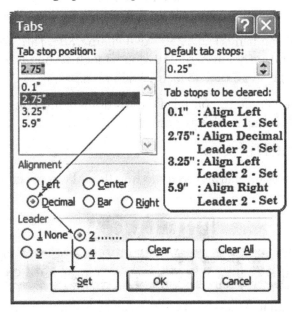

⊙ Điểm chèn chớp trong khung Tab Stop position, các trị số ghi trong khung phía dưới là các mốc dừng Tabs mà bạn vừa gắn trên đây.

- Hãy nhắp chọn trị số 2.75", dưới mục Alignment đã chọn Decimal (thập phân), mục Leader thì đang chọn None, bạn nhắp số ⊙ 2 .... để quy định có chấm dẫn đường cho mốc dừng nầy, xong nhấn Set.

- Tương tự, bạn nhắp trị số 3.25", chọn Leader ⊙ 2 ...., nhấn Set. Nhắp trị số 5.9", chọn Leader ⊙ 2 ...., nhấn Set. Sau cùng chọn OK.

- Để điểm chèn ở đầu dòng - Dòng chưa có gì cả, bắt đầu gõ tiêu đề : Cứ bấm phím <Tab> - gõ KHOẢN CHI PHÍ - <Tab> - TRỊ GIÁ.$ - <Tab> - SỐ LƯỢNG - <Tab> - GHI CHÚ - Enter. Được kết quả như sau :

KHOẢN CHI PHÍ	TRỊ GIÁ.$	SỐ LƯỢNG	GHI CHÚ
Lương căn bản	*250.80*	*20 x 12.54*	*Giờ hành chính*
Phụ cấp gia đình	*135.20*	*20 x 6.76*	*Vùng sâu vùng xa*
Phí di chuyển	*50.40*	*20 x 2.52*	*Tiền tàu xe*
Chi phí bổ sung	*42.60*	*4 x 10.65*	*Theo thời giá*
Phụ cấp đặc biệt	*21.00*	*3 x 7.00*	*Làm ca đêm*
Tổng cộng	***500.00***	***4 x 125.***	***Gồm cả thuế***

BaiTap02.docx - Microsoft Word. Home Insert Page Layout References Mailings Review View. Page: 2 of 2   Words: 542   English (U.S.)   85%

- Bấm Ctrl-B để tắt kiểu đậm, bấm Ctrl-I mở kiểu nghiêng (các lịnh gọn Ctrl-B, Ctrl-U, Ctrl-I đều có tính xoay chiều, đang tắt thì mở, đang mở thì tắt), nhập tiếp :

★ Bấm <Tab> Lương căn bản <Tab> 250 <dấu chấm> 80 <Tab> 20 x 12.54 <Tab> Giờ hành chính <Enter>. Lưu ý khi bấm 250, con số lệch về bên trái cho đến khi bấm dấu chấm (thập phân), các số gõ tiếp sẽ lệch về bên phải.

★ Bạn tự thao tác cho các dòng còn lại. Đối với dòng Tổng cộng, bấm Ctrl-B mở kiểu đậm trước khi gõ. Kết quả có thể gần như sau :

HIỆU ỨNG KIỂU CHỮ

Để có hiệu ứng kiểu chữ, phải gọi lịnh mở hộp thoại Font rồi chọn hiệu ứng trong hộp thoại.

PHỤ LỤC A
THÙ LAO & PHÚC LỢI

- Chọn 2 dòng trên, nhắp Dialog Box Launcher của nhóm Font, mục Effects chọn ☑ Outline (xem bài 1 khi định dạng Nguyễn Bính), xong OK, được kết quả như dưới.

PHỤ LỤC A

THÙ LAO & PHÚC LỢI

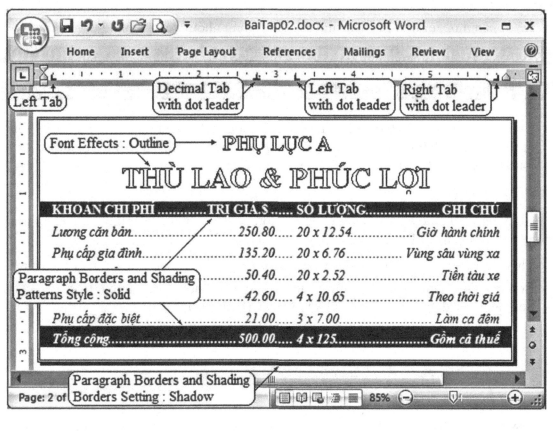

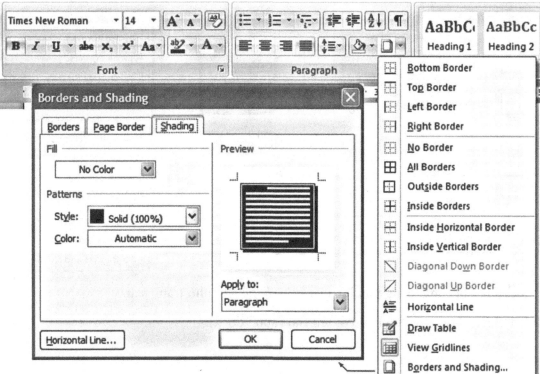

TÔ NỀN MỜ

Để tô nền mờ, gọi lịnh Borders and Shading trong nhóm Paragraph :

KHOẢN CHI PHÍ .... TRỊ GIÁ.$ ....SỐ LƯỢNG .... GHI CHÚ

Tổng cộng ....*500.00*.......*4 x 125*............................. *Gồm cả thuế*

- Chọn dòng KHOẢN CHI PHÍ, nhấn Ctrl chọn thêm dòng Tổng cộng, nhắp biểu tượng Borders, chọn Borders and Shading mở hộp thoại, vào trang Shading, chọn Patterns Style là Solid 100% và OK (xem hình trên).

ĐÓNG KHUNG

Để đóng khung đơn giản, dùng công cụ Borders trong nhóm Paragraph, nếu có trang trí thêm, mở hộp thoại Borders and Shading rồi chọn kiểu khung trong hộp thoại.

- Thêm 2 dòng trắng trên và dưới phụ bản. Chọn tất cả các dòng, nhắp biểu tượng Borders 🔲, chọn Borders and Shading mở hộp thoại, vào trang Borders, chọn Setting là Shadow, chọn Style nét kép và OK (hình sau).

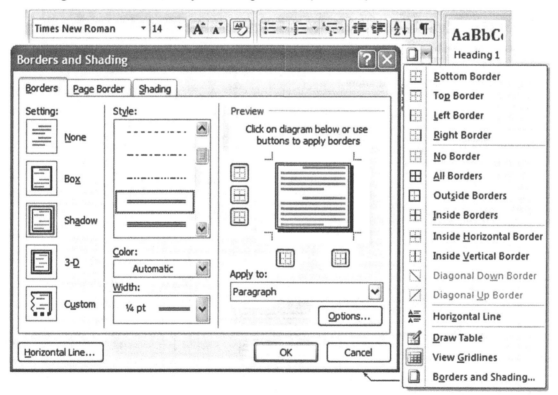

Kết quả sau cùng, bảng phụ lục của bạn có thể gần như trang sau.

☞ Hãy lưu trữ tài liệu của bạn với tên BaiTap02.docx.

PHỤ LỤC A

THÙ LAO & PHÚC LỢI

KHOẢN CHI PHÍ	TRỊ GIÁ.$	SỐ LƯỢNG	GHI CHÚ
Lương căn bản	250.80	20 x 12.54	Giờ hành chính
Phụ cấp gia đình	135.20	20 x 6.76	Vùng sâu vùng xa
Phí di chuyển	50.40	20 x 2.52	Tiền tàu xe
Chi phí bổ sung	42.60	4 x 10.65	Theo thời giá
Phụ cấp đặc biệt	21.00	3 x 7.00	Làm ca đêm
Tổng cộng	500.00	4 x 125	Gồm cả thuế

PHỤ ĐÍNH : CÁC LOẠI TABSTOP

① Left Tab : Là loại mốc dừng mà khi bấm phím Tab, điểm chèn sẽ nhảy đến đó, những nội dung được gõ tiếp theo sẽ đổ về bên phải, cố định bên trái. Ký hiệu là hình chữ ⌊ được gắp ra từ khung hình vuông bên trái Ruler.

② Center Tab : Loại mốc dừng mà khi bấm Tab, điểm chèn sẽ nhảy đến đó, nội dung được gõ tiếp theo sẽ xòe đều ra hai bên, mốc Tab thì ở giữa. Ký hiệu là hình chữ ⊥ được gắp ra từ khung hình vuông bên trái Ruler.

③ Right Tab : Loại mốc dừng mà khi bấm Tab, điểm chèn sẽ nhảy đến đó, những nội dung được gõ tiếp theo sẽ đổ về bên trái, cố định bên phải. Ký hiệu là hình chữ ⌋ được gắp ra từ khung hình vuông bên trái Ruler.

④ Decimal Tab : Loại mốc dừng mà khi bấm Tab, điểm chèn nhảy đến đó, những nội dung được gõ tiếp theo sẽ đổ về bên trái cho đến khi dấu Decimal được gõ, phần còn lại của nội dung sẽ dồn về bên phải của mốc. Ký hiệu là hình chữ ⊥ có dấu chấm bên cạnh, được gắp ra từ khung hình vuông bên trái Ruler. Dấu decimal là dấu chấm hoặc phẩy tùy quy định tại Regional and Language Options của Windows Control Panel, ngầm định là dấu chấm).

⑤ Vertical Bar Tab : Là loại Tab dùng để chỉ định một vị trí trên dòng, tại đó luôn xuất hiện một nét sổ đứng cho dù có bấm phím Tab hay không. Nếu bấm phím Tab, thì điểm chèn cũng không thèm dừng chỗ nầy. Ký hiệu là nét ⎮, cũng được gắp ra từ khung hình vuông bên trái Ruler.

☞ Với 4 loại Tab kể trước, có thể chọn có hay không có dấu dẫn đầu (Leader), nếu có, thì chọn nét chấm (...), nét gạch (---), hay gạch liền nét (__), và phải qua Menu chính mới gán Leader cho các TabStop được. Loại Bar Tab thì không bao giờ có thuộc tính Dot Leader.

☺ Nếu không quen gắn các TabStop trên Ruler bằng chuột, bạn nhấp nút Launcher của nhóm Paragraph mở hộp thoại, trong đó nhấn nút Tabs và sẽ chỉ định các mốc dừng trong hộp thoại Tabs.

ĐỔI KIỂU CON CHỮ

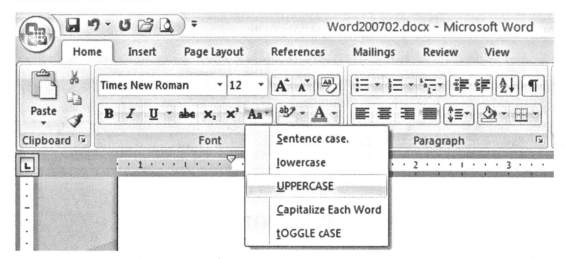

Đôi khi bạn gõ văn bản mà quên lưu ý tình trạng phím Caps Loc k, nên có thể gõ nhầm chữ thường ra chữ hoa và ngược lại. Gặp trường hợp nầy, bạn không cần phải xoá đi gõ lại, mà nên dùng công cụ Change Case để sửa :

☞ Bạn có thể nhấp chọn khối văn bản muốn đổi kiểu chữ, nhấp biểu tượng Change Case trong nhóm Font của Tab Home như hình trên và bạn tùy ý chọn :

- **Sentence case** : Mẫu tự đầu câu chữ Hoa, còn lại đều là chữ thường.
  Ví dụ : "Những ngày xưa thân ái."
- **Lower case** : Tất cả mọi mẫu tự đều chữ thường.
  Ví dụ : "anh gởi lại cho ai"
- **Upper case** : Tất cả mọi mẫu tự đều chữ hoa.
  Ví dụ : "TRĂNG MÙA THU LÊN CAO"
- **Capitalize each word** : Mẫu tự đầu tiên của mỗi từ là chữ Hoa. Những mẫu tự còn lại trong từ đều chữ thường.
  Ví dụ : "Khóm Dừa Xanh Lao Xao"
- **Toggle case** : Nếu đang là mẫu tự thường thì ra chữ Hoa, nếu đang là chữ Hoa, thì ra chữ thường.
  Ví dụ :"Tôi cHẳnG yÊu aI", sẽ thành : "tÔI ChẳNg YêU Ai"

☺ *Tuy nhiên, nếu là tiếng Anh hoặc tiếng Việt với Font VNI thì yên trí, nhưng nếu là tiếng Việt với Font Unicode thì các ký tự có bỏ dấu có thể không chính xác !*

Computer for EveryBody
TIN HỌC CHO MỌI NGƯỜI

Bài Thực hành số 3

VĂN BẢN DẠNG CỘT
CÁC CHỨC NĂNG TỰ ĐỘNG

CÁC TÀI LIỆU VỪA XỬ LÝ

Hôm nay ta cũng kiểm tra lại xem bài BaiTap02.docx vừa qua có thực sự đã được lưu trữ lên đĩa hay không ? Sau khi nạp Word xong, hãy nhấp nút Office Button và quan sát trong khung Recent Documents của lịnh nầy.

- Nếu máy tính chỉ riêng bạn sử dụng, và từ thời điểm bạn kết thúc thực hành bài số 2 đến giờ, không soạn thêm quá nhiều tài liệu khác, thì nhất định tên của tài liệu vừa soạn thảo sẽ chờ sẵn ở đó, chỉ cần nhấp vào là mở ra ngay. Word dành sẵn chỗ trong khung Recent Documents để ghi nhận tên của 17 (ngầm định) tài liệu được xử lý gần nhất. Bạn có thể tăng giảm con số nầy bằng cách nhấn Office Button, chọn Word Options – Advanced – Display để chỉ định một trị cho mục Show this number of Recent Documents.

CHỌN ĐƠN VỊ ĐO LƯỜNG

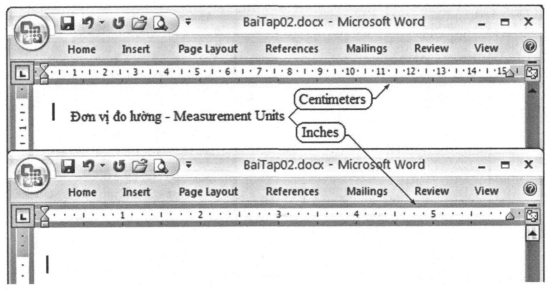

- Khi bạn gặp một bộ Word mà thước chia trên Ruler lạ hoắc, nhất định người ta đã chọn đơn vị tính là Centimet hoặc gì đó. Bạn nhấn Office Button, chọn Word Options – Advanced – Display để chọn "Inches" cho mục Show measurement in units of.

VĂN BẢN TỰ ĐỘNG

Giả sử rằng bạn đang công tác tại CôngTy Thiên Ưng trên đây, và hằng ngày phải gõ nhiều văn bản, trong đó cái nào cũng cần đến 3 dòng tiêu đề :

Công Ty Thiên Ưng	123 Bắc Xuyên - Lô 405
Phòng Giao Tế Nhân Sự	TP. Đại Hồ - ☎ 425-HAWK (4295)
ೞ ❋ ೞ	■■■■☐■■■■

Bạn thấy rằng việc thực hiện 3 dòng nầy không phải chuyện dễ dàng, cho nên Word có sẵn chức năng "AutoText" (văn bản tự động), trong đó bạn chỉ cần định nghĩa 1 lần, rồi đăng ký thành một "Building Block" (khối xây sẵn) trong Word. Khi nào cần đến, chỉ việc gõ tên (đã đăng ký) rồi nhấn phím F3 để lấy lại nội dung văn bản nầy (hoặc gọi Insert – Quick Parts, Word sẽ liệt kê danh sách các tên đã đăng ký cho bạn chọn).

Để thực hành, bạn hãy :

- Mở bài BaiTap02.Doc (nếu không có, phải soạn lại 3 dòng nầy).

- Chọn cả 3 dòng tiêu đề cho chúng đổi màu (rà chuột ngoài bờ trái mà chọn mới trọn cả dòng, trong đó gồm cả phím Tab bên trái Công Ty).

- Vào Tab Insert, nhấp Quick Parts – chọn Save Selection to Quick Part Gallery (hoặc sau khi chọn khối, chỉ cần bấm Alt-F3 cũng được).

- Trong hộp thoại Create New Building Block, bạn đặt tên cho khối, ví dụ "mycom" để gợi nhớ là công ty của tui, xong OK.

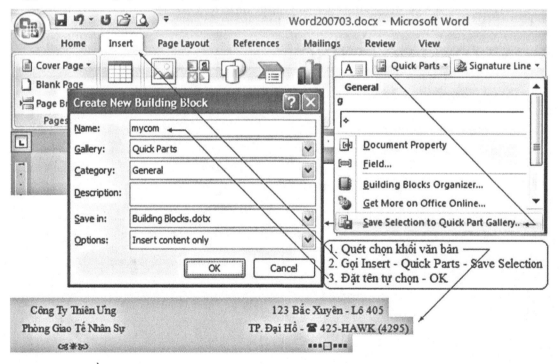

- Quy định nầy được Word lưu giữ trong tập tin Building Block.dotx. Chừng nào tập tin nầy chưa bị xóa, thì định nghĩa trên vẫn còn. Từ đây về sau, mỗi khi bạn gõ tổ hợp mycom rồi nhấn phím F3, Word sẽ cung cấp lại cả 3 dòng như trên.

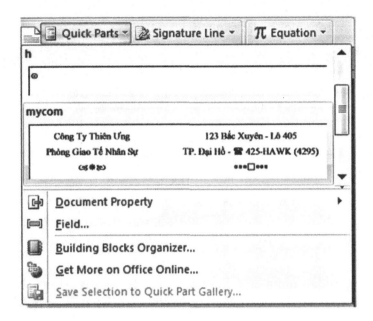

Lưu ý :

- Nếu không quét chọn khối trước khi gọi Insert – Quick Parts, thì mục Save Selection sẽ bất khả dụng.

- Mặt khác, AutoText hay Quick Parts được định nghĩa trên Word của máy nào thì chỉ hiệu lực trên máy đó. Khi sử dụng Word trên một máy khác, muốn biết tên và nội dung tương ứng của các Quick Parts, bạn gọi Insert – Quick Parts và xem trong danh sách buông xuống (dropdown list). Như ví dụ trên, Quick Part "h" tương ứng với một ký hiệu ⊙, và Quick Part "mycom" thì tương ứng với 3 dòng trên.

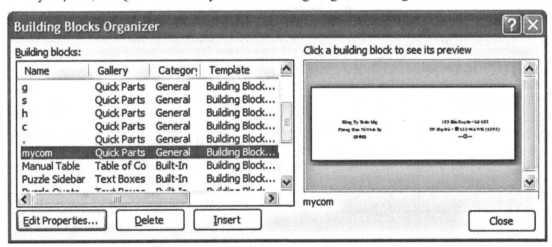

- Muốn xóa một Quick Part đã định nghĩa, gọi Insert – Quick Parts –Building Block Organizer mở hộp thoại trên, chọn tên trong cột Block name, nhấn nút Delete.

- Nếu bạn đã định nghĩa nhiều Quick Parts cho Word, khi phải dùng Word trên một máy khác, bạn có thể Copy tập tin Building Blocks.dotx trong thư mục " Program Files\Microsoft Office\Office12\Document Parts\1033" mang theo sử dụng.

- Nếu bạn có định nghĩa Quick Part mới, khi thoát Word, phải chọn Yes cho hộp thoại thỉnh ý sau để lưu trữ và dùng lại sau nầy.

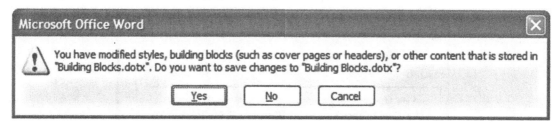

☞ Hãy thử thực hành :

- Nhấn Office Button - New – Blank Document – Create (hoặc Ctrl-N hoặc nhắp biểu tượng 🗋 nếu có trên Quick Access Toolbar), bạn sẽ được chuyển sang một cửa sổ hoạn toạn mới (trong khi HỢP ĐỒNG TUYỂN DỤNG vẫn còn trong một cửa sổ riêng của nó).

- Điểm chèn đang ở đầu dòng của dòng đầu tiên, bạn gõ mycom (tên building block) rồi bấm phím F3. Nếu thấy xuất hiện đủ nội dung 3 dòng tiêu đề là đúng :

Công Ty Thiên Ưng Phọng Giao Tế Nhân Sự ෆ❋ဩ	123 Bắc Xuyên - Lô 405 TP. Đại Hồ - ☎ 425-HAWK (4295) ▪▪▪▫▪▪▪

☺ Quả ḷa khoẻ re như bọ kéo xe ! Những ai thường xuyên dùng Word đều rấ t tâm đắc với chức năng nầy. Khối lượng văn bản cho một Quick Part (Building Block) không bị hạn chế, bao nhiêu dòng cũng được, trong đó có thể bao gồm bảng biểu (Table), hịnh ảnh (Picture) và cả phần định dạng, trình bày v.v...

- Ngược lại nếu mycom chưa được đăng ký, sẽ nghe Word "hứ" một tiếng đồng thời hiện ra câu chửi khéo :

  Câu nầy chỉ hiện trong vọng vai giây ở dưới dong tịnh trạng mạ thôi.

TỰ THỰC HÀNH

	Tên AutoText	TƯỢNG TRƯNG CHO
1	towhom	To Whom It may concern
2	vrcs	Very respectfully yours
3	tsn	Tân Sơn Nhất International Airport
4	c	☞
5	s	★
6	h	◉
7	pt	➴
8	ll	ෆ☻ဩ
9	1	①
10	2	②
11	3	③
	vạ một tỷ thứ khác nữa xin đạnh riêng cho bạn.	

☞ Bạn hãy đóng tài liệu BaiTap02 .dotx lại (không cần lưu trữ) và chúng ta sẽ tìm hiểu một loại hình định dạng soạn thảo mới : Column.

VĂN BẢN DẠNG CỘT BÁO

Trọng tâm của bài thực hành hôm nay, chúng ta sẽ gặp một số trong các tình huống vừa phức tạp vừa hay ho mà Word có thể giúp bạn giải quyết một cách nhẹ nhàng. Trước hết, giả sử bạn có nhu cầu phải nhập đoạn văn bản như "Giai thoại Võ lâm" sau đây.

Giai thoại Võ lâm

KIÊN TRÌ & KHỔ LUYỆN

Mata Jura Yamato mộng làm một kiếm khách vô địch, nhưng mỗi lần đấu với cha đều bị cha đánh bại, và phải nghe lời phê bình của cha là thân pháp quá chậm chạp.

Nỗi buồn bực cứ trút xuống tâm trí Mata Jura Yamato, nhưng chàng vẫn nuôi chí trở thành một kiếm sĩ đại danh.

Một ngày kia Mata Jura Yamato xin phép cha để theo học với kiếm sư Hoka Iwa Masaki - một kiếm sư đại tài, và chàng được cha chấp nhận.

Mata Jura Yamato đến bái kiến Hoka Iwa Masaki :

- Thưa đại sư, nếu tôi sớm hôm ở cạnh đại sư không phút xa lìa thì trong bao lâu tôi có thể trở thành một kiếm sĩ vô địch ?

- Mười năm !

- Thưa đại sư, cha tôi đã già, tôi muốn rút ngắn thời gian để còn trở về săn sóc người. Tôi nguyện hầu hạ đại sư cần mẫn gấp hai thì thời gian thành tài là bao lâu ?

Ba mươi năm ! Hoka Iwa Masaki bình tĩnh đáp.

Sao lại như thế được, thưa đại sư ? Mata Jura Yamato kinh ngạc hỏi.

.... (vị kiếm sư Hoka Iwa Masaki vẫn trầm mặc)

- Nếu tôi xả thân phụng sự đại sư không ngơi nghỉ chút nào thì bao lâu có thể thành đạt kiếm pháp ?

- Bảy mươi năm !

Mata Jura Yamato mồm há hốc, vô cùng tuyệt vọng, hai chân chàng muốn khụyu, trông thật đáng thương.

Kiếm sư Hoka Iwa Masaki ôn tồn giải thích cho Mata Jura Yamato nghe.

- "Dục tốc bất đạt", người hấp tấp làm việc gì cũng khó thành công.

Mata Jura Yamato phần nào hiểu được điều ấy. Chàng quyết tâm ở lại theo học với đại sư Hoka Iwa Masaki.

Theo Sổ Tay Võ Thuật,
NXB TPHCM

Khổ nỗi trong đó có tên của hai nhân vật, mà tên nào tên nấy đọc muốn trẹo cổ họng, lại còn lặp lại nhiều lần, nếu cứ mỗi lần phải gõ đầy đủ chắc là tội nghiệp cho những ngón tay ngà ngọc của bạn. Hơn nữa người ta lại có yêu cầu trình bày thành hai cột song song nhau như là trên trang báo ! Quả là không đơn giản chút nào.

VỀ CÁCH TRÌNH BÀY DẠNG COLUMN

① Trước hết nên kiểm tra xem đang chọn cách View nào, nếu đang chọn kiểu Print Layout View thì ốt, nếu c hưa thì chọn qua kiểu nầy (gọi View - Print Layout hoặc nhắp nút Print Layout View ở góc giữa thanh Horizontal Scroll-Bar. Phải chọn kiểu nầy mới thấy kết quả cụ thể của việc chia cột trên màn hình, nếu không thì chỉ thấy 1 cột thôi. Tuy nhiên, dù chọn cách View nào thì ũng không ảnh hưởng đến kết quả khi in ra (luôn luôn có chia cột).

② Có thể chọn chia cột ngay khi nhập nội dung văn bản, theo các bước : Chọn cách chia cột, nhập phần văn bản, chọn cách chia khác, nhập tiếp văn bản khác ... Một văn bản nếu không chia cột, xem như một cột.

③ Có thể nhập xong nội dung văn bản, sau đó sẽ chia cột. Lúc chia, có thể chọn việc chia đó là áp dụng cho cả tài liệu, hay cho một phần được chọn, hoặc cho từ vị trí điểm chèn trở đi.

④ Mỗi phần văn bản có cách chia cột khác nhau thì gọi là một Section (chương). Cho dù đã chia cột rồi, nếu đổi ý, có thể chia lại theo cách khác.

⑤ Mặc dù có thể gọi lịnh qua biểu tượng ▦ trên Standard Toolbar, nhưng kinh nghiệm cho thấy nên gọi qua Menu chính, chủ động hơn.

THỰC HÀNH COLUMN

Với màn hình nguyên mới, bạn hãy tự thao tác sao cho được tiêu đề như sau :

Giai thoại Võ lâm

KIÊN TRÌ & KHỔ LUYỆN

- Chọn riêng dòng đầu tiên (Giai thoại Võ lâm), nhắp biểu tượng Borders and Shading trong nhóm Paragraph của Tab Home mở hộp thoại , vào trang Shading, chọn Pattern Style là nét ngang Lt Horizontal, chọn Apply to Text, OK. Nhất định bạn được:

~~Giai thoại Võ lâm~~ :

- Hãy chọn dòng KIÊN TRÌ … thao tác tương tự , chọn Pattern Style là Solid 100%, và Apply to Text. Nhất định bạn được như sau :

KIÊN TRÌ & KHỔ LUYỆN

- Để điểm chèn tại đầu dòng nơi sẽ nhập nội dung của bài, chọn Tab Page Layout trên Ribbon, nhấn nút Columns, chọn More Columns để mở hộp thoại.

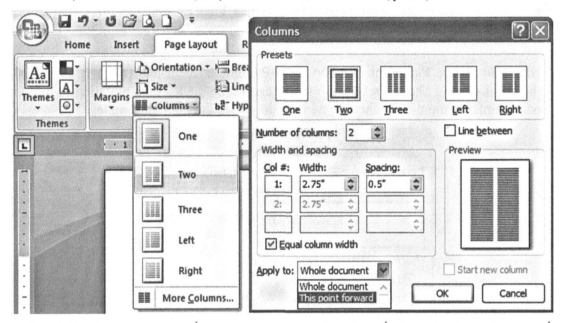

- ✠ Dưới khung Presets, nhấp chọn mục Two (hai cột). Muốn 3 cột thì chọn Three. Muốn nhiều hơn thì phải chỉ định trong khung Number of Columns, tối đa là 12 cột, quá đủ trong kích thước bề ngang ngầm định là 6 inches của một dòng.

- ✠ Dưới khung Width and Spacing, trong khung Spacing (khoảng cách giữa 2 cột), trị đề nghị sẵn là 0,5", bạn chấp nhận hoặc tăng giảm tùy ý.

- ✠ Nhắp tắt dấu chọn x trong mục Line between (nếu chọn mục nầy thì giữa 2 cột sẽ có một nét gạch đứng ngăn cách chúng).

- ✠ Trong khung Apply to, nhớ nhắp chọn "This point forward". Mục nầy đưa ra một trong các quy cách sau tùy theo tình trạng đang chọn :

  - ✪ Whole Document : Toàn bộ tài liệu.
  - ✪ This section : Chương nầy
  - ✪ Selected text : Phần văn bản đang chọn
  - ✪ Selected sections : Những chương đang chọn, và
  - ✪ This point forward: Từ vị trí nầy trở đi.

  nhiều bạn thường quên lưu ý nên chia cột không như mong muốn.

- ✠ Tiếp theo chọn OK để kết thúc việc chia cột. Nếu chưa chọn chế độ Print Layout View, Word cũng tự động chuyển sang chế độ nầy.

✤ Trên thanh Ruler, hình ảnh có thể như sau, cho thấy bề ngang trang giấy sẽ chia thành 2 phần, mỗi phần đều có biên trái ⛁ và biên phải ⌂ riêng của nó :

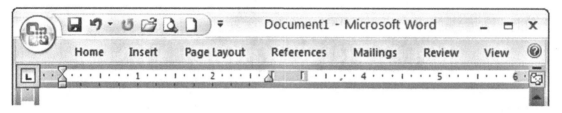

- Lưu ý : Bạn chọn Two trong dropdown list của biểu t ượng Columns ũng được, nhưng trị ngầm định cho Apply to là Whole document, nên các dòng tựa cũng nằm trong phạm vi của định dạng Columns.

- Nhắp nút ⊡ của Paragraph mở hộp thoại Paragraph, nhấn nút Tabs... mở tiếp hộp thoại Tabs, trong khung Default tab stops, chọn 0,25", OK. Việc nầy giúp ta mỗi lần bấm phím Tab điểm chèn chỉ nhảy ¼ inch thay vì ½ inch như thường lệ.

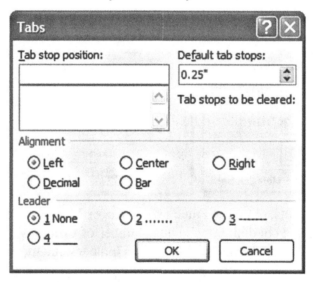

☞ Do quy định Apply to là "This point forward" nên từ vị trí nầy trở đi, văn bản mà bạn gõ vào sẽ được Word tích trữ trong một cột mà thôi, và :

- Khi gõ đầy cột bên trái của trang, văn bản tiếp theo sẽ nhảy qua cột kế tiếp bên phải của trang đó. Khi đầy cột cuối bên phải của trang, văn bản tiếp theo sẽ nhảy xuống cột đầu tiên bên trái của trang kế tiếp. Kiểu View nầy tuy có làm chậm việc thao tác trên văn bản nhưng bạn dễ hình dung kết quả sau cùng của mình.

- Nếu khối lượng văn bản chưa đầy một trang, ví dụ, chiếm trọn cột bên trái và nửa cột bên phải, thì tại cuối phần đó bạn định dạng 1 Columns cho phần tiếp theo, thì khối một cột rưỡi kia sẽ được san sẻ chia đều thành 2 cột ngắn hơn gần đều nhau.

CHỨC NĂNG AUTO CORRECT

☞ Như bạn đã xem qua nội dung của giai thoại, chúng ta sẽ phải gõ nhiều lần cái tên của nhà kiếm khách "Mata Jura Yamato", và tên của vị kiếm sư "Hoka Iwa Masaki". Chỉ đọc qua thôi cũng muốn líu lưỡi huống chi phải gõ. Vậy hãy dùng chức năng Auto Correct (sửa tự động) để hóa giải thế hiểm nầy :

• Nhấn Office Button – chọn Word Options, chọn mục Proofing – nhắp nút AutoCorrect Options… Hộp thoại Auto Correct xuất hiện như hình sau, bạn sẽ quy ước với Word rằng là "Khi tôi gõ vào một từ như trong khung Replace thì sửa lại giùm như trong khung With" :

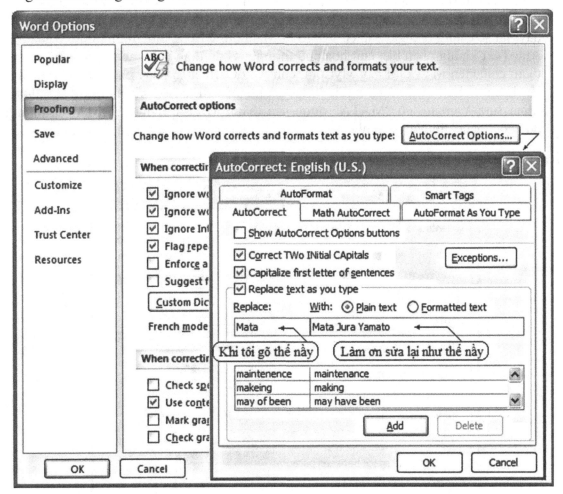

★ Trong khung Replace, bạn gõ "Mata". Trong khung With, bạn gõ "Mata Jura Yamato", xong nhấn Add. Thế là bạn đăng ký xong một AutoCorrect entry.

★ Hãy thực hành tương tự để đăng ký "Hoka" tương ứng với "Hoka Iwa Masaki", hy vọng là chuyện nhẹ nhàng đối với bạn. Xong OK đóng hộp thoại Auto Correct, và OK lần nữa đóng hộp thoại Word Options.

☞ Thay vì thao tác như trên, bạn còn có thể : Soạn thảo trước nội dung của phần With (có thể nhiều dòng, trong đó có thể có các Graphic Object), quét chọn sẵn nội dung nầy rồi nhấn Office Button gọi lịnh như trên. Sau đó chỉ cần gõ vào khung Replace rồi nhấn Add. Cách nầy tạo được các AutoCorect phong phú hơn.

• Về mục đích ban đầu, người ta dùng chức năng AutoCorrect nầy để thay "teh" thành "the" thay "don;t" thành "don't", thay (r) thành ® ... đó là chuyện của người ta. Mình vận dụng để thay "chxh" thành "Cộng Hoà Xã Hội Chủ Nghĩa Việt Nam" chẳng hạn, cho đỡ vả. Khi nào không cần nữa thì mở lại hộp thoại nầy, nhắp chọn Entry đã đăng ký, xong nhắp Delete để bỏ đi, mấy hồi.

☺ Vậy có gì khác nhau giữa AutoText (Quick Part) và AutoCorrect ? Câu trả lời là AutoText hay Quick Part được gọi khi gõ tên đã định nghĩa của nó rồi bấm phím F3, còn AutoCorrect thì Word tự động "canh me" để thay thế. Về mặt lý thuyết, tưởng chừng AutoCorrect hay hơn, nhưng thực tế, thì AutoText chủ động hơn. Cụ thể như khi bạn đã định nghĩa Mata là một AutoCorrect Entry cho cái tên của nhà kiếm sĩ trên đây, thì sẽ chẳng bao giờ bạn có thể gõ từ Mata đứng riêng một mình được. Ngoài ra, AutoText không phân biệt chữ hoa chữ thường, ví dụ định nghĩa tên "mycom" có thể tham chiếu tên MYCOM hay MyCom, còn AutoCorrect lại nhạy phân con chữ và hơi lập lờ một chút, ví dụ định nghĩa "Mata" như trên thì : Gõ "Mata" được sửa thành Mata Jura Yamato, gõ "MATA" được sửa thành MATA JURA YAMATO, nhưng nếu gõ "mata" thì không xi nhê.

THỤT ĐẦU DÒNG & HỞ DÒNG ĐẦU

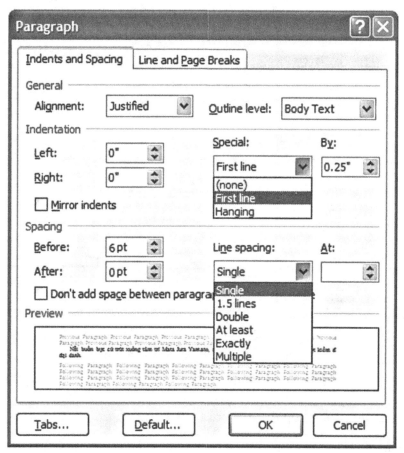

• Nhắp ▣ trong nhóm Paragraph mở hộp thoại Paragraph, trên Tab Indent and Spacing chọn Alignment là Justified (có sẵn nếu đã bấm Ctrl-J), chọn Indentation Special là

First line (dòng đầu tiên thụt vào). Trong khung By sẽ có sẵn 0,25" vì đã Default Tabs… Trong khung Spacing Before chọn 6 point (hở 6 point trước mỗi đoạn), chọn Line Spacing Single (nhảy hàng đơn), các mục khác giữ như trong hình, và OK.

☺ Định dạng nầy giúp cho mỗi đoạn sẽ có dòng đầu tiên thụt vào một Tab, các dòng khác trong đoạn nhô ra ngoài. Dòng đầu của đoạn sau cách dòng cuối của đoạn trước thêm một khoảng hở 6 point, giúp cho thoáng hơn.

• Ta thực hành tiếp : Điểm chèn hiện đang đứng ở dòng đầu tiên của cái gọi là This point forward trên đây. Bạn gõ Mata, ngay khi vừa bấm thanh Space để nhích ra, lập tức Word sửa lại là Mata Jura Yamato. Nếu không như vậy, hãy thực hành lại phần AutoCorrect. Gõ tiếp "mộng làm một kiếm khách vô địch ...". Lúc gõ phải thấy văn bản chỉ ở có một cột bên trái thôi.

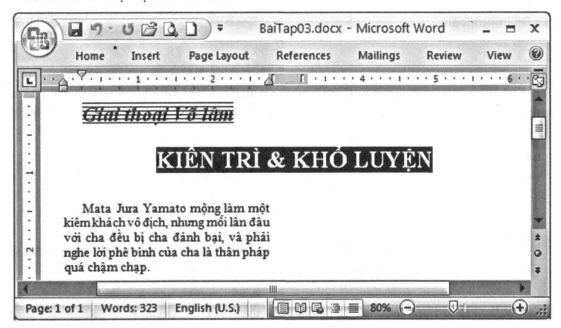

• Gõ tiếp nội dung còn lại. Dù không bắt buộc nhưng bạn không nên bỏ qua dịp thực hành. Lưu ý khi gõ tên của vị kiếm sư Hoka cũng phải được tự động thay bằng Hoka Iwa Masaki là thành công. Toàn bộ giai thoại như sau :

Mata Jura Yamato mộng làm một kiếm khách vô địch, nhưng mỗi lần đấu với cha đều bị cha đánh bại, và phải nghe lời phê bình của cha là thân pháp quá chậm chạp.

Nỗi buồn bực cứ trút xuống tâm trí Mata Jura Yamato, nhưng chàng vẫn nuôi chí trở thành một kiếm sĩ đại danh.

Một ngày kia Mata Jura Yamato xin phép cha để theo học với kiếm sư Hoka Iwa Masaki - một kiếm sư đại tài, và chàng được cha chấp nhận.

Mata Jura Yamato đến bái kiến Hoka Iwa Masaki :

- Thưa đại sư, nếu tôi sớm hôm ở cạnh đại sư không phút xa lìa thì trong bao lâu tôi có thể trở thành một kiếm sĩ vô địch ?

- Mười năm !

- Thưa đại sư, cha tôi đã già, tôi muốn rút ngắn thời gian để còn trở về săn sóc người. Tôi nguyện hầu hạ đại sư cần mẫn gấp hai thì thời gian thành tài là bao lâu ?

- Ba mươi năm ! Hoka Iwa Masaki bình tĩnh đáp.

- Sao lại như thế được, thưa đại sư ? Mata Jura Yamato kinh ngạc hỏi.

- .... (vị kiếm sư Hoka Iwa Masaki vẫn trầm mặc)

- Nếu tôi xả thân phụng sự đại sư không ngơi nghỉ chút nào thì bao lâu có thể thành đạt kiếm pháp ?

- Bảy mươi năm !

Mata Jura Yamato mồm há hốc, vô cùng tuyệt vọng, hai chân chàng muốn khuỵu, trông thật đáng thương.

Kiếm sư Hoka Iwa Masaki ôn tồn giải thích cho Mata Jura Yamato nghe : "Dục tốc bất đạt", người hấp tấp làm việc gì cũng khó thành công.

Mata Jura Yamato phần nào hiểu được điều ấy. Chàng quyết tâm ở lại theo học với đại sư Hoka Iwa Masaki.

Theo Sổ Tay Võ Thuật,

NXB TPHCM

- Giai thoại còn thêm phần sau nữa, nhưng chúng ta không quan tâm làm gì mà vấn đề là bạn có thực hiện được AutoCorrect hoặc AutoText và Column hay không. Lưu ý là dòng Theo Sổ Tay Võ Thuật, và NXB TPHCM cần bấm Ctrl-R để canh về bên phải, trông mới tự nhiên.

- Gõ xong dòng NXB TPHCM và <Enter>Điểm chèn vẫn còn bị canh về bên phải. Bạn bấm Ctrl-J chọn lại canh đều 2 biên, Nhắp Tab Page Layout trên Ribbon, chọn Columns - More Columns để mở hộp thoại, và chọn lại 1 Column, mục Apply to, nhớ chọn This Point Forward - xong OK. Với lịnh nầy, Word biết là không còn chữ nào trong Section (chương) với 2 column trên đây nữa, nên nó san sẻ đều lượng văn bản trong chương nầy ra 2 cột. Như vậy bắt đầu từ dòng mới nầy trở đi, bạn nhập văn bản trở lại như bình thường. Còn giai thoại vừa rồi khi in ra giấy bạn sẽ được hình ảnh như bạn đã thấy ở phần đầu của bài nầy.

- Lưu ý là chỉ sau khi đặt điểm chèn phía dưới dòng "NXB TPHCM" và gọi lịnh chia 1 cột áp dụng cho "từ vị trí nầy trở đi" thì Word mới có đủ cơ sở để san sẻ lượng chữ có trong Section trước đó thành 2 cột một cách cân đối mà thôi.

KÝ TỰ LỚN ĐẦU ĐOẠN

Phần đầu của nội dung bạn đã gõ có thể như sau :

~~Giai thoại Võ lâm :~~

KIÊN TRÌ & KHỔ LUYỆN

Mata Jura Yamato mộng làm một kiếm khách vô địch, nhưng mỗi lần đấu với cha đều bị cha đánh bại, và phải nghe lời phê bình của cha là thân pháp quá chậm chạp.

....

☞ Để phóng to ký tự M của Mata, bạn không thể dùng cách chọn cỡ chữ lớn như có thể lầm tưởng, mà phải định dạng Drop Cap như sau :

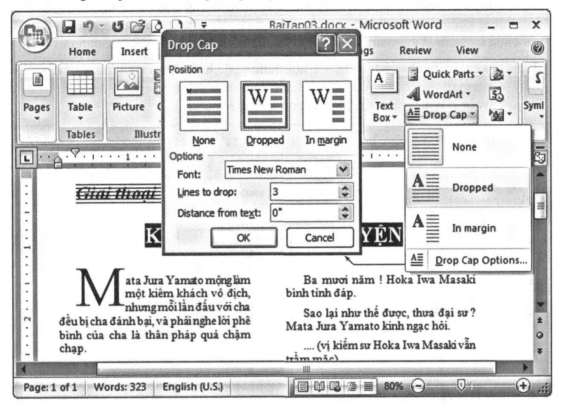

- Đặt điểm chèn tại dòng bất kỳ nào của đoạn "Mata Jura Yamato mộng làm ...", vào Ribbon Insert, nhấn nút Drop Cap và lần lượt rà lên (nhưng chưa nhắp chọn) các mục Dropped, In margin, None để xem con chữ đầu tiên của đoạn ("M") có thay đổi như thế nào, thích kiểu nào thì nhắp. None trả lại bình thường, In Margin đứng chơi vơi ngoài lề, Dropped đẹp hơn. Nếu chọn Dropped hoặc In margin thì cỡ chữ ngầm định bằng với 3 dòng, muốn lớn hay nhỏ hơn hoặc đổi Font khác thì phải mở Drop Cap Options để chỉ định. Trong cả đoạn chỉ một ký tự đầu tiên được Drop Cap thôi.

- Lưu ý rằng Drop Cap ky Table, nên bên trong 1 cell không thể chọn kiểu nầy.

☞ Hãy lưu trữ với tên BaiTap03.docx.

BÓNG CHÌM ĐÁY NƯỚC

Với Word 2007, bạn có thể lồng thêm một khối văn bản hoặc một hình ảnh chìm sau mỗi trang in, gọi là Watermark. Thông thường, người ta in chìm trên mọi trang một nội dung như DO NOT COPY xin đừng sao chép, CONFIDENTIAL tài liệu mật, DRAFT bản nháp, SAMPLE bản mẫu, ASAP càng sớm càng tốt, URGENT khẩn v.v... Các Watermark nầy được lưu giữ trong tập tin Building Blocks.dotx như Quick Parts.

- Vào Tab Page Layout của Ribbon, nhắp nút Watermark, nhắp chọn một nội dung trong danh sách, ví dụ DO NOT COPY, nội dung đó sẽ xuất hiện phía sau văn bản trên mọi trang của tài liệu, bất kể bao nhiêu trang.

- Vì là bóng chìm đáy nước nên Watermark thường rất mờ nhạt, trên màn hình thì thấy tốt nhưng khi in ra giấy thì chưa chắc. Muốn cho đậm hơn, bạn nhắp nút Watermark rồi chọn Custom Watermark để mở hộp thoại, tắt thuộc tính Semitransparent.

- Trong một tài liệu chỉ có thể chọn 1 nội dung hoặc hình ảnh làm Watermark. Có thể thay Watermark nầy bằng Watermark khác. Nếu muốn gỡ bỏ không dùng nữa thì gọi Page Layout – Watermark rồi chọn Remove Watermark.

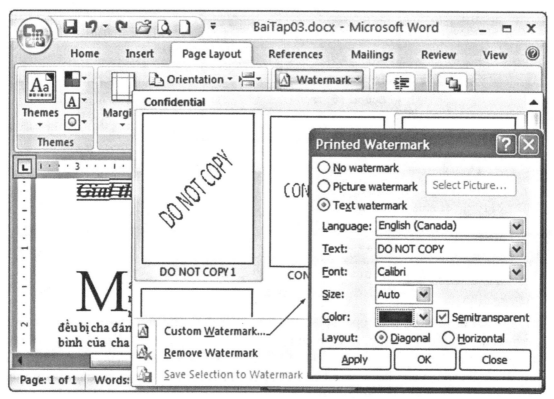

CHỌN MÀU CHO TRANG VĂN BẢN

Giả sử bạn đã chọn DO NOT COPY làm Watermark. Muốn nhìn thấy rõ hơn thì chọn màu sẫm cho trang giấy.

- Vào Tab Page Layout, nhấn nút Page Color, chọn một màu nào đó, quan sát hiệu quả tương ứng trên màn hình, sao cho vừa dễ đọc chữ vừa thấy được Watermark. Work khá thông minh nên nếu bạn chọn màu trang nhạt thì chữ màu sẫm, nếu chọn màu trang quá sẫm, thì chữ sẽ có màu sáng.

- Muốn thôi không áp dụng trang có màu, bạn gọi lại lịnh nầy và chọn No Color.

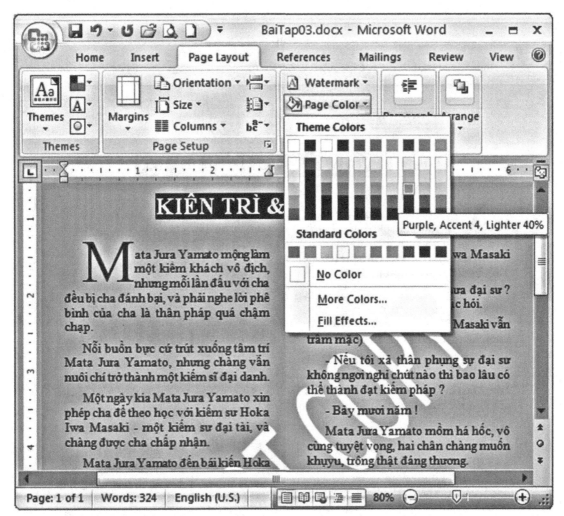

TỰ THỰC HÀNH

Sau đây là một mẫu tin được soạn thảo theo kiểu Column, dành cho các bạn tự thực hành thêm trong những lúc trà dư tửu hậu.

THAY MÁY BAY VÌ ..... CHUỘT

*N*gày 16 tháng 11, khi chiếc Boeing của hãng hàng không Ai Cập từ Cairo đi London sắp cất cánh, thì người ta nghe thấy tiếng la ó và tiếng chân dồn dập của hàng trăm hành khách đang hoảng hốt dội lên từ phía buồng lái.

Vài phút sau, nhân viên tổ lái phát hiện được nguyên nhân của tình trạng náo động nầy là một chú chuột đã chui vào máy bay và bò lên chân của một quý bà.

Ngay lập tức, các nhân viên sân bay đã được phái tới và sau một hồi vất vả, họ mới tóm cổ được tên gây rối.

Chú chuột nhà ta đã cắn đứt những đoạn dây dẫn điện vào của các bộ phận máy bay.

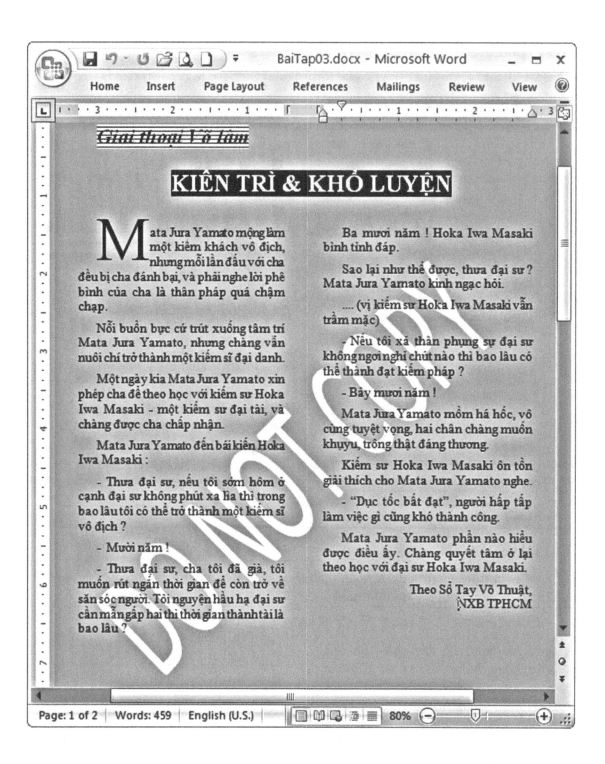

KIÊN TRÌ & KHỔ LUYỆN

Giai thoại Võ lâm

Mata Jura Yamato mộng làm một kiếm khách vô địch, nhưng mỗi lần đấu với cha đều bị cha đánh bại, và phải nghe lời phê bình của cha là thân pháp quá chậm chạp.

Nỗi buồn bực cứ trút xuống tâm trí Mata Jura Yamato, nhưng chàng vẫn nuôi chí trở thành một kiếm sĩ đại danh.

Một ngày kia Mata Jura Yamato xin phép cha để theo học với kiếm sư Hoka Iwa Masaki - một kiếm sư đại tài, và chàng được cha chấp nhận.

Mata Jura Yamato đến bái kiến Hoka Iwa Masaki :

- Thưa đại sư, nếu tôi sớm hôm ở cạnh đại sư không phút xa lìa thì trong bao lâu tôi có thể trở thành một kiếm sĩ vô địch ?

- Mười năm !

- Thưa đại sư, cha tôi đã già, tôi muốn rút ngắn thời gian để còn trở về săn sóc người. Tôi nguyện hầu hạ đại sư cần mẫn gấp hai thì thời gian thành tài là bao lâu ?

Ba mươi năm ! Hoka Iwa Masaki bình tĩnh đáp.

Sao lại như thế được, thưa đại sư ? Mata Jura Yamato kinh ngạc hỏi.

.... (vị kiếm sư Hoka Iwa Masaki vẫn trầm mặc)

- Nếu tôi xả thân phụng sự đại sư không ngơi nghỉ chút nào thì bao lâu có thể thành đạt kiếm pháp ?

- Bảy mươi năm !

Mata Jura Yamato mồm há hốc, vô cùng tuyệt vọng, hai chân chàng muốn khụyu, trông thật đáng thương.

Kiếm sư Hoka Iwa Masaki ôn tồn giải thích cho Mata Jura Yamato nghe.

- "Dục tốc bất đạt", người hấp tấp làm việc gì cũng khó thành công.

Mata Jura Yamato phần nào hiểu được điều ấy. Chàng quyết tâm ở lại theo học với đại sư Hoka Iwa Masaki.

Theo Sổ Tay Võ Thuật,
NXB TPHCM

Bài Thực hành số 4

LẬP VÀ XỬ LÝ BẢNG BIỂU
TÍNH TOÁN TRONG WORD

KHÁI NIỆM VỀ TABLE

Table là công ụ để sắp xếp số liệu theo hình thức hàng (Row) và cột (Column). Word 2007 dành riêng 2 Tab đặc biệt trên Ribbon (Design và Layout) để hỗ trợ cho việc tạo lập và trình bày bảng biểu một cách dễ dàng. Người chưa có hoặc có rất ít ý niệm về bảng biểu cũng có thể sử dụng công cụ nầy dưới sự hướng dẫn của Word.

Bài này giới thiệu cách sử dụng Table để lập bảng biểu, đồng thời cũng xét về khả năng tính toán trong văn bản Word. Với các yêu cầu tính toán đơn giản ngay trong văn bản, thì Word có tạm đủ chức năng để hoàn thành mà không cần phải câu kéo từ các phần mềm bảng tính. Word không phải là Excel, Lotus, hay Quattro nên bạn đừng trông chờ nhiều ở Word trong khả năng tính toán của nó, vì dùng Word để tính toán, ví như bắt một thư sinh đi cày, chẳng bằng cậu bé con nhà nông. Ngoài ra nếu quá trình tính toán cần tới các phép suy luận, điều kiện ... thì Word bó tay. Nếu có nhu cầu, tốt nhất là bạn chuyển sang Excel để tính, xong sao chép (Ctrl-C) từ Excel rồi trở qua Word mà dán (Ctrl-V) vào, hoặc chuyển sang Excel để tính và lưu trữ thành tập tin theo chuẩn Excel rồi về Word dùng lịnh Insert Object - Excel Worksheet để đọc vào, hoặc dùng Insert - Object - New Worksheet để kích hoạt Excel ngay trong Word.

Nếu dùng Word để tính, phải dùng kỹ thuật xử lý bảng biểu (Table Handling). Việc tính toán trong bảng biểu chỉ là thứ yếu. Ngược lại, sử dụng bảng biểu để trình bày văn bản lại vô cùng quan trọng, nó giúp làm nhẹ gánh trong hầu hết các chiêu thức trình bày. Nhất là loại tài liệu cần trình bày phức tạp, có đóng khung, có chia cột, chia hàng...

TẠO TABLE

Muốn tạo một Table : Đặt điểm chèn nơi bạn muốn tạo bảng, chọn Tab Insert, nhắp biểu tượng Table rồi :

- Hoặc tự rê chuột quét chọn kích thước, tối đa 8 hàng 10 cột, dĩ nhiên sau đó bạn có thể tăng giảm, như trong hình sau đây, kích thước là 3 hàng 7 cột.

- Hoặc nhắp lịnh Insert Table để mở hộp thoại, trong đó bạn chỉ định số cột (tối đa 63), số hàng (không giới hạn) bằng cách gõ trị trực tiếp hoặc nhắp dấu tăng giảm ♦, mục AutoFit behavior nên theo gợi ý Auto, xong nhắp OK.

★ Table vừa tạo theo 2 cách trên, có độ rộng các cột bằng nhau, và độ cao của hàng đều nhau, sau đó tùy nhu cầu, bạn có thể điều chỉnh.

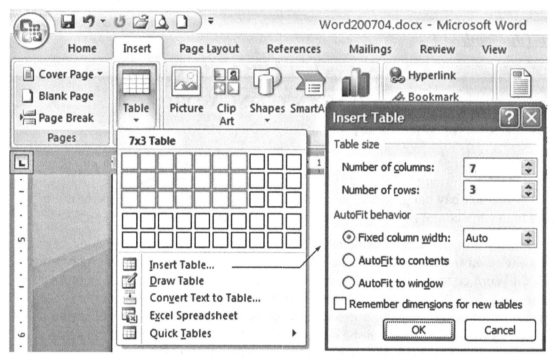

- Hoặc nhắp lịnh Draw Table để tự kẻ khung bằng tay thông qua công cụ cây bút chì và cục tẩy.

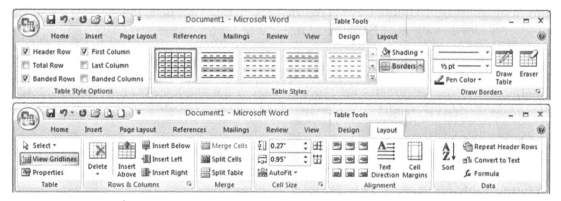

- Khi con chớp nằm bên trong Table, dải Ribbon tự động mở ra 2 Tab của Table Tools là Design và Layout, trong đó gồm các lịnh và công cụ chuyên dùng cho bảng biểu, một khi con chớp ra khỏi Table, 2 Tab nầy được giấu đi.

- Ngay khi tạo bảng xong, các nét kẻ ngăn chia giới hạn giữa các hàng, cột đều được kẻ khung sẵn, khi in ra sẽ thấy cả các đường nét nầy. Bằng lịnh Table Tools Design – Table Styles – Borders (hoặc lịnh Home – Paragraph – Borders and Shading), bạn có thể giữ lại hay bỏ đi các nét đóng khung. Nếu không đóng khung (No Border), thì giữa các hàng cột sẽ có một nét mờ lấm chấm phân cách (gọi là Gridlines) giúp dễ nhận định trên màn hình (nhưng sẽ không nhìn thấy trên bản in), nhưng nếu nhấp tắt mục View Gridlines trong dropdown list ủa các lịnh nầy thì sẽ không nhìn thấy Gridlines ngay cả trên màn hình (nên rất khó thao tác).

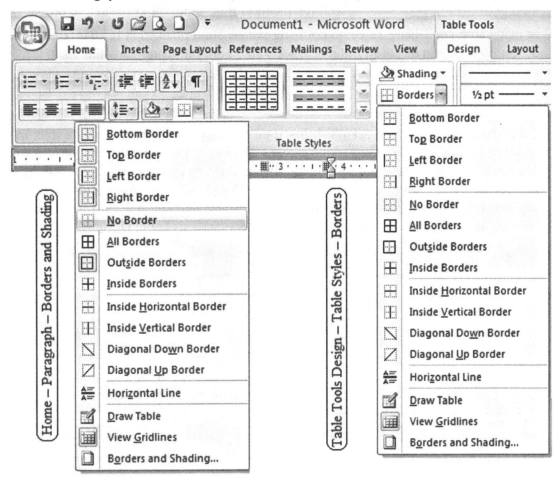

☺ Sau đây là cùng một Table, nhưng nhìn trên màn hình rất khác nhau : Trường hợp ① có Border, nhìn thấy trên màn hình và cả trên bản in ,② không có Border nhưng có mở Gridlines, nhìn thấy trên màn hình nhưng không thấy trên bản in, và ③ không có Border và tắt Gridlines nên khó nhận định trên màn hình, khi in ra cũng không có.

① Border				② Mở View Gridlines				③ Tắt View Gridlines		
Tí	Sửu	Dần		Tí	Sửu	Dần		Tí	Sửu	Dần
Mão	Thìn	Ty		Mão	Thìn	Ty		Mão	Thìn	Ty
Ngọ	Mùi	Thân		Ngọ	Mùi	Thân		Ngọ	Mùi	Thân
Dậu	Tuất	Hợi		Dậu	Tuất	Hợi		Dậu	Tuất	Hợi

☺ Ví dụ sau là Table với 3 hàng x 30 cột :

1	2	3	4	5	6	7	8	9	10	11	12	13	14	15	16	17	18	19	20	21	22	23	24	25	26	27	28	29	30
2																													
3																													

VẼ TABLE BẰNG TAY

- Nếu khởi đầu một đoạn (tại đầu dòng) bạn gõ tổ hợp gồm các dấu CỘNG trừ thành hình +------+----------+----------+ trên phạm vi một dòng, thì khi Enter, Word sẽ tạo ra một Table với 1 hàng và có số cột bằng với số đoạn phân cách bởi dấu CỘNG, ví dụ khi gõ dòng sau đây, vừa Enter sẽ được Table gồm một hàng 15 cột như sau :

- Cách khác quen thuộc hơn : Từ Tab Insert của Ribbon, gọi Table – Draw Table, mũi chuột sẽ có hình cây bút chì ✐, khi rê chuột cây bút chì sẽ bám theo. Nhấp vào một góc nơi muốn tạo bảng, giữ nút trái chuột trong khi vạch qua góc đối diện, kích thước lớn bé tùy ý (tạo đường chu vi, khi đó 2 Tab Design và Layout cũng được tự động bày ra). Dùng bút kẻ tiếp các nét. Bấm phím Esc để dẹp cây bút chì (hoặc nhấp tắt biểu tượng Draw Table trong nhóm Draw Borders của Tab Table Design).

- Giả sử muốn tạo Table với 4 hàng 7 cột, bạn thao tác các bước như trong hình sau, cách nầy chủ động nhưng rất khó tạo các Table có độ rộng cột đều nhau.

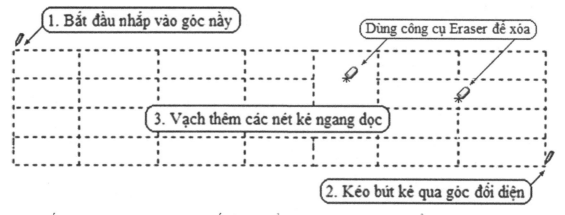

- Muốn xóa nét kẻ nào, bạn nhấp mở biểu tượng Eraser (cục tẩy) trên Table Design, mũi chuột sẽ có cục tẩy bám theo, vạch cục tẩy lên nét cần xóa, bao nhiêu nét cũng được. Bấm Esc hoặc nhấp tắt biểu tượng Eraser dẹp cục tẩy.

- ☺ Khu vực nằm trong phạm vi 4 nét kẻ gọi là Cell (ô). Thao tác dùng bút chì gạch chia Cell làm đôi gọi là Split Cell, thao tác dùng cục tẩy xoá nét ngăn cách khiến các Cell gộp lại gọi là Merge Cell.

THAO TÁC TRONG TABLE

Thế mạnh của Table trong Word là vừa phục vụ việc tính toán vừa có thể dùng để trình bày. Thông qua phương tiện Table, bạn có thể bố trí 2 hay nhiều đoạn văn song song cạnh nhau hoặc bố trí một nội dung văn bản bên cạnh một hình đồ họa hay cạnh một vật thể (Object) mà Word xử lý được. Các ý niệm tính toán và xử lý bảng biểu của Word cũng rất gần gũi với bảng tính của phần mềm Excel. Việc du nhập bảng tính Excel vào Word hoặc xuất khẩu bảng biểu Word sang cho Excel sử dụng đều tiến hành được.

- Một Table thường gồm nhiều hàng (Rows) và nhiều cột (Columns) cấu tạo nên các ô gọi là Cells. Trong Cell có thể chứa văn bản, công thức hay hình đồ họa. Chung quanh Cell có nét xám mờ gọi là Gridlines giúp phân biệt ranh giới giữa các Cell. Các Gridlines nầy chỉ giúp dễ phân định ranh giới giữa các hàng, cột mà thôi, dù có thấy trên màn hình nhưng sẽ không bao giờ được in ra. Khi in bạn có chọn nét kẻ phân cách hay không là tùy ý, nếu muốn thì bạn phải gọi lịnh đóng khung (lịnh Borders and Shading).

Ký hiệu ⊞ xuất hiện khi mũi chuột rà trên Table					Mã ẩn End of Row	
✿	✿	✿	✿	✿	✿	✿
✿	✿	✿ Mã ẩn End of Cell	✿	✿	✿	✿
✿	✿	✿	✿	✿	✿	✿

- Khi rà chuột phía trên không phận Table, góc trên trái của Table xuất hiện ký hiệu ⊞ Nếu nhắp mở biểu tượng Show/Hide ¶ trong Tab Home để xem mã ẩn, trong Cell có ký hiệu End-Of-Cell, hình một hoa hướng dương ✿, và cuối mỗi hàng có ký hiệu End-Of-Row, cũng hình một hoa hướng dương ✿.

- Một Cell sẽ được tham chiếu bằng địa chỉ của nó. Địa chỉ Cell có dạng [xn], trong đó x cho biết Cell nằm trên cột nào (A, B, C, ...) và n cho biết nằm trên hàng nào (1, 2, 3,...), ví dụ B2 là Cell nằm trên cột B hàng 2. Muốn chỉ định một khối nhiều Cell trong khu vực một tứ giác vuông thì ghi địa chỉ của Cell trên trái và Cell dưới phải, nối nhau bằng dấu hai chấm, ví dụ B2:D3 gồm 6 Cell B2, C2, D2, B3, C3, D3.

- Bạn có thể tạo ra một Table với số hàng số cột tùy ý sau đó nhập nội dung vào các Cell trong Table. Ngoài ra với những nội dung văn bản có sẵn, bạn chuyển đổi thành Table cũng được. Nếu bạn nhập từng mục số liệu cách nhau bằng phím Tab hoặc cách nhau bởi dấu phẩy, thì chuyển đổi từ văn bản sang Table rất dễ dàng. Ngược lại, số liệu đang từ trong Table cũng có thể chuyển đổi về dạng văn bản, nhưng không mấy phổ biến.

- Độ rộng các cột và độ cao của hàng, ban đầu thường là đều nhau. Tuy vậy, người sử dụng có thể tăng giảm dễ dàng bằng cách rà mũi chuột vào cạnh bên phải của cột, khi chuột có hình ↔ thì giữ chìm nút bên trái, nhích qua lại để di chuyển nét kẻ khung cho vừa ý, sau đó nhả nút ra. Thao tác tương tự cho hàng, rà mũi chuột vào cạnh dưới của hàng, khi chuột có hình ↕ thì giữ chìm nút bên trái, nhích lên xuống để di chuyển nét kẻ khung cho vừa ý, sau đó nhả nút ra.

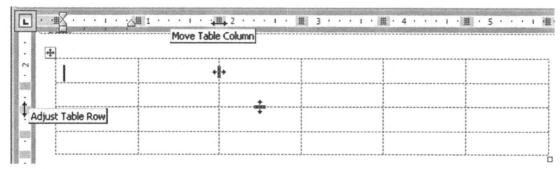

CHỌN MỤC TIÊU TRONG TABLE

① Chọn cột :

★ Hoặc để điểm chèn trong Cell bất kỳ của cột, và nhấn giữ phím Shift đồng thời nhắp nút phải chuột (Right Click).

★ Hoặc rà chuột lên đỉnh của cột, khi chuột biến ra hình ⇩ thì nhắp.

★ Hoặc để điểm chèn ở một Cell bất kỳ trong cột, gọi Table Tools Layout – Select – Select Column.

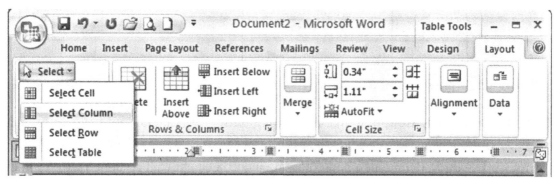

② Chọn hàng :

★ Hoặc rà chuột ngoài mép trái của hàng, khi chuột biến ra hình ⤢ thì nhắp.
★ Hoặc để điểm chèn ở một Cell bất kỳ trong hàng, gọi Table Tools Layout – Select – Select Row.

③ Cách chọn toàn bộ Table :

★ Đặt điểm chèn tại nơi bất kỳ trong Table, tắt đèn NumLock rồi bấm Alt-5 trong cụm số nầy.
★ Đặt điểm chèn tại nơi bất kỳ trong Table, gọi Table Tools Layout – Select – Select Table.

QUY ĐỊNH THUỘC TÍNH CHO TABLE

• Gọi Table Tools Layout – Properties (hoặc đưa con chớp vào một Cell, nhấn Right Click, chọn Table Properties) mở hộp thoại.

① Trang Column : Preferred Width chỉ định độ rộng cho cột bằng cách gõ trị trực tiếp hoặc tăng giảm bằng cách nhích phím mũi tên tăng giảm ⬍. Next Column qua cột bên phải, Previous Column về cột bên trái

② Trang Row : Specify height chỉ định độ cao cho hàng bằng cách gõ trị trực tiếp hoặc tăng giảm bằng cách nhích phím mũi tên tăng giảm ⬍. Row height is chọn Exactly (cố định) hoặc At least (ít nhất), phần Options bạn tự tìm hiểu. Next Row xuống dòng kế, Previous Row lên dòng trước.

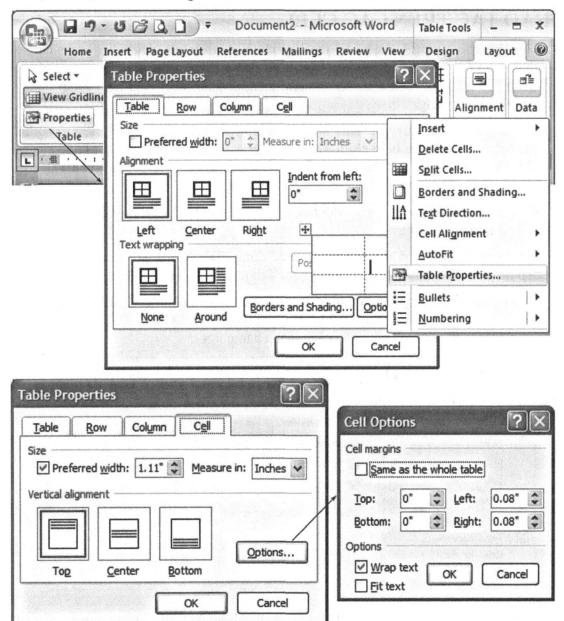

③ Trang Cell : Preferred Width chỉ định độ rộng Cell. Vertical Alignment cách bố trí nội dung trong Cell (trên, giữa, dưới)

④ Trang Table : Preferred Width chỉ định độ rộng cho cả bảng. Alignment cách bố trí Table trên dòng ngang. Text Wrapping vị trí Table so với văn bản xung quanh.

- Lưu ý : Nếu chỉ nhắp chọn một Cell (riêng Cell đó được highlight) rồi thao tác thay đổi độ rộng, thì chỉ riêng Cell được chọn áp dụng độ rộng nầy, do vậy, bạn có thể tạo ra các Cell có độ rộng khác nhau trên cùng một cột. Nội dung trong Cell có thể canh biên theo cả 2 chiều ngang dọc. Đơn vị tính thường chọn (và nên chọn) là Inch.

THAO TÁC TRÊN CÁC CELL

- Để điểm chèn trong Cell, gõ trị (số hay chuỗi đều được). Nếu nội dung nhập vào nhiều hơn độ rộng hiện hành của Cell, Cell đó sẽ tự giãn thêm ra một hàng nữa, dĩ nhiên kéo theo các Cell khác trong cùng hàng phả giãn theo. Nếu bấm Enter cũng giãn thêm một hàng.

- Để chuyển từ hàng nầy qua hàng khác bấm mũi tên ⇧ hoặc ⇩. Di chuyển từ cột nầy qua cột khác bên phải bấm phím Tab. Để di chuyển từ cột nầy qua cột khác bên trái bấm cặp phím Shift-Tab. Nếu đang ở Cell cuối cùng (Cell dưới phải) của Table mà bấm Tab, sẽ nối thêm một hàng mới vào cuối bảng.

- Khối lượng các ký tự của phần văn bản bên trong một Cell là không hạn chế và được xử lý như ở ngoài bảng.

- Bên trong một Cell mà muốn nhảy từ mốc dừng (Tab -Stop) này sang mốc dừng kế tiếp thì phải bấm Ctrl-Tab thay vì chỉ bấm Tab như lúc ở ngoài Table.

- Muốn ghép nhiều Cell gần liền nhau thành 1 Cell : Quét chọn các Cell đó (highlight), gọi lịnh Table Layout - Merge - Merge Cells (hoặc Right Click - Merge Cells). Nếu dùng cục tẩy thì xóa các nét ngăn cách giữa chúng.

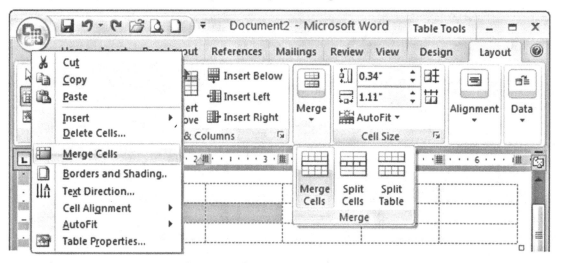

- Muốn chẻ 1 Cell (hay nhiều Cell liền nhau) thành nhiều Cell : Quét chọn các Cell đó (highlight), gọi Table Layout - Merge - Split Cells (nếu chỉ chọn 1 cell thì có thể Right Click, Split Cells) . Trong hộp thoại tiếp theo, cho biết muốn chẻ ra thành bao nhiêu hàng, bao nhiêu cột, xong OK. Việc Merge và Split Cell s có thể trên nhiều hàng, cột.

- Muốn cho độ rộng của nhiều Cell gần liền nhau trên cùng hàng được đều nhau : Quét chọn các Cell đó, nhắp biểu tượng Distribute Columns.

- Tương tự, muốn cho độ cao của nhiều hàng gần liền nhau được đều nhau : Quét chọn các Cell thuộc các hàng đó, nhắp biểu tượng Distribute Rows.

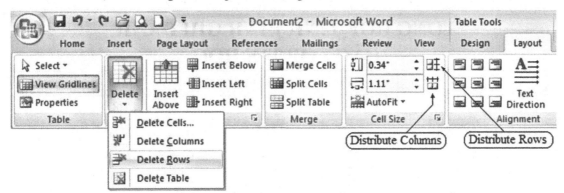

- Muốn bỏ một hay nhiều cột liền nhau : Quét chọn các cột muốn bỏ, nhắp biểu tượng Delete, chọn Delete Columns (hoặc Right Click - Delete Cells rồi chọn Delete entire column). Tương tự, muốn bỏ một hay nhiều hàng liền nhau : Quét chọn các hàng muốn bỏ, gọi lịnh nhắp biểu tượng Delete, chọn Delete Rows (hoặc Right Click - Delete Cells rồi chọn Delete entire row).

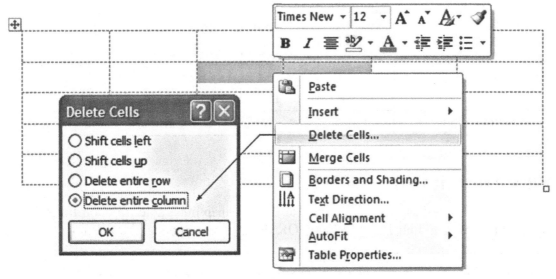

- Muốn chèn thêm cột : Chọn cột (hoặc nhiều cột), nhắp biểu tượng Insert Left nếu chèn bên trái, hoặc Insert Right để chèn vào bên phải. Số cột chen vào bằng với số cột được chọn. Muốn chèn thêm hàng : Chọn hàng (hoặc nhiều hàng), nhắp biểu tượng Insert Above nếu chèn phía trên, hoặc Insert Below để chèn phía dưới. Số hàng chen vào bằng với số hàng được chọn.

- Muốn tách một Table làm 2 phần riêng biệt (phần trên, phần dưới) : Đặt điểm chèn tại hàng liền dưới nơi muốn tách, nhắp biểu tượng Split Table.

ĐỀ THỰC HÀNH

☞ Giả sử bạn có nhu cầu thực hiện bảng TỔNG HỢP TÌNH HÌNH GHI DANH CÁC LỚP TIN HỌC theo các Khóa (từ khóa K1/08 đến khóa K4/08) và theo từng LỚP (từ TH Căn Bản đến Access) với trình bày như sau. Mời bạn tự phân tích trước xem phải tiến hành thế nào ? Nếu bạn tự giải quyết được thì rất quý, bằng không, hãy theo phần hướng dẫn gợi ý ở cuối bảng nầy.

TỔNG HỢP TÌNH HÌNH GHI DANH CÁC LỚP TIN HỌC

TT	LỚP HỌC	KHÓA HỌC				TỔNG SỐ
		K1/08	K2/08	K3/08	K4/08	
1.	✠ TH Căn Bản	100	120	160	150	
2.	✠ ĐT Văn Phòng	150	180	240	240	
3.	✠ FoxBase	125	140	120	160	
4.	✠ FoxPro	120	130	150	140	
5.	✠ Fox ứng Dụng	70	60	80	110	
6.	✠ KT Lập Trình	30	40	60	80	
7.	✠ Pascal	150	180	240	240	
8.	✠ Assembler	120	130	150	140	
9.	✠ Windows	80	100	100	120	
10.	✠ Word	70	120	150	180	
11.	✠ Excel	90	140	160	200	
12.	✠ Access	60	100	120	120	
	TỔNG CỘNG					

GỢI Ý THỰC HÀNH

✠ Đặt điểm chèn nơi sắp tạo bảng, vào Tab Insert, nhắp nút Table rồi chọn Insert Table mở hộp thoại, chỉ định 7 cột, 16 hàng, OK. Bạn được một bảng như thế nầy :

1						
2						
...						
...						
...						
15						
16						

✠ Dùng chuột hoặc gọi lịnh để chỉnh lại độ rộng các cột. Tạm gọi các cột là A, B, ... đến G, gọi các hàng là 1, 2, ... đến 16.

- Đặt con chớp trong cột A hoặc nhắp trên đỉnh cột A, mở Tab Layout, điều chỉnh hoặc gõ vào độ rộng 0.4 trong khung gọi Column Width, hoặc nhắp nút Properties mở hộp thoại và chọn Preferred Width 0.4", hoặc dùng chuột rà vào cạnh bên phải, khi chuột có hình ⊹╫⊹ thì rê qua lại để điều chỉnh cột A thun hẹp lại.

- Thao tác tương tự cho các cột còn lại. Nếu sử dụng hộp thoại thì nhắp các nút Next Column và Previous Column để chọn qua cột khác.

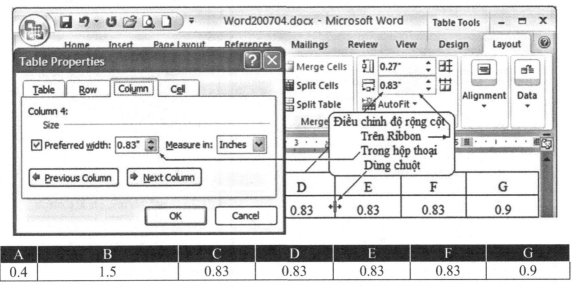

A	B	C	D	E	F	G
0.4	1.5	0.83	0.83	0.83	0.83	0.9

✤ Quét chọn tất cả các Cell của hàng 1 (từ A1 đến G1), nhắp biểu tượng Merge Cells (các Cell ghép chung thành một) :

A	B	C	D	E	F	G

✤ Quét chọn các Cell từ C2 đến F2, nhấn Right Click, chọn Merge Cells (các Cell ghép chung thành một) :

A	B	C	D	E	F	G

✤ Quét chọn các Cell từ A2 đến A3), bấm Right Click, chọn Merge Cells (các Cell ghép chung thành một) :

A	B	C	D	E	F	G

✤ Tương tự, hãy Merge các cặp B2:B3 và cặp G2:G3, kết quả như sau :

A	B	C	D	E	F	G

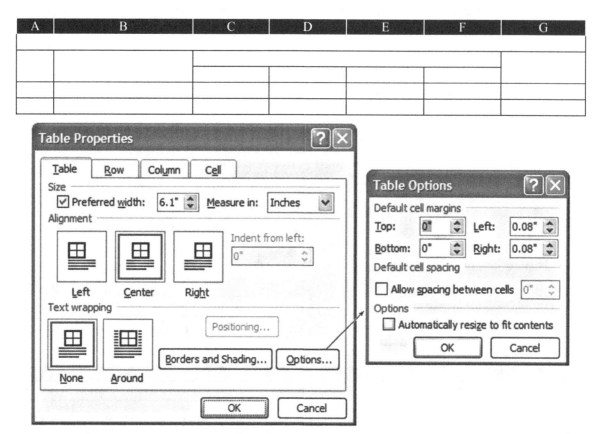

- Đặt điểm chèn trong Table, nhắp biểu tượng Properties mở hộp thoại (trên trái), nhắp nút Options mở hộp thoại kế tiếp, tắt mục Automatically resize …, xong OK và OK. Chỉ định nầy nhằm không cho Word tự động điều chỉnh độ rộng các cột.

✤ Đặt điểm chèn ở dòng 1 (Cell vừa Merge), chọn cỡ chữ 16 , bấm Ctrl-B chọn kiểu in đậm, Ctrl-E canh giữa (Center). Gõ tiêu đề "TỔNG HỢP TÌNH HÌNH GHI DANH" <Enter>, gõ tiếp "CÁC LỚP TIN HỌC" (nhớ đừng Enter), được như sau :

TỔNG HỢP TÌNH HÌNH GHI DANH CÁC LỚP TIN HỌC						

✤ Chọn cả hàng thứ 2 và 3, chọn cỡ chữ còn 12 point, bấm Ctrl-E chọn kiểu canh giữa, Ctrl-B chọn kiểu Bold, nhập phần tựa đề các cột như sau :

TỔNG HỢP TÌNH HÌNH GHI DANH CÁC LỚP TIN HỌC					
TT	LỚP HỌC	KHÓA HỌC			TỔNG SỐ
		K1/08	K2/08	K3/08	K4/08	

✠ Chọn các Cell của hàng thứ 2, từ A2:G2 (tức TT đến TỔNG SỐ), nhắp biểu tượng Align Center (hoặc giữ chuột trên khu vực đang chọn, Right Click gọi Menu di động, chọn Cell Alignment, nhắp biểu tượng Align Center). Các Cell A2, B2, C2, G2 được canh giữa theo cả 2 hướng ngang dọc.

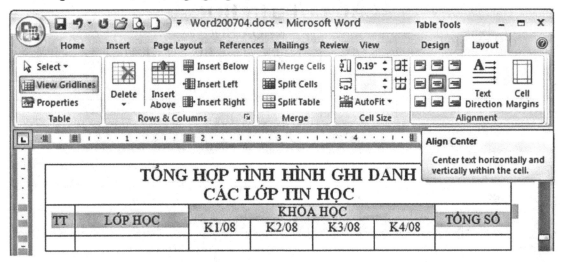

✠ Đặt điểm chèn trong Cell A4, gọi lịnh Insert – Quick Parts – Field, trong hộp thoại Field, chọn AutoNum, trong khung Format chọn kiểu 1,2,3… và OK. Bạn được số [1.] trong Cell nầy.

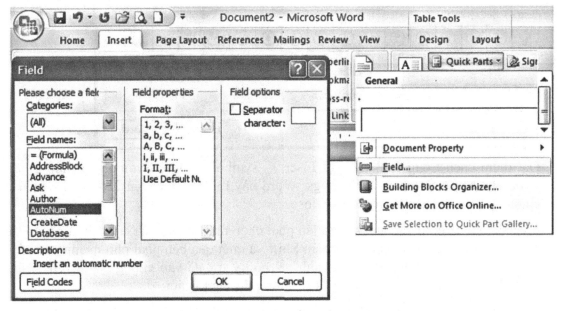

• AutoNum là một loại Field Code cho một trị tự động liên tục cho từng Paragraph tính từ đầu tài liệu trở đi. Trị của AutoNum phụ thuộc vào Format được chọn. Nếu Format Arabic (1, 2, 3) thì cho trị là số Ả rập, Format alphabetic (a, b, c) cho trị là các mẫu tự thường, Format ALPHABETIC (A, B, C) cho trị là các mẫu tự hoa, Format roman (i, ii, iii) cho trị là các số La Mã nhỏ, và Format ROMAN (I, II, III) cho trị là các số La Mã lớn.

- Quét chọn Field Code AutoNum nầy, bấm Ctrl-C, quét khối A5:A15, bấm Ctrl -V, được các trị 2 đến 12.

TT	LỚP HỌC	KHÓA HỌC				TỔNG SỐ
		K1/08	K2/08	K3/08	K4/08	
1.						
2.						
3.						

TỔNG HỢP TÌNH HÌNH GHI DANH
CÁC LỚP TIN HỌC

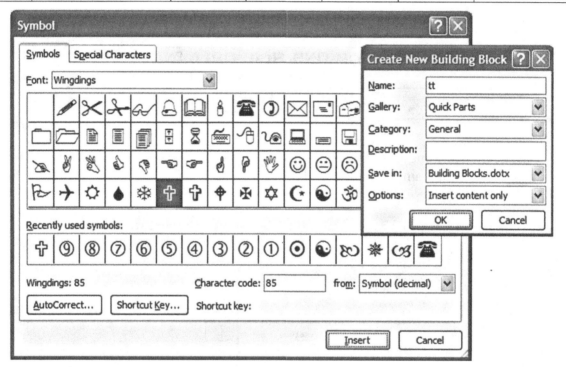

✥ Đặt điểm chèn trong Cell B4, gọi Insert – Symbol – More Symbols nở hộp thoại Symbol, chọn Font nhóm Wingdings. Word bày ra danh sách gồm 224 các ký hiệu. Chọn ký hiệu ✥ nhắp Insert, xong Close.

✥ Ký hiệu nầy ta dùng nhiều lần, mỗi lần phải chọn như vậy sẽ mất công, bạn hãy ① để điểm chèn bên trái của dấu ✥, ② bấm Shift và quét qua bên phải phủ ngang dấu nầy, ③ bấm Alt-F3 mở hộp thoại bên cạnh, ④ gõ ký tự "tt" vào khung Name, OK. Như vậy bạn vừa định nghĩa AutoText "TT" tương đương ký hiệu ✥.

✥ Bây giờ bạn nhập nội dung chính cho các cột B đến F. Lưu ý ở đầu mỗi Cell trong cột B, bạn gõ mẫu tự TT rồi bấm tiếp phím F3 mục đích là lấy lại dấu ✥, nếu không phải vậy, ắt là đã sai sót chỗ nào đó trong lúc định nghĩa AutoText nầy.

✥ Hãy tiếp tục cho đủ các dòng nêu trong danh sách. Không nên thực hành chiếu lệ chỉ vài dòng, vì cần một khối lượng thao tác kha khá mới thuần thục được.

✥ Tiếp theo, bạn Merge 2 Cells A16:B16, gõ TỔNG CỘNG, canh giữa, chọn các Cell chứa trị số, canh phải mới ra vẻ nhà nghề.

A	B	C	D	E	F	G
	TỔNG HỢP TÌNH HÌNH GHI DANH CÁC LỚP TIN HỌC					
TT	LỚP HỌC	KHÓA HỌC				TỔNG SỐ
		K1/08	K2/08	K3/08	K4/08	
1.	✚ TH Căn Bản	100	120	160	150	
2.	✚ DT Văn Phòng	150	180	240	240	
3.	✚ FoxBase	125	140	120	160	
4.	✚ FoxPro	120	130	150	140	
5.	✚ Fox Ứng Dụng	70	60	80	110	
6.	✚ KT Lập Trình	30	40	60	80	
7.	✚ Pascal	150	180	240	240	
8.	✚ Assembler	120	130	150	140	
9.	✚ Windows	80	100	100	120	
10.	✚ Word	70	120	150	180	
11.	✚ Excel	90	140	160	200	
12.	✚ Access	60	100	120	120	
	TỔNG CỘNG					

☞ Hãy lưu trữ tài liệu với tên BaiTap04.docx trước khi tiếp tục.

TÍNH TOÁN TRONG TABLE

Trong bảng trên đây, có 7 cột, theo quy ước gọi từ cột A đến cột G, có 16 hàng, gọi từ hàng 1 đến hàng 16. Cụ thể Cell G4 là Tổng số TH Căn Bản, Cell E7 là FoxPro khóa K3/08.

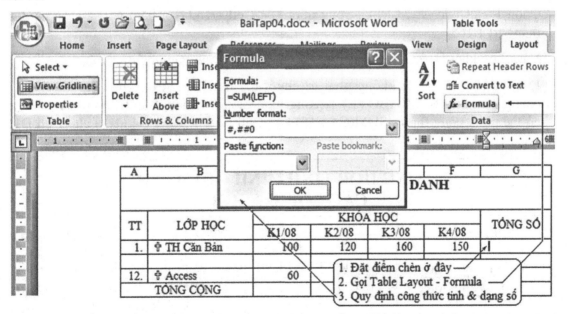

- Để tính tổng số học viên lớp TH Căn Bản, đặt điểm chèn tại Cell G4, gọi lịnh Table Layout – Formula mở hộp thoại, trong đó Word gợi ý sẵn trong khung Formula là =SUM(LEFT) (tổng các trị bên trái của Cell), kể ra thì cũng khá thông minh, hãy chọn thêm dạng số #.##0 trong khung Number Format, xong OK, bạn được trị 530 trong Cell nầy.

☺ Lưu ý : Cũng có thể Word đề nghị một công thức là =SUM(ABOVE) (tổng các trị bên trên) bạn thoải mái sửa lại =SUM(LEFT) rồi mới OK.

• Con số 530 bên ngoài giống như bao nhiêu con số khác, nhưng thực chất nó là một "FieldCode" nên khi đưa điểm chèn vào nó, sẽ tự đổi thành màu xám, nếu bấm Shift-F9 sẽ hiện nguyên hình là {=SUM(LEFT) \# "#.##0"}, bấm Shift -F9 lần nữa lại trở thành 530 (nên Shift-F9 là phím Switch between Code and Result - chuyển đổi giữa mã và kết quả).

• Thay vì phải tính công thức cho từng Cell theo quy trình ắc rối trên, bạn quét chọn lên Fieldcode của Cell G4 nầy, bấm Ctrl -C chép vào Clipboard, xong lần lượt đưa điểm chèn đến Cell G5 (tổng số DT Văn Phòng), bấm Ctrl-V dán công thức vào. Khi dán, bạn được trị 530 y chang của G4, bạn chỉ cần đưa điểm chèn vào vị trí bất kỳ trong Fieldcode của Cell G5 (nó phải đổi màu), xong bấm phím F9, ngay tức khắc trị được tính lại thành 810. Phím F9 gọi là phím Calculate (tính lại) hay phím Update Field (cập nhật).

• Hãy tự thao tác tiếp để tính các Cell còn lại cho cột TỔNG SỐ. Bạn kiên nhẫn một chút, vì Word không có ý niệm tự động tính lại như Excel.

✤ Bây giờ tính cho hàng TỔNG CỘNG :

• Đặt điểm chèn tại Cell C16 (TỔNG CỘNG Khóa K1/08)

• Gọi Table – Formula, hộp thoại gợi ý sẵn trong Formula là =SUM(ABOVE) (tổng các trị phía trên của Cell), thông minh quá đi mất, hãy chọn dạng số #.##0 trong khung Number Format, xong OK. Nhất định bạn được trị 1.165 trong Cell nầy.

• Chọn FieldCode nầy, Ctrl-C, xong quét khối Cell D16:G16, bấm Ctrl -V, tất cả đều mang trị 1.165.

• Vẫn chọn khối D16:G16, bấm phím F9, tất cả được tính lại nghiêm chỉnh.

☺ Lưu ý : Nếu dòng tựa không phải trị chuỗi mà là trị số, ví dụ khóa 12, 13, 14, 15 chẳng hạn, thì =SUM(ABOVE) sẽ cộng luôn cả các trị nầy. Gặp trường hợp đó, bạn có thể dùng công thức =SUM(C4:C15) cho Cell C16, =SUM(D4:D15) cho Cell D16 v.v…

TT	LỚP HỌC	KHÓA HỌC				TỔNG SỐ
		K1/08	K2/08	K3/08	K4/08	
1.	✤ TH Căn Bản	100	120	160	150	530
2.	✤ DT Văn Phòng	150	180	240	240	810
3.	✤ FoxBase	125	140	120	160	545
4.	✤ FoxPro	120	130	150	140	540
5.	✤ Fox Ứng Dụng	70	60	80	110	320
6.	✤ KT Lập Trình	30	40	60	80	210

TỔNG HỢP TÌNH HÌNH GHI DANH CÁC LỚP TIN HỌC

7.	✥ Pascal	150	180	240	240	810
8.	✥ Assembler	120	130	·150	140	540
9.	✥ Windows	80	100	100	120	400
10.	✥ Word	70	120	150	180	520
11.	✥ Excel	90	140	160	200	590
12.	✥ Access	60	100	120	120	400
	TỔNG CỘNG	1.165	1.440	1.730	1.880	6.215

ÁP DỤNG TABLE STYLES

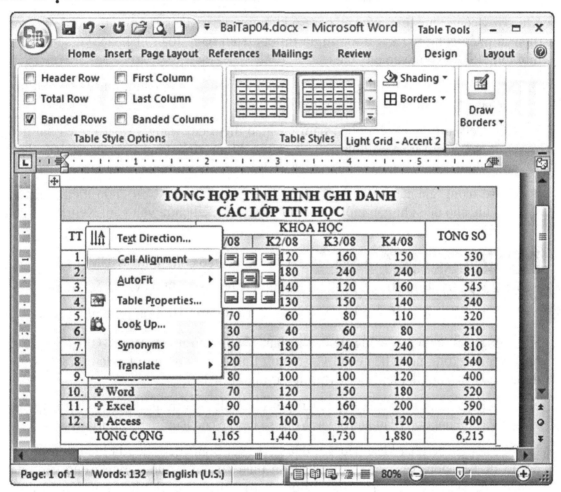

- Vào một Cell bất kỳ của Table, chuyển qua Ribbon Table Design, chọn một Style trong nhóm Table Styles và xem kết quả, thích kiểu nào tùy bạn. Với mỗi Style, ngoại hình Table còn khác nhau tùy theo chọn lựa tại nhóm Table Style Options. Hình trên chỉ chọn Options Banded Rows và Style Light Grid Accent 2.

- Nếu có thời gian, bạn thử thay đổi các Options và các Style để rộng đường lựa chọn.

- Muốn canh giữa theo chiều dọc cho các Cell A2, B3, và G2, bạn chọn Cell, nhấn Right Click, chọn Cell Alignment, rồi chọn canh giữa theo cả 2 hướng như trên.

☞ Xong lưu trữ lại lần nữa cũng với tên BaiTap04.docx.

VỀ CÁCH TÍNH TOÁN TRONG TABLE

- Lịnh Table - Formula thực hiện các tính toán số học trên những trị số và chèn kết quả vào trong một "FieldCode" trong Table, FieldCode nầy sẽ nằm trong Cell có chứa điểm chèn vào lúc gọi lịnh. Các Cells được tham chiếu dưới dạng như A1, A2, B1, B2, v.v..., trong đó mẫu tự tượng trưng cho cột và con số đại diện cho hàng.

- Các địa chỉ Cell tham chiếu trong công thức của Word đều là địa chỉ tuyệt đối, cho dù không có ghi dấu $ bên trái (và không đ ược phép ghi). Ví dụ, địa chỉ Cell A1 trong Word tương đương với địa chỉ A1 trong Excel.

- Khi gợi ý công thức tính, với các con số không ghi dấu đại số bên trái, Word sẽ ngầm định là phép cộng, từ khi được minh thị chỉ định bằng toán tử khác, và sẽ đề nghị một tổng (SUM) dựa vào quy tắc :

  ★ Nếu những con số tham gia phép tính gồm cả phần định dạng, như là có dấu tiền tệ chẳng hạn, thì kết quả cũng được định dạng.

  ★ Nếu Cell nơi chứa điểm chèn nằm tại giao điểm của hàng và cột mà cả hai đều chứa số, Word ưu tiên tính tổng theo cột. Muốn tính tổng theo hàng, hãy dùng công thức =SUM(LEFT) hoặc =SUM(RIGHT), tùy trường hợp cụ thể.

  ★ Word lượng giá các trị số khởi đi từ Cell gần nhất của Cell chứa điểm chèn và tiếp tục cho đến khi gặp một Cell rỗng hay một Cell chứa văn bản. Xem minh họa dưới đây :

	A	B	C	D	E	F	G
1	10	20	////	40	50	////	90
2	10	20	30	40	50	60	210

G1 và G2 đều có công thức =SUM(LEFT)
Nhưng G1 cho trị là 90 vì C1 là cell rỗng,
còn G2 lại cho trị 210. Bạn tự hiểu tại sao.

- Khi trong Cell chứa một công thức, nếu bạn nhắp chọn nó và Right -Click, Word sẽ bày Menu di động ngay bên cạnh với những lịnh thích hợp như Update Field (tương đương F9) và Toggle Field Code (tương đương Shift-F9).

- Nếu thiết lập công thức qua hộp thoại gọi từ Table - Formula, bạn có thể nhắp vào khung Paste Function (dán hàm), và Word sẽ liệt kê các hàm mà bạn tùy ý chọn.

- Lưu ý : công thức phải khởi đầu với dấu = (Equal Sign) tiếp theo là biểu thức trong đó có thể bao gồm các hàm. Sau tên hàm phải có đối số đựng bên trong cặp dấu ngoặc tròn (Parenthesis). Hàm có 2 đối số trở lên phải cách nhau bởi dấu đã được chọn làm List Separator trong Regional Settings của Control Panel. Nếu đối số là một dãy các Cell trong khu vực tứ giác vuông thì ghi địa ch ỉ của 2 Cell (trên trái và dưới phải) nối nhau bởi dấu hai chấm.

☞ Ví dụ công thức :

=AVERAGE(B1,D3)	chỉ tính trị trung bình của 2 Cell B1 và D3
=AVERAGE(B1:D3)	thì tính trị trung bình của 9 Cell B1, B2, B3, C1, C2, C3, D1, D2, D3

TABLE TRONG TABLE

Đây là quái chiêu chỉ có từ Word Version 2000 về sau, tuy rằng trong thực tế, loại hình công việc nầy rất hiếm có đất dụng võ, dù sao cũng là một cải tiến rất đáng giá so với Word 97: Bên trong một Cell ta vẫn có thể Insert một Table khác. Mời bạn thực hiện trình đơn sau đây của quán Ngàn Sao :

Quán Ngàn Sao Trên từng cây số	MENU	
Kính chào qúy Thượng đế		
SÁNG	**TRƯA**	**CHIỀU & TỐI**
☞ Điểm tâm các món bình dân hương vị đậm đà khó quên :	☞ Cơm bình dân, thích hợp túi tiền CBCNV, học sinh, sinh viên :	☞ Lai rai ba sợi, rượu ngon, mồi bắt, giá rẻ bất ngờ :

TT	Điểm tâm	Giá	TT	Món ăn	Giá	TT	Rượu (xị)	Giá
1	Phở Bắc	6	1	Cơm dĩa	5	1	Đế gò đen	3
2	Mì Quảng	5	2	Cơm phần	6	2	Nếp than	3
3	Bún bò Huế	5	3	Cơm chiên	4	3	Bia hơi, bốc	2
4	Hủ tiếu	7	4	Cơm nguội	3			
5	Bánh canh	6	5	Cơm hộp	4	TT	Mồi (dĩa)	Giá
6	Mì vịt tiềm	8	6	Bánh mì	2	1	Khô mực	2
7	Bún mắm	8	7	Xôi mặn	2	2	Khô nai	2
8	Hoành thánh	6	8	Cháo lòng	3	3	Ốc hương	3
						4	Sò huyết	3

Gợi ý : Gọi Insert – Table, tạo Table 4 hàng 3 cột, Merge các Cell lại theo hình sau, gõ văn bản vào 3 dòng trên và trình bày theo mẫu, vào Cell A4 gõ ☞ Điểm tâm các món … Nhấn Enter xuống hàng.

Quán Ngàn Sao Trên từng cây số	MENU	
Kính chào qúy Thượng đế		
SÁNG	**TRƯA**	**CHIỀU & TỐI**
☞ Điểm tâm các món bình dân hương vị đậm đà khó quên :		

TT	Điểm tâm	Giá
1	Phở Bắc	6
2	Mì Quảng	5
…	…	…
8	Hoành thánh	6

- Khi điểm chèn đang chớp phía dưới dòng đậm đà khó quên, gọi Insert – Table tạo bảng 9 hàng x 3 cột, chỉnh độ rộng các cột gần như trên, xong nhập nội dung cho bảng mới nầy. Thao tác trong Table nhí nầy cũng giống như trong Table bên ngoài khác đã biết.Tương tự, mời bạn hãy thực hiện nốt cho 2 Cell còn lại (trưa và chiều tối), hy vọng đối với bạn chỉ là chuyện nhỏ.

NHÚNG TABLE TRONG VĂN BẢN

Giả sử bạn có Table như sau và muốn nhúng vào giữa đoạn văn như hình dưới. Mời bạn thực hiện đoạn giáo trình sau đây rồi tự rút ra kết luận :

Tính năng Text Wrapping cũng là một quái chiêu của Word. Ví dụ để thực hiện Paragraph nầy, một mặt bạn cứ thoải mái gõ phần văn bản bình thường nói về chức năng AutoCorrect của Word : Tương tự AutoText nhưng tính tự động cao hơn vì bạn không cần phải bấm phím F3 như khi sử dụng AutoText. Trong hộp thoại nầy có 2 khung là Replace và With. Bên các từ thông dụng chính tả mà Word sẽ cạnh, Word còn cho biệt mà không cần như nêu trong bảng bạn cũng có thể thay biểu, hình ảnh thường

(c)	=	©	(r)	=	®
(tm)	=	TM	...	=	...
:(	=	☹	:)	=	☺
:|	=	☺	<=>	=	⇔
<==	=	←	==>	=	→
<--	=	←	-->	=	→

dưới là 1 danh sách thường bị gõ sai tự động sửa lại. Bên bạn gõ các ký tự đặc lịnh Insert, Symbol đính kèm. Ngoài ra, các từ hoặc cả bảng xuyên tập đi lập lại

trong văn bản của bạn bằng các từ vắn tắt hơn, ví dụ thay vì phải gõ từ "những" thì chỉ cần gõ dấu ~ trên phím Tab v.v…

Bạn rà chuột vào góc trên trái của Table khi thấy hình ✛ thì rê thả vào giữa, văn bản sẽ tránh ra nhường chỗ. Khi rê sẽ thấy một khung lấm chấm, muốn xê dịch chuẩn hơn, nhấn giữ phím Shift trong khi rê thả. Có thể gọi Layout Properties, vào trang Table, Text Wrapping chọn Around, nhắp Positioning chỉ định thêm Distance from … để điều chỉnh khoảng cách giữa văn bản xung quanh với Table được nhúng.

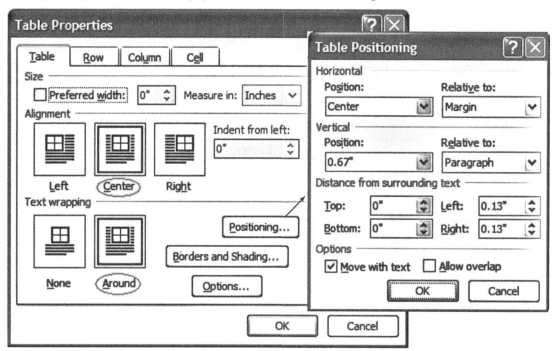

Bài Thực hành số 5

CHỨC NĂNG TABLE HANDLING
GIAO TIẾP GIỮA WORD VỚI EXCEL

Nối tiếp bài số 4, chúng tôi muốn bạn quan tâm hơn nữa vào chức năng xử lý bảng biểu của Word nên trình bày tiếp theo bài nầy. Mời bạn quan sát biểu mẫu được trình bày một cách quái chiêu như sau đây :

TÌNH HÌNH NHẬP XUẤT TỒN KHO
THÁNG 04/2009

		DIỄN GIẢI	ĐẦU KỲ		PHÁT SINH		CUỐI KỲ	
			SỐ LG	G.TRỊ	NHẬP	XUẤT	SỐ LG	G.TRỊ
		SÁCH BÁN XÔN	?	?	?	?	?	?
KIẾM HIỆP	1	Võ lâm ngũ bá	50	200	10	30	?	?
	2	Anh hùng xạ điêu	30	120	20	20	?	?
	3	Thần điêu đại hiệp	80	160	10	20	?	?
	4	Cô gái đồ long	70	210	20	30	?	?
	5	Thiên long bát bộ	40	120	20	10	?	?
	6	Lục mạch thần kiếm	60	180	30	20	?	?
	7	Tiếu ngạo giang hồ	30	120	10	20	?	?
	8	Lộc đỉnh ký	90	270	20	40	?	?
		SÁCH KÝ GỞI	?	?	?	?	?	?
TIN HỌC	1	MS DOS	30	150	20	10	?	?
	2	Quattro	20	120	10	20	?	?
	3	Pascal	10	100	20	20	?	?
	4	FoxPro	50	300	20	30	?	?
	5	Windows	80	320	30	10	-	?
	6	Word	70	280	10	20	?	?
	7	Excel	90	450	20	30	?	?
	8	Access	60	360	20	10	?	?
		TỔNG CỘNG	?	?	?	?	?	?

YÊU CẦU TÍNH TOÁN

Người ta muốn thực hiện một biểu mẫu như trên, ngoài 2 dòng tựa đề là văn bản bình thường (Text), phần còn lại là một Table, nhưng yêu ầu bạn phải trình bày hình thức càng giống càng tốt, đồng thời những vị trí có ghi dấu chấm hỏi, thì phải tính ra trị số thích hợp.

☞ Cách tính các công thức thì cũng đơn giản như sau :

① $\boxed{\text{Số lượng cuối} = \text{Số lượng đầu} + \text{Phát sinh nhập} - \text{Phát sinh xuất}}$

② $\boxed{\text{Giá trị cuối kỳ} = \dfrac{\text{Giá trị đầu}}{\text{Số lượng đầu}} * \text{Số lượng cuối}}$

③ Dòng sách bán xôn : là tổng của các sách trong nhóm kiếm hiệp.

④ Dòng sách ký gởi : là tổng của các sách trong nhóm tin học.

⑤ Dòng tổng cộng : là tổng của sách bán xôn và sách ký gởi.

☞ Sau đây là trích một vài trị đã tính (chưa đầy đủ) để làm ví dụ :

	A	B	C	D	E	F	G	H	I
1			DIỄN GIẢI	ĐẦU KỲ		PHÁT SINH		CUỐI KỲ	
2				SỐ LG	G.TRỊ	NHẬP	XUẤT	SỐ LG	G.TRỊ
3			SÁCH BÁN XÔN	450	1,380	140	190	400	1,210
4		1	Võ lâm ngũ bá	50	200	10	30	30	120
5		2	Anh hùng xạ điêu	30	120	20	20		
6		3	Thần điêu đại hiệp	80	160	10	20		
7	KIẾM HIỆP	4	Cô gái đồ long	70	210	20	30		
8		5	Thiên long bát bộ	40	120	20	10		
9		6	Lục mạch thần kiếm	60	180	30	20		
10		7	Tiếu ngạo giang hồ	30	120	10	20		
11		8	Lộc đỉnh ký	90	270	20	40	70	210
12			SÁCH KÝ GỞI	410	2,080	150	150	410	2,060
13		1	MS DOS	30	150	20	10	40	200
14		2	Quattro	20	120	10	20		
15	TIN HỌC	3	Pascal	10	100	20	20		
16		4	FoxPro	50	300	20	30		
17		5	Windows	80	320	30	10		
18		6	Word	70	280	10	20		
19		7	Excel	90	450	20	30		
20		8	Access	60	360	20	10	70	420
21			TỔNG CỘNG	860	3,460	290	340	810	3,270

Mới nhìn qua tưởng là đơn giản như chúng ta đang giỡn, nhưng thực ra không dễ chịu chút nào. Gặp những bảng biểu như thế nầy, lời khuyên đầu tiên là không nên dùng Word mà nên dùng Excel, vì Word được sinh ra không phải để tính toán kiểu đó. Tuy nhiên, nếu trên máy bạn không có Excel, hoặc bạn chưa quen dùng Excel, hoặc người ta muốn thử tài bạn, thì Word vẫn có thể giải quyết được.

QUY TRÌNH ĐỀ NGHỊ

① Tạo một bảng gồm 21 hàng x 9 cột, chỉnh độ rộng cột. Merge các Cell lại theo hình dưới. Lưu trữ với tên BaiTap05.docx

Lưu ý Table có các Merge Cell sẽ làm đảo lộn địa chỉ, ví dụ 6 Cell A1:C2 Merge thành A1, còn Cell D1 sẽ thành B1, còn F1 thành C1, và H1 thàn h D1... Các địa chỉ cụ thể được ghi trong bảng sau :

	A	B	C	D	E	F	G	H	I
1	A1			B1		C1		D1	
2				B2	C2	D2	E2	F2	G2
3	A3			B3	C3	D3	E3	F3	G3
4	A4	B4	C4	D4	E4	F4	G4	H4	I4
5		B5							
6		B6							
7		B7							
8		B8							
9		B9							
10		B10							
11		B11	C11	D11	E11	F11	G11	H11	I11
12	A12			B12	C12	D12	E12	F12	G12
13	A13	B13	C13	D13	E13	F13	G13	H13	I13
14		B14							
15		B15							
16		B16							
17		B17							
18		B18							
19		B19							
20		B20	C20	D20	E20	F20	G20	H20	I20
21	A21			B21	C21	D21	E21	F21	G21

② Nhập và trình bày các tiêu đề cột :

DIỄN GIẢI	ĐẦU KỲ		PHÁT SINH		CUỐI KỲ	
	SỐ LG	G.TRỊ	NHẬP	XUẤT	SỐ LG	G.TRỊ

CHẺ NGANG MÀN HÌNH

Vì chúng ta có khá nhiều dòng phía dưới, nhưng chiều cao của màn hình thì bị giới hạn, sợ rằng khi nhập liệu vào các dòng phía dưới, thì phần tựa cột trên đây đã trôi khỏi màn hình, khi đó khó nhập vào cho đúng cột. Hãy chia màn hình làm 2 phần : phần trên cố định, và chúng ta làm việc với nửa dưới, bằng lịnh View – Window – Split như sau :

* Nhắp thanh trượt điều chỉnh sao cho tựa đề vừa chạm vào Ruler. Gọi lịnh View – rồi chọn Split trong nhóm Window, sẽ xuất hiện một vạch xám vắt ngang màn hình. Bạn di chuyển vạch nầy (bằng chuột hay phím đều được) đến khoảng dưới của tiêu đề rồi Enter hoặc nhắp.

* Màn hình đã được chia làm 2 phần (gọi là Pane). Nhắp chuột vào Pane nào thì thao tác trong đó, trượt tới trượt lui trong đó nhưng Pane kia vẫn đứng yên. Nếu dùng phím thì bấm Shift-F6 để nhảy từ Pane nầy qua Pane kia.

* Nếu không gọi lịnh trên, có thể rà chuột vào con hẻm nhỏ xíu phía trên thanh trượt dọc, chuột có hình mũi tên 2 cánh chỉ thiên chỉ địa, bạn giữ nút trái của chuột mà rê, cũng thấy vạch xám chạy theo, thả chỗ nào thì Split màn hình chỗ đó.

* Khi không muốn chẻ đôi nữa, gọi lịnh View rồi chọn Remove Split trong nhóm Window, hoặc dùng chuột nắm thanh chẻ rê sát lên trên hay sát xuống dưới.

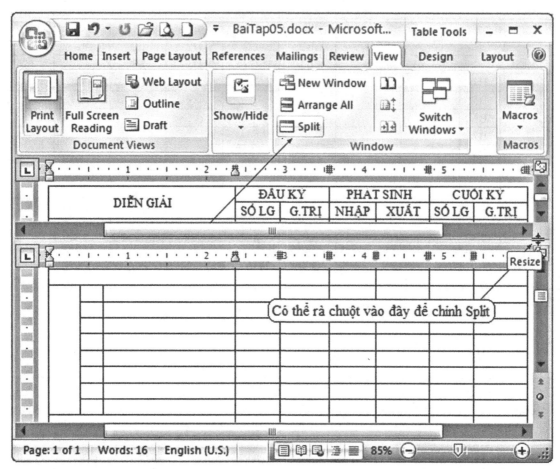

☞ Hình sau cho thấy khi bạn nhập số liệu đến các dòng ch ót của Table, vẫn nhìn thấy các tựa đề cột.

DIỄN GIẢI	ĐẦU KY		PHAT SINH		CUỐI KY	
	SỐ LG	G.TRỊ	NHẬP	XUẤT	SỐ LG	G.TRỊ
5 Windows	80	320	30	10		
6 Word	70	280	10	20		
7 Excel	90	450	20	30		
8 Access	60	360	20	10		
TỔNG CỘNG						

③ Nhập số liệu thô (chưa có định dạng) :

- Trong Cell A4 cứ gõ KIẾM HIỆP và để cho rớt chữ xuống dòng thoải mái, tương tự, trong A13 cứ gõ TIN HỌC.

DIỄN GIẢI			ĐẦU KỲ		PHÁT SINH		CUỐI KỲ	
			SỐ LG	G.TRỊ	NHẬP	XUẤT	SỐ LG	G.TRỊ
SÁCH BÁN XÔN								
KIẾ M HIỆ P	1	Võ lâm ngũ bá	50	200	10	30		
	2	Anh hùng xạ điêu	30	120	20	20		
	3	Thần điêu đại hiệp	80	160	10	20		
	4	Cô gái đồ long	70	210	20	30		
	5	Thiên long bát bộ	40	120	20	10		
	6	Lục mạch thần kiếm	60	180	30	20		
	7	Tiếu ngạo giang hồ	30	120	10	20		
	8	Lộc đỉnh ký	90	270	20	40		
SÁCH KÝ GỞI								
TIN HỌ C	1	MS DOS	30	150	20	10		
	2	Quattro	20	120	10	20		
	3	Pascal	10	100	20	20		
	4	FoxPro	50	300	20	30		
	5	Windows	80	320	30	10		
	6	Word	70	280	10	20		
	7	Excel	90	450	20	30		
	8	Access	60	360	20	10		
TỔNG CỘNG								

ĐỊNH DẠNG XOAY HƯỚNG

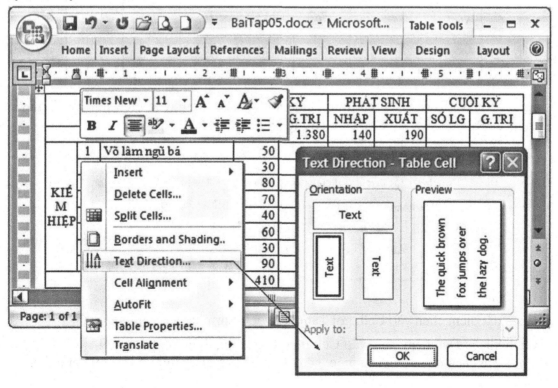

- KIẾM HIỆP : Đặt điểm chèn trong Cell, Right Click, chọn Text Direction. Với hộp thoại tiếp theo, nhắp chọn Orientation kiểu đi từ dưới lên, OK.

- Tương tự cho TIN HỌC.

- Các phần khác bạn tự giải quyết : Center ngang, Center dọc tùy yêu cầu.

☞ Lưu ý khi Table có Merge Cell theo cột dọc, việc di chuyển trong Table thường khá chậm, đôi khi màn hình vẽ các nét bị xiên lệch lung tung, nhưng đừng ngại, không phải máy hư hay do virus, nếu máy mạnh, Card màn hình từ 2MB trở lên sẽ không có vấn đề.

☞ Kết quả đến đây có thể như sau :

			DIỄN GIẢI	ĐẦU KỲ		PHÁT SINH		CUỐI KỲ	
				SỐ LG	G.TRỊ	NHẬP	XUẤT	SỐ LG	G.TRỊ
			SÁCH BÁN XÔN						
KIẾM HIỆP	1	Võ lâm ngũ bá		50	200	10	30		
	2	Anh hùng xạ điêu		30	120	20	20		
	3	Thần điêu đại hiệp		80	160	10	20		
	4	Cô gái đồ long		70	210	20	30		
	5	Thiên long bát bộ		40	120	20	10		
	6	Lục mạch thần kiếm		60	180	30	20		
	7	Tiếu ngạo giang hồ		30	120	10	20		
	8	Lộc đỉnh ký		90	270	20	40		
			SÁCH KÝ GỞI						
TIN HỌC	1	MS DOS		30	150	20	10		
	2	Quattro		20	120	10	20		
	3	Pascal		10	100	20	20		
	4	FoxPro		50	300	20	30		
	5	Windows		80	320	30	10		
	6	Word		70	280	10	20		
	7	Excel		90	450	20	30		
	8	Access		60	360	20	10		
			TỔNG CỘNG						

☞ Lưu ý : Khi vào các Cell có định dạng con chữ lật đứng, các biểu tượng Alignment trên các Ribbon sẽ xoay theo chiều đứng như hình dưới đây :

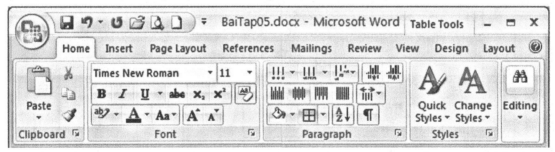

⑤ Lập công thức :

- Hoặc đặt điểm chèn vào Cell, gọi Table Layout, Formula, gõ công thức, OK.

- Cách khác : Đặt điểm chèn vào Cell muốn lập công thức, bấm Ctrl-F9 tạo Field Code { }, điểm chèn bên trong cặp móc, gõ dấu =, gõ tiếp công thức, Shift-F9, bấm tiếp F9.

- Muốn chỉnh sửa công thức Field Code : Chọn nó (màu xám), bấm Shift -F9 hiện nguyên hình, sửa thoải mái, bấm Shift-F9 lần nữa (hiện giá trị), nếu cần bấm thêm F9 (tính lại).

☞ Sau đây chỉ nêu một vài công thức đại diện, bạn dựa vào đó mà triển khai số còn lại. Xin nhớ cho rằng, công thức hầu như không thể sao chép từ Cell nầy qua Cell khác, và khi thay đổi một trị số nào trong các số liệu thô, phải lần đến các công thức liên quan mà bấm F9 để tính lại.Các địa chỉ nêu ở các công thức sau đây xin đối chiếu với bước ①.

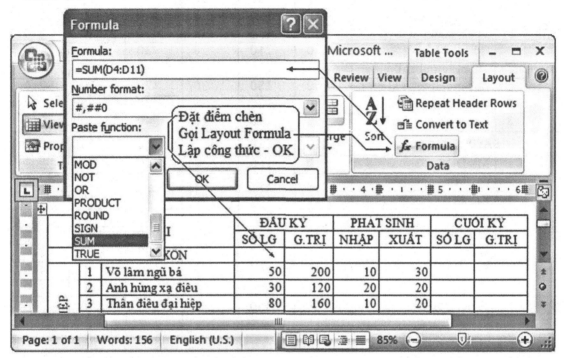

- Với những công thức hao hao giống nhau, có thể lập cho 1 Cell, sau đó quét chọn Field Code, Ctrl-C, qua Cell khác, Ctrl-V, xong bấm Shift -F9 cho hiện nguyên hình, sửa lại, Shift-F9 lần nữa, F9.

Chọn Cell	Nhập công thức	Chọn Cell	Nhập công thức
H4	= D4+F4-G4	H13	= D13+F13-G13
I4	=(E4/D4)*H4	I13	=(E13/D13)*H13
B3	=SUM(D4:D11)	B12	=SUM(D13:D20)
C3	=SUM(E4:E11)	C12	=SUM(E13:E20)
D3	=SUM(F4:F11)	D12	=SUM(F13:F20)
E3	=SUM(G4:G11)	E12	=SUM(G13:G20)
F3	=SUM(H4:H11)	F12	=SUM(H13:H20)
G3	=SUM(I4:I11)	G12	=SUM(I13:I20)
B21	=B3+B12	C21	=C3+C12
D21	=D3+D12	E21	=E3+E12
F21	=F3+F12	G21	=G3+G12

<u>Lưu ý</u> : Bảng trên đây chỉ nhìn trung thực trong chế độ Print Layout View, lúc chuyển sang chế độ Draft View thì các Cell có định dạng Text Dire ction kiểu lật đứng sẽ trở lại quay ngang và chạy tá lả nên có thể khiến cho bảng biểu bị méo mó, nhưng không

ảnh hưởng gì khi in ra giấy, và chỉ cần chọn lại chế độ Print Layout View thì lại nghiêm chỉnh như cũ.

⑥ Kết quả sau cùng có thể như thế nầy :

DIỄN GIẢI			ĐẦU KỲ		PHÁT SINH		CUỐI KỲ	
			SỐ LG	G.TRỊ	NHẬP	XUẤT	SỐ LG	G.TRỊ
SÁCH BÁN XÔN			450	1,380	140	190	400	1,210
KIẾM HIỆP	1	Võ lâm ngũ bá	50	200	10	30	30	120
	2	Anh hùng xạ điêu	30	120	20	20	30	120
	3	Thần điêu đại hiệp	80	160	10	20	70	140
	4	Cô gái đồ long	70	210	20	30	60	180
	5	Thiên long bát bộ	40	120	20	10	50	150
	6	Lục mạch thần kiếm	60	180	30	20	70	210
	7	Tiếu ngạo giang hồ	30	120	10	20	20	80
	8	Lộc đỉnh ký	90	270	20	40	70	210
SÁCH KÝ GỞI			410	2,080	150	150	410	2,060
TIN HỌC	1	MS DOS	30	150	20	10	40	200
	2	Quattro	20	120	10	20	10	60
	3	Pascal	10	100	20	20	10	100
	4	FoxPro	50	300	20	30	40	240
	5	Windows	80	320	30	10	100	400
	6	Word	70	280	10	20	60	240
	7	Excel	90	450	20	30	80	400
	8	Access	60	360	20	10	70	420
TỔNG CỘNG			860	3,460	290	340	810	3,270

TẠO TABLE TRONG WORD BẰNG EXCEL

Nếu bạn ít nhiều đã từng sử dụng Excel, với biểu bảng trên, chúng ta có thể chọn nhiều phương án, sau đây nêu một số phương án thông dụng, dĩ nhiên chỉ áp dụng được nếu trên máy của bạn có cài phần mềm Excel :

① Khởi động Excel, thực hiện biểu bảng Excel, trình bày dưới dạng Excel, lưu trữ hay không tùy thích. Vẫn duy trì Excel trong khi khởi động Word, tiến hành soạn thảo bình thường, đến chỗ cần bảng biểu, chuyển sang Excel, quét chọn khu vực tương ứng, bấm Ctrl-C chép vào Clipboard, chuyển về Word, bấm Ctrl-V để dán vào. Với cách nầy, bảng biểu có được là một Table như tạo bằng chính Word, nhưng các giá trị đều là những trị số chết (không phải công thức), nên không có tính linh hoạt để tính lại khi thay đổi số liệu phát sinh.

Book1 - Microsoft Excel

| | Home | Insert | Page Layout | Formulas | Data | Review | View | Add-Ins |

D3 f_x =SUM(D4:D11)

	A	B	C	ĐẦU KỲ		PHÁT SINH		CUỐI KỲ	
1			DIỄN GIẢI	SỐ LG	G.TRỊ	NHẬP	XUẤT	SỐ LG	G.TRỊ
2				SỐ LG	G.TRỊ	NHẬP	XUẤT	SỐ LG	G.TRỊ
3			SÁCH BÁN XÔN	450	1,380	140	190	400	1,210
4		1	Võ lâm ngũ bá	50	200	10	30	30	120
5		2	Anh hùng xạ điêu	30	120	20	20	30	120
6	KIẾM HIỆP	3	Thần điêu đại hiệp	80	160	10	20	70	140
7		4	Cô gái đồ long	70	210	20	30	60	180
8		5	Thiên long bát bộ	40	120	20	10	50	150
9		6	Lục mạch thần kiếm	60	180	30	20	70	210
10		7	Tiếu ngạo giang hồ	30	120	10	20	20	80
11		8	Lộc đỉnh ký	90	270	20	40	70	210
12			SÁCH KÝ GỞI	410	2,080	150	150	410	2,060
13		1	MS DOS	30	150	20	10	40	200
14		2	Quattro	20	120	10	20	10	60
15		3	Pascal	10	100	20	20	10	100
16	TIN HỌC	4	FoxPro	50	300	20	30	40	240
17		5	Windows	80	320	30	10	100	400
18		6	Word	70	280	10	20	60	240
19		7	Excel	90	450	20	30	80	400
20		8	Access	60	360	20	10	70	420
21			TỔNG CỘNG	860	3,460	290	340	810	3,270

Sheet1 Sheet2 Sheet3

Ready   100%

CHÈN BẢNG TÍNH EXCEL

Khởi động Excel, thực hiện bảng biểu bằng Excel, trình bày và lưu trữ dưới dạng Excel, thoát Excel. Khởi động Word, soạn thảo bình thường, đến chỗ cần có bảng biểu, gọi Insert – Object – Object... (xem hình sau) mở hộp thoại Object, trong đó chọn trang Create from File, nhắp nút Browse mở hộp thoại Browse. Trong hộp thoại Browse chỉ định tên tập tin đã được chuẩn bị trước đó, nhắp nút Insert. Trở về lại hộp thoại Object, nhắp OK.

☺ Ví dụ hình trang sau là bảng tính thực hiện bằng Excel và được Insert vào.

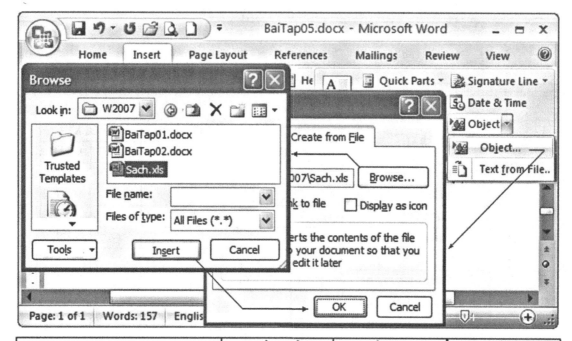

DIỄN GIẢI			ĐẦU KỲ		PHÁT SINH		CUỐI KỲ	
			SỐ LG	G.TRỊ	NHẬP	XUẤT	SỐ LG	G.TRỊ
SÁCH BÁN XÔN			450	1,380	140	190	400	1,210
KIẾM HIỆP	1	Võ lâm ngũ bá	50	200	10	30	30	120
	2	Anh hùng xạ điêu	30	120	20	20	30	120
	3	Thần điêu đại hiệp	80	160	10	20	70	140
	4	Cô gái đồ long	70	210	20	30	60	180
	5	Thiên long bát bộ	40	120	20	10	50	150
	6	Lục mạch thần kiếm	60	180	30	20	70	210
	7	Tiếu ngạo giang hồ	30	120	10	20	20	80
	8	Lộc đỉnh ký	90	270	20	40	70	210
SÁCH KÝ GỞI			410	2,080	150	150	410	2,060
TIN HỌC	1	MS DOS	30	150	20	10	40	200
	2	Quattro	20	120	10	20	10	60
	3	Pascal	10	100	20	20	10	100
	4	FoxPro	50	300	20	30	40	240
	5	Windows	80	320	30	10	100	400
	6	Word	70	280	10	20	60	240
	7	Excel	90	450	20	30	80	400
	8	Access	60	360	20	10	70	420
TỔNG CỘNG			860	3,460	290	340	810	3,270

③ Chỉ khởi động Word, tiến hành soạn thảo bình thường, đến chỗ cần bảng biểu, gọi Insert - Object, vào trang Create New, chọn loại Object là Excel Worksheet, nhắp OK, sẽ tạo một bảng tính Excel mới ngay trong màn hình Word. Bạn thao tác như làm việc trong Excel. Khi xong, nhắp chuột ra ngoài.

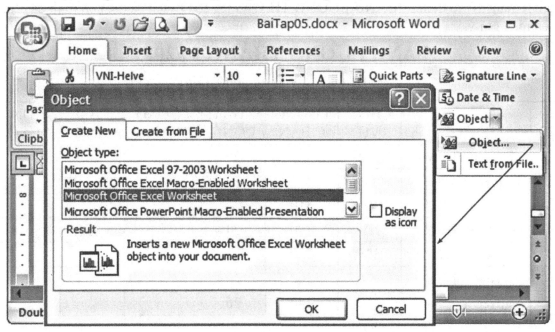

☞ Kết quả của các phương án ② và ③ nhìn bề ngoài giống một Table của Word, nhưng thực chất nó là một Object, không thể chỉnh sửa được bằng Word, muốn chỉnh, phải chọn Object và Double Click, sẽ kích hoạt lại Excel, Object sẽ hiện ra một khung răng cưa xung quanh cùng với ký hiệu cột và số hiệu hàng của Excel, ngay khi bạn chỉnh sửa số liệu, các công thức liên hệ sẽ tự điều chỉnh theo, xong nhắp chuột ra ngoài, khung răng cưa sẽ được giấu đi.

			ĐẦU KỲ		PHÁT SINH		CUỐI KỲ	
	DIỄN GIẢI		SỐ LG	G.TRỊ	NHẬP	XUẤT	SỐ LG	G.TRỊ
	SÁCH BÁN XÔN		450	1,380	140	190	400	1,210
	1	Võ lâm ngũ bá	50	200	10	30	30	120
	2	Anh hùng xạ điêu	30	120	20	20	30	120
	3	Thần điêu đại hiệp	80	160	10	20	70	140
	4	Cô gái đồ long	70	210	20	30	60	180
	5	Thiên long bát bộ	40	120	20	10	50	150
	6	Lục mạch thần kiếm	60	180	30	20	70	210
	7	Tiểu ngạo giang hồ	30	120	10	20	20	80

TA VỀ TA TẮM AO WORD

Vì đây là giáo trình Word, không nên quảng cáo nhiều cho Excel, mời bạn hãy dùng và chỉ dùng Word để lập "BẢNG LƯƠNG THÁNG 04/2009" sau đây. Cách trình bày thì theo mẫu gợi ý.

BẢNG LƯƠNG THÁNG 04/2009
Đơn Vị : XN Hoa Anh Đào

SỐ TT	HỌ & TÊN	CHỨC VỤ	LƯƠNG C.BẢN	NGÀY CÔNG	LƯƠNG THÁNG	TẠM ỨNG	CÒN LẠI
1	Lê Chung Thủy	GĐ	320	25			
2	Trần Kỳ Vọng	TP	300	24			
3	Lý Thường Tình	PP	310	26			
4	Ngô Hiếu Thảo	NV	290	24			
5	Hà Đoan Trang	"	270	25			
6	Vũ Như Cẩn	"	260	20			
7	Nguyễn Y Vân	"	240	26			
	TỔNG CỘNG						

★ Phương thức tính cũng đơn giản :

- 5 cột đầu là số liệu thô
- Lương tháng   = Lương căn bản nhân với ngày công
- Tạm ứng   = 2 phần 3 của lương tháng, tính tròn đến hàng trăm
- Còn lại   = Lương tháng trừ tạm ứng
- Dòng tổng cộng   : Tổng trị tương ứng trong mỗi cột

VÀI GỢI Ý

① *Lập công thức tính Lương tháng* :

★ Đưa điểm chèn vào Cell F2 (ô lương tháng của Lê Chung Thủy). Bấm cặp phím Ctrl-F9 tại đó xuất hiện cặp dấu {} gọi là Field-Code. Điểm chèn chớp ở giữa cặp dấu móc ôm nầy.

★ Gõ công thức : =PRODUCT(LEFT)\# "#.##0" xong bấm F9 sẽ được trị 8,000. Lưu ý khi gõ công thức trên, Cell F2 bị giãn ra thành nhiều hàng. Đến khi bấm F9, được trị 8,000, Cell sẽ thu gọn lại như cũ. PRODUCT là hàm để tính tích các trị trong danh sách kê sau đó - và LEFT : bên trái.

★ Nếu có sai sót nào đó, thay vì cho một trị, Word sẽ báo lỗi "!Error ..." ngay bên trong Cell, bạn phải bấm Shift-F9 để lấy lại công thức, sửa ngay trên đó, xong bấm F9 để xem kết quả. Bao giờ hết bị cự mới thôi.

② *Thử lập công thức qua đường gọi Menu* :

★ Đưa điểm chèn vào Cell F3 (ô lương tháng của Trần Kỳ Vọng)

★ Gọi Insert – Quick Parts – Field... sẽ mở hộp thoại Field như hình dưới. Ctrong khung Field name bạn chọn = (Formula), xong nhắp nút Formula… sẽ mở hộp thoại kế tiếp, chọn hoặc gõ công thức : =PRODUCT(LEFT), chọn Number Format \# "#.##0" xong OK. Bạn cũng được trị 7.200 là tích số các số bên trái Cell F3.

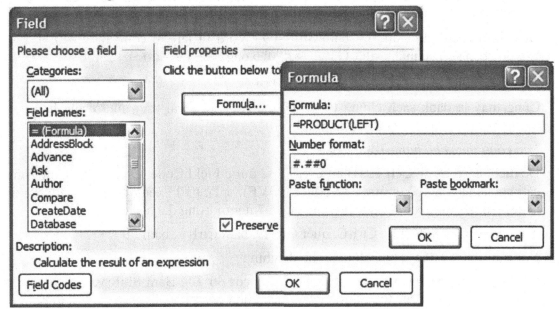

☺ Cả 2 cách đều như nhau, chọn cách nào tùy bạn. Kết luận có thể ban hành công thức qua Ctrl-F9 hoặc lịnh Insert – Quick Parts – Field hoặc dùng lịnh Layout – Data – Formula đều tốt cả.

③ *Sao chép công thức* vừa lập cho F3 vào các Cell F4:F8 :

• Nhắp chọn Cell F3, Ctrl-C.

• Quét khối F4:F8 (lương tháng của Thường Tình đến Y Vân), Ctrl-V (được cùng lúc 7.200), bấm tiếp F9 để tính lại.

④ *Lập công thức cho cột Tạm ứng* :

• Để điểm chèn trong Cell G2. Bấm Ctrl-F9 sẽ được Field Code . Điểm chèn nằm trong cặp ngoặc nầy. Bạn gõ công thức {=ROUND(F2*2/3,-2) \# "#,##0"} xong bấm F9 sẽ được trị số 5,300 đó là con số bằng 2 phần 3 của lương tháng tính tròn đến hàng trăm.

• Hàm ROUND có dạng $\boxed{= ROUND(x,n)}$ với x là biểu thức số cần tính tròn, còn n thì cho biết làm tròn với bao nhiêu con số lẻ. n có thể âm hay dương : n = 2 tính tròn đến hàng xu, n = -2 : tính tròn đến hàng trăm v. v ...

⑤ *Lập công thức cho cột Còn Lại* :

• Để điểm chèn trong Cell H2. Bấm Ctrl-F9 sẽ được Field Code. Điểm chèn nằm trong cặp ngoặc nầy.

• Bạn gõ công thức : {=F2-G2 \# "#,##0"} xong bấm F9, sẽ được trị là 2,700 đó là con số tính được từ lương tháng (F2) trừ phần tạm ứng (G2).

⑥. *Sao chép 2 công thức* vừa lập cho G2 và H2 vào các Cell G3:H8 :

• Nhắp chọn cả 2 Cell G2:H2, Ctrl-C.

• Quét khối G3:H8, Ctrl-V, sẽ được cả 2 công thức cho cả khối, nhưng chỉ mới đều là trị "y chang" của G2 và H2.

• Đưa điểm chèn trở lại vào Cell G3 , bấm Shift -F9. Word tả lại cái công thức =ROUND(F2 * 2 / 3, -2) \# "#,##0", bạn sửa lại thành =ROUND(F3 * 2 / 3, -2) \#. "#,##0" xong bấm F9, sẽ được trị 4,800, đó là ²/₃ của 7,200.

• Đưa điểm chèn vào Cell H3, bấm Shift-F9. Word tả lại cái công thức =F2 -G2 \# "#,##0" bạn sửa lại thành =F3-G3 \# "#,##0" xong bấm F9, được trị 2,400

• Thao tác tương tự cho các Cell còn lại từ G4:F8.

☞ Cũng may là danh sách chúng ta chỉ có 7 người, nếu vài trăm người mà làm như mừng nầy thôi thì chết còn sướng hơn !

⑦ *Lập công thức cho hàng Tổng Cộng* :

• Để điểm chèn trong Cell F9. Bấm Ctrl-F9 sẽ được Field Code. Điểm chèn nằm trong cặp ngoặc nầy, gõ công thức : =SUM(ABOVE) \# "#,##0" xong bấm F9, sẽ được trị là 48,410. Đó là tổng lương tháng của tất cả 7 người trong danh sách.

• Sao chép : Chọn F9, bấm Ctrl-C, quét G9:H9, bấm Ctrl-V, bấm F9 .

⑧ Nối các Cell A9 đến E9 thành một cho dễ nhìn :

• Để điểm chèn ở Cell A9 ngay dưới số 7 của cột Số TT, Bấm Shift và quét mũi tên sang phải cho đến Cell E9, bấm Right Click chọn Merge Cells, các Cell đã được nối lại thành một. Đặt điểm chèn trong Cell vừa Merge lại nầy, Ctrl-E. Kết quả dự kiến sẽ như sau :

BẢNG LƯƠNG THÁNG 04/2009
Đơn Vị : XN Hoa Anh Đào

SỐ TT	HỌ & TÊN	CHỨC VỤ	LƯƠNG C.BẢN	NGÀY CÔNG	LƯƠNG THÁNG	TẠM ỨNG	CÒN LẠI
1	Lê Chung Thủy	GĐ	320	25	8,000	5,300	2,700
2	Trần Kỳ Vọng	TP	300	24	7,200	4,800	2,400
3	Lý Thường Tình	PP	310	26	8,060	5,400	2,660
4	Ngô Hiếu Thảo	NV	290	24	6,960	4,600	2,360
5	Hà Đoan Trang	"	270	25	6,750	4,500	2,250
6	Vũ Như Cẩn	"	260	20	5,200	3,500	1,700
7	Nguyễn Y Vân	"	240	26	6,240	4,200	2,040
TỔNG CỘNG					48,410	32,300	16,110

☞ Hãy lưu trữ tài liệu lại của bạn trước khi tiếp tục.

HIỆU ĐÍNH MỘT BẢNG BIỂU

Chúng ta thử sao chép bảng tính trên đây sang một tài liệu khác nữa "y chang" nó, xong thay đổi một vài trị số, thêm 1 cột Thu BHXH (bảo hiểm xã hội), sửa lại công thức tính tạm ứng, tính còn lại và cho Word tính toán lại cho cả bảng, đồng thời trình bày khác đi một chút :

- Sửa lại nội dung cột họ tên, sửa các trị số trong 2 cột lương căn bản & ngày công như trong bảng mới.

- Chèn thêm một cột TRỢ CẤP nằm giữa cột lương với cột tạm ứng.

- Tính trợ cấp theo quy định là nếu lương nhiều hơn 50000 thì trợ cấp 50 đồng, ngoài ra, trợ cấp 100 đồng.

- Mức tạm ứng cũng được tính bằng 2 phần 3 của lương tháng, nhưng không tạm ứng quá 40000 đồng

- Tiền còn lại sẽ tính = Lương + Trơ cấp - Tạm ứng

- Sửa tên đơn vị, kẻ khung ngăn cách giữa các hàng, cột cho rõ ràng.

BẢNG LƯƠNG THÁNG 04/2009
Đơn Vị : XN Hoa Hướng Dương

TT	HỌ & TÊN	CV	LƯƠNG C.BẢN	NC	TIỀN LƯƠNG	TRỢ CẤP	TẠM ỨNG	CÒN LẠI
1	Yến Linh	GĐ	3,200	24				
2	Yến Loan	TP	3,500	16				
3	Yến Cơ	PP	3,410	12				
4	Yến Trân	NV	2,900	25				
5	Đông Phương	"	2,470	22				
6	Nam Phương	"	2,260	24				
7	Phương Nam	"	1,600	25				
TỔNG CỘNG								

QUY TRÌNH GỢI Ý

★ Nhắp biểu tượng ▯ (hoặc Ctrl-N hoặc gọi Office Button – New – Blank Document - Create). Bấm Ctrl-F6 để chuyển sang cửa sổ của XN Hoa Anh Đào. Quét chọn 2 dòng tiêu đề và toàn bộ BẢNG LƯƠNG, bấm Ctrl-C để chép vào Clipboard, bấm Ctrl-F6 để chuyển sang cửa sổ vừa mở, đưa điểm chèn đến nơi muốn làm bản sao, bấm Ctrl-V để dán từ Clipboard ra. Bạn phải được phó bản y chang Bảng Lương Hoa Anh Đào.

★ Đưa điểm chèn vào một Cell bất kỳ trong cột TẠM ỨNG. Từ Ribbon Table Layout nhắp lịnh Insert Left : Word chèn thêm một cột bên trái cột TẠM ỨNG. Cột vừa chen vào chiếm vai cột G, cột Tạm ứng trở thành cột H, và cột Còn Lại thì thành cột I. Dĩ nhiên bây giờ bảng có khả năng rộng hơn 6 inches.

SỐ TT	HỌ & TÊN	CHỨC VỤ	LƯƠNG C.BẢN	NGÀY CÔNG	LƯƠNG THÁNG		TẠM ỨNG	CÒN LẠI
1	Lê Chung Thủy	GĐ	320	25	8,000		5,300	2,700
2	Trần Kỳ Vọng	TP	300	24	7,200		4,800	2,400
3	Lý Thường Tình	PP	310	26	8,060		5,400	2,660
4	Ngô Hiếu Thảo	NV	290	24	6,960		4,600	2,360
5	Hà Đoan Trang	"	270	25	6,750		4,500	2,250
6	Vũ Như Cẩn	"	260	20	5,200		3,500	1,700
7	Nguyễn Y Vân	"	240	26	6,240		4,200	2,040
TỔNG CỘNG					48,410		32,300	16,110

★ Chọn khối Cell B2:B8 tức các Cell đang chứa Tên Họ (nhấn Shift và quét cả khối nầy). Bấm phím Delete để xóa sạch. Gõ lại nội dung cột Tên Họ từ Yến Linh đến Phương Nam.

★ Tương tự, gõ lại trị số 2 cột Lương Căn Bản và Ngày công

A	B	C	D	E	F	G	H	I
SỐ TT	HỌ & TÊN	CHỨC VỤ	LƯƠNG C.BẢN	NGÀY CÔNG	LƯƠNG THÁNG	TRỢ CẤP	TẠM ỨNG	CÒN LẠI
1	Yến Linh	GĐ	3,200	24	76,800	50	40,000	36,850
2	Yến Loan	TP	3,500	16	56,000	50	37,000	19,050
3	Yến Cơ	PP	3,410	12	40,920	100	27,000	14,020
4	Yến Trân	NV	2,900	25	72,500	50	40,000	32,550
5	Đông Phương	"	2,470	22	54,340	50	36,000	18,390
6	Nam Phương	"	2,000	24	48,000	100	32,000	16,100
7	Phương Nam	"	1,600	25	40,000	100	27,000	13,100
TỔNG CỘNG					388,560	500	239,000	150,060

★ Gõ thêm tựa cột TRỢ CẤP, dùng chuột chỉnh lại độ rộng các cột B, C, D, E đại khái như trên. Chọn cả 4 cột F, G, H, I, nhắp biểu tượng Distribute Columns sẽ có độ rộng cột đều nhau.

★ *Lương tháng* : Vào F2, bấm Ctrl -F9, gõ công thức =PRODUCT(LEFT) \# "#,##0", bấm F9 phải được 76,800, chuyện nhỏ. Sao chép : Chọn Cell F2, bấm Ctrl -C, quét khối F3:F8, bấm Ctrl-V, bấm tiếp F9.

★ *Trợ cấp* : Vào Cell G2 (Trợ cấp của Yến Linh), bấm Ctrl-F9 sẽ được Field code { }, gõ công thức $= IF (F2 > 50000, 50, 100)$ bên trong Field code (lưu ý dùng đúng dấu đã chọn làm List Separator trong Control Panel theo máy của bạn), bấm F9 để tính ra trị xem có phải 50 không, nếu bị !Error, bạn hãy bấm Shift-F9 lấy lại công thức - sửa công thức - bấm F9 tính lại.

- Công thức trên đọc là : *Nếu trị của cell F2 lớn hơn 50000 thì chọn trị 50, bằng không thì chọn trị 100.*

- Chọn G2, Ctrl-C, quét khối G3:G8, Ctrl-V. Lần lượt đi vào từng Cell của khối nầy, bấm Shift-F9 lấy lại công thức, sửa lại số hiệu của hàng cho đúng với hàng thực tại của Cell đang sửa.

  Ví dụ Trợ cấp của Yến Loan sẽ là : $\boxed{\text{= IF (F3 > 50000, 50, 100)}}$ xong lại bấm F9 hoặc Shift-F9.

★ *Tạm ứng* :

- Đưa điểm chèn vào Cell H2 (tạm ứng Yến Linh), bấm Ctrl-F9 tạo Field code { }, gõ công thức =ROUND (MIN (SUM (F2) / 3 * 2, 40000), -3) , bấm F9, nếu được 40,000 là đúng, vì lương 76,800 nên 2/3 của lương là 51 ,200, giữa trị nầy với 40,000 thì 40,000 nhỏ hơn, nên hàm MIN chọn cái nhỏ hơn.

- Công thức nầy đọc là : *"Làm tròn đến hàng ngàn cái giá trị nhỏ hơn giữa 2 phần 3 lương tháng với 40000"*. Mệnh đề nầy đáp ứng được yêu cầu "Tạm ứng 2/3 lương tháng nhưng không tạm ứng quá 40000.

- Sao chép công thức nầy vào Clipboard. Dán công thức trong Clipboard vào các Cell phía dưới, xong lần lượt vào từng Cell, bấm Shift -F9 lấy lại công thức, sửa lại số hiệu hàng cho đúng với hàng thực tại của Cell đang sửa, xong lại bấm Shift-F9 rồi F9 v .v . . .

★ *Còn Lại* :

- Đưa điểm chèn vào Cell I2 (còn lại của Yến Linh), bấm Ctrl-F9 để tạo Field code { }, gõ công thức $\boxed{\text{=F2+G2-H2}}$ bên trong Field Code, xong bấm F9 để tính, phải được 36,850, bạn dễ dàng đọc được công thức trên, tin chắc là như vậy

- Sao chép công thức nầy vào Clipboard. Lần lượt dán công thức trong Clipboard vào các Cell phía dưới. Dán xong lại lần lượt đi vào từng Cell, bấm Shift -F9 lấy lại công thức, sửa lại số hiệu hàng cho đúng với hàng thực tại của Cell đang sửa, xong lại bấm F9 hoặc Shift-F9 v .v . . .

★ *Tổng Cộng* :

- Đưa điểm chèn vào Cell F9 (tổng cộng lương tháng), bấm Ctrl-F9 tạo Field code { }, gõ công thức $\boxed{\text{=SUM(ABOVE)}}$, xong bấm F9 để tính, được 388,560.

- Sao chép công thức nầy vào Clipboard. Lần lượt dán công thức trong Clipboard vào các Cell bên phải, và bấm F9 để tính lại trị cho mỗi Cell.

☞ Đến đây hãy lưu trữ tài liệu thứ hai nầy của bạn với tên tùy ý.

☺ Chức năng Table của Word còn rất nhiều đặc tính hay ho khác nữa nhưng xin hẹn lại những bài sau.

ĐỌC SỐ THÀNH CHỮ ANH

Giả sử rằng sau khi "người ta" thấy bạn dùng Word mà lập được bảng tính chẳng thua kém gì Excel (đâu có biết rằng bạn phải gò lưng sửa địa chỉ từng công thức !), nên người ta bèn lân la nhờ bạn : với tổng số đã tính được rồi, xin làm ơn tính luôn giùm xem :

- Giá trị Bình quân cho mỗi cột (4 cột có công thức Lương, Trợ cấp, Tạm ứng, Còn Lại) là bao nhiêu ?

- Giá trị cao nhất trong mỗi cột ? Giá trị thấp nhất trong mỗi cột ?

- Làm ơn dịch dùm Tổng số tiền cần có (gồm lương tháng và trợ cấp) nầy ra tiếng Anh !

⊙ Quả là rắc rối. Tuy nhiên hãy an lòng vì rất may Word cũng đã dự phòng những trường hợp nầy giúp bạn :

• Đưa điểm chèn đến Cell I9 (là Cell cuối cùng của Table, nơi đang chứa trị 150,110), bấm phím Tab, lập tức Table của bạn sẽ tự sản sinh thêm một Row (hàng) nữa với đầy đủ thuộc tính của hàng liền trên nó. Trong trường hợp nầy của chúng ta, hàng nầy sản sinh từ hàng 9 nên số hàng của nó là 10.

• Hãy nối thêm 3 hàng nữa và gõ thêm Diễn Giải theo bảng sau. Xong Merge các Cell A13:E13 trở thành 1 Cell (có địa chỉ chung là A13).

SỐ TT	HỌ & TÊN	CHỨC VỤ	LƯƠNG C.BẢN	NGÀY CÔNG	LƯƠNG THÁNG	TRỢ CẤP	TẠM ỨNG	CÒN LẠI
1	Yến Linh	GĐ	3,200	24	76,800	50	40,000	36,850
2	Yến Loan	TP	3,500	16	56,000	50	37,000	19,050
3	Yến Cơ	PP	3,410	12	40,920	100	27,000	14,020
4	Yến Trân	NV	2,900	25	72,500	50	40,000	32,550
5	Đông Phương	"	2,470	22	54,340	50	36,000	18,390
6	Nam Phương	"	2,000	24	48,000	100	32,000	16,100
7	Phương Nam	"	1,600	25	40,000	100	27,000	13,100
TỔNG CỘNG					388,560	500	239,000	150,060
BÌNH QUÂN					55,509	71	34,143	21,437
CAO NHẤT					76,800	100	40,000	36,850
THẤP NHẤT					40,000	50	27,000	13,100
The total amount is 389,060 (three hundred eighty-nine thousand sixty)								

✢ Tính bình quân và sao chép :

★ Đặt điểm chèn tại Cell B10 (nhưng nhìn thẳng với cột F), bấm Ctrl-F9, được ký hiệu Field Code { }, gõ công thức =ROUND(AVERAGE(F2:F8),0) xong bấm F9, được trị 55,509, đó là giá trị *trung bình* của các trị trong khối Cell F2:F8 được làm tròn không lấy số lẻ.

★ Bạn tự xoay xở việc sao chép công thức, sửa lại công thức và tính lại trị cho các Cell còn lại của dòng Bình Quân.

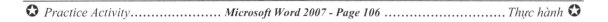

✠ Tìm trị cao nhất và sao chép :

★ Đặt điểm chèn tại Cell B11, bấm Ctrl-F9, được ký hiệu Field Code { }, gõ công thức =MAX(F2:F8) xong bấm F9, được trị 76,800, đó là giá trị *cao nhất* của các trị trong khối Cell F2:F8.

★ Sao chép công thức và sửa lại cho các Cell khác của dòng cao nhất.

✠ Tìm trị thấp nhất và sao chép :

★ Đặt điểm chèn tại Cell B12, bấm Ctrl-F9, được ký hiệu Field Code { }, gõ công thức =MIN(F2:F8) xong bấm F9, được trị 40,000, đó là giá trị *thấp nhất* của các trị trong khối Cell F2:F8.

★ Sao chép công thức và sửa lại cho các Cell khác của dòng thấp nhất.

✠ Tính Tổng Quỹ Lương và dịch ra câu tiếng Anh :

★ Tổng số   = Tổng Lương tháng + Tổng Trợ cấp   = B9 + C9 =   389,060

hoặc   = Tổng Tạm ứng + Tổng còn lại   = D9 + E9 =   389,060

✠ Dịch con số 389.060 ra tiếng Anh :

Tại dòng chót, bạn gõ sẵn cụm từ "The total amount is" bằng tiếng Anh cho nó hách, xong tạo 2 Field Code, một để ghi con số vừa tính trên, và một để đọc trị số đó:

• Đặt điểm chèn sau cụm từ trên, bấm Ctrl-F9, được ký hiệu Field Code { }, gõ công thức =B9+C9 \# #,##0 xong bấm F9, được 389,060

• Nếu muốn đọc ra tiếng Việt, tốt nhất là tôi gõ : *"Ba trăm tám mươi chín ngàn không trăm sáu mươi"* và dĩ nhiên là khoẻ re. Nhưng đọc ra tiếng Anh ? tra tự điển chi cho mệt, hãy nhờ Word giúp. Ký hiệu * cardtext là quy ước để Word dịch trị số ra câu chữ tiếng Anh. Trị số được tính tròn thành một trị nguyên trước khi dịch. Trị số không được lớn hơn 999999. Nếu bảo nó đọc số quá lớn, sẽ được một câu vô duyên :

Error! Number cannot be represented in specified format

Đặt điểm chèn sau Field Code vừa tạo trên, nhích ra một khoảng trắng, gõ cặp dấu ngoặc ( ), đưa con chớp vào giữa cặp ngoặc , bấm Ctrl-F9, được ký hiệu Field Code { }, gõ công thức =B9+C9 * cardtext xong bấm F9, sẽ được câu *"three hundred eighty-nine thousand sixty"* quả là không chê vào đâu được, trong Cell nầy bạn vẫn có thể được định dạng đậm, nghiêng, gạch dưới v. v…

The total amount is { =B9+C9 \# #,##0 } ({=B9+C9 * cardtext })

☞ Lưu ý : Trên đây cho thấy trong cùng một Cell,   bạn có thể vừa gõ văn bản vừa tạo Field Code, và có thể có nhiều Field Code trong cùng một Cell của Table.

PHỤ BẢN

CÁC TOÁN TỬ & HÀM
DÙNG TRONG CÔNG THỨC TÍNH TOÁN

Toán tử số học	Cộng + Trừ - Nhân * Chia / Phần trăm % Lũy thừa ^
Toán tử so sánh	Bằng = Nhỏ < Nhỏ hay bằng <= Lớn > Lớn hay bằng >= Khác <>
Địa chỉ tham chiếu	Cell : [Ln], Hàng : [R:R], Cột : [C:C]

HÀM	CÔNG DỤNG	VÍ DỤ	KQuả	E	F
FALSE	Trị logic Sai	=FALSE	0	10	1
TRUE	Trị logic đúng	=TRUE	1	20	2
AVERAGE( )	Trị trung bình cộng	=AVERAGE(E:E)	13,24	30	3
COUNT( )	Đếm	=COUNT(E:F)	34	-15	4
MAX( )	Trị lớn nhất	=MAX(E:E)	55	25	5
MIN( )	Trị bé nhất	=MIN(E:E)	-40	-40	6
SUM( )	Tổng	=SUM(E:F)	384	50	7
PRODUCT( )	Tích	=PRODUCT(E2:F3)	400	55	8
ABS( )	Trị tuyệt đối	=ABS(SUM(E9)) + E10	25	-30	9
INT( )	Trị nguyên	=INT(SUM(E10)/2)	-15	45	10
SIGN( )	Dấu đại số	=SIGN(SUM(E11))	1	-25	11
MOD(x,y)	Số dư chia nguyên	=MOD(SUM(F13),E13)	3	05	13
ROUND(x,y)	Làm tròn	=ROUND(SUM(E14)/F14,2)	1,43	20	14
IF(x,y,x)	Chọn theo đ.kiện	=IF(E15>F15,100,30)	100	30	15
AND(x,y)	Và	=AND(SUM(E16)>F16,SUM(E13)>F13)	0	25	16
OR(x,y)	Hoặc	=OR(SUM(E16)>F16,SUM(E13) > F13)	1	05	17
NOT(x)	Phủ (không)	=NOT(SUM(E18)>F18)	1	15	18

Computer for EveryBody
TIN HỌC CHO MỌI NGƯỜI

Bài Thực hành số 6

CHỨC NĂNG TẠO ĐỒ THỊ

Trong bài học hôm nay, chúng ta tìm hiểu tiếp một chức năng mà chúng tôi cho là rất đáng "đồng tiền bát gạo" so với công sức đầu tư của các bạn. Do quá trình tiếp cận với Word của chúng ta chưa đủ nhiều nên chưa thể ngay một lúc mà năm bắt được mọi thứ, tuy vậy, qua vài chiêu thức sau đây, bạn có thể hình dung phần nào khả năng phong phú đa dạng mà Word đáp ứng được, giúp bạn giải quyết tốt các yêu cầu ngày càng cao của người sử dụng.

VAI TRÒ CỦA ĐỒ THỊ

Với những văn bản có tính báo cáo hoặc lượng giá tình hình, thường bao gồm những bảng biểu so sánh với nhiều con số, mà người đọc sẽ rất khó rút ra một nhận định tổng thể về mối tương quan giữa những con số đó. Nhưng nếu biết dựa vào những con số câm lặng nầy, bạn kèm theo một đồ thị thích hợp, thì người ta chỉ cần đọc lướt qua, cũng có ngay một ý niệm về điều mà tài liệu muốn nêu lên. Vì vậy đồ thị được xem là một trong những phương tiện truyền đạt hữu hiệu, hấp dẫn, một hình thức làm cho những con số biết nói.

Ví dụ mời bạn xem 2 bản báo cáo sau đây của 2 cộng tác viên về cùng một vấn đề, một người dùng chữ nghĩa, người kia dùng hình ảnh, có lẽ tự bạn đã rút ra một kết luận.

TÌNH HÌNH TIÊU THỤ SẢN PHẨM	TÌNH HÌNH TIÊU THỤ SẢN PHẨM
Số liệu đúc kết từ các đơn vị vệ tinh cho thấy khối lượng tiêu thụ như sau :	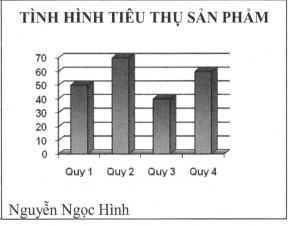
Quý 1 : 50	
Quý 2 : 70	
Quý 3 : 40	
Quý 4 : 60	
Trần Văn Chữ	Nguyễn Ngọc Hình

Vấn đề là để tạo một đồ thị như vậy có khó khăn lắm không ? Nếu ta không có khiếu vẽ vời, làm sao vẽ được ? Xin thưa, bạn không cần phải vẽ vời gì cả, vì trong bộ Office đã có sẵn chức năng Graph, đó là một chuyên gia đồ thị, bất kỳ một phần mềm nào trong gia đình bộ Office (mà Word là thành viên) đ ều có thể sử dụng được.

TẠO ĐỒ THỊ

Trong khi soạn văn bản Word, muốn minh họa bằng đồ thị, chỉ cần gọi chức năng Graph thông qua lịnh Insert – Chart , bạn tùy chọn kiểu đồ thị rồi cung cấp số liệu, thêm một vài chỉ định khác nếu thấy cần, phần còn lại hãy yên tâm giao cho Graph đảm trách.

☞ Để tiện thực hành, chúng ta dùng lại số liệu trong bài số 4 làm minh họa. Sau khi nạp Word, bạn cho đọc lại bài BaiTap04.docx vào màn hình, rồi trích chọn 3 lớp sau đây để thực hành, bạn muốn thêm các lớp khác tùy ý.

LỚP HỌC	K1/08	K2/08	K3/08	K4/08
Word	70	120	150	180
Excel	90	140	160	200
Access	60	100	120	120

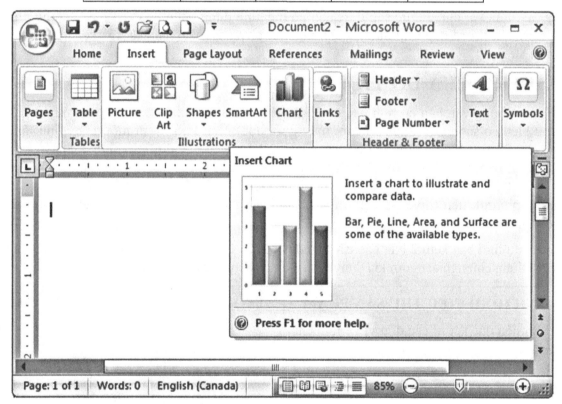

- Để lập đồ thị với số liệu trên, bạn :

  ★ Đặt con chớp nơi bạn muốn vẽ,

  ★ Gọi Insert – Chart để mở hộp thoại Insert Chart (hình sau).

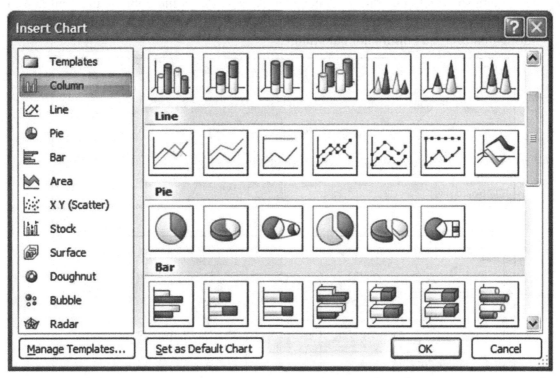

★ Trong khung Template ấn chọn 1 trong các kiểu đồ thị (Chart Type, gồm Column, Line, Pie v.v....), ví dụ kiểu Column.

★ Trong Chart Type đó lại chọn tiếp một kiểu phụ (Chart Style, ví dụ kiểu Clustered Column), xong nhấn OK.

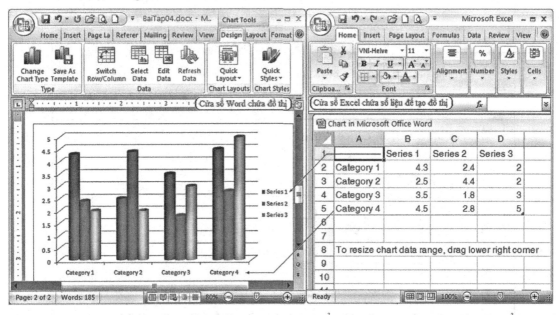

• Chức năng Chart tự động kích hoạt một cửa sổ Excel song song với cửa sổ Word, trong đó khối Cell A1:D5 chứa dãy số liệu (gọi là data range), là thông tin gồm 3 Series với 4 Category làm gợi ý cho đồ thị.

- Trong cửa sổ Excel, góc dưới phải của Cell D5 có một ký hiệu nhỏ để điều chỉnh khối số liệu nếu khối data range sử dụng không đúng 5 hàng x 4 cột. Bên dưới là dòng hướng dẫn cách quy định khối data range.

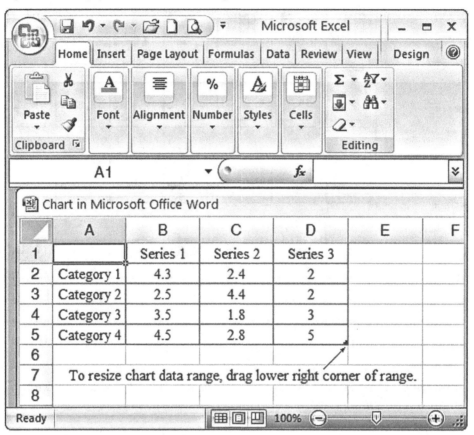

- Data range ngầm định cho đồ thị gồm 3 Series với 4 Category. Vì data range ủa chúng ta có 4 hàng 5 cột nên bạn dùng chuột rê ký hiệu resize nầy đến Cell E4 (tăng 1 cột, giảm 1 hàng), xong bạn chuyển qua cửa sổ Word, quét chọn khối data range, Ctrl-C, xong chuyển qua cửa sổ Excel, đặt con chớp tại Cell A1, bấm Ctrl-V để dán vào. Nếu không chuẩn bị trước hoặc không tiện sao chép, có thể gõ trực tiếp nội dung vào data range trong cửa sổ Excel cũng được.

- Dựa vào Data range nầy, chức năng Graph tạo ra một đồ thị trong cửa sổ Word. Sau đó bạn có thể đóng cửa sổ Excel lại cho thoáng, đồ thị trong Word vẫn tồn tại.

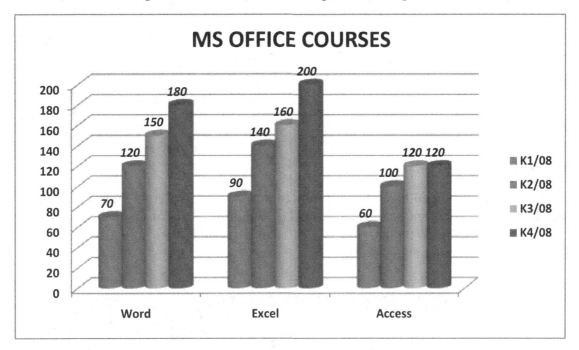

- Đồ thị kiểu Clustered Column là kết quả dựa trên Data range do bạn cung cấp. Trong đó : Các trị chữ (nhãn) ở cột bên trái được sử dụng làm diễn giải dưới trục ngang (trục x). Các trị chữ ghi ở dòng trên cùng là chú giải (Legend) cho các nhóm ố liệu. Có đến 11 Chart Type, mỗi Type có nhiều Style, mỗi kiểu mỗi vẻ, xấu hay đẹp do quan niệm mỗi người. Tùy vào ý nghĩa số liệu, có các kiểu phù hợp khác nhau.

- Về nguyên tắc, Data range có thể gồm nhiều cột nhiều hàng, nhưng sẽ cho ra những đồ thị rậm rì không đẹp, chỉ nên thoang thoảng mới hay.

- Mỗi nhóm trị số trên cùng một hàng (hay cùng cột nếu bạn muốn như vậy) thì gọi là một "Data serie". Để cho đồ thị đẹp thì những trị số nầy không nên chênh lệch nhau thái quá.

- Đồ thị là một loại Object đặc biệt, mỗi khi được chọn, trên Ribbon xuất hiện thêm 3 Tab : Design, Layout, và Format như các ảnh sau, với những lịnh và biểu tượng chuyên dùng cho đồ thị.

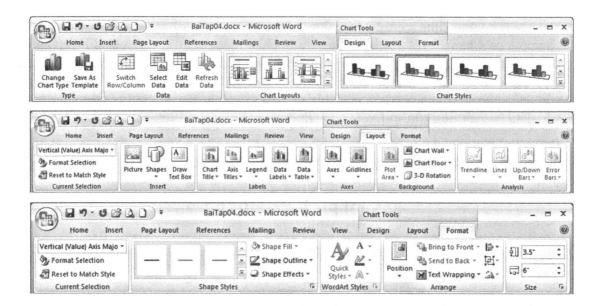

XỬ LÝ ĐỒ THỊ

Một đồ thị thường có nhiều thành phần chi tiết khác nhau (đều là những Object) tùy theo kiểu và tùy chọn lựa của người dùng. Lúc hiệu đính, bạn có thể thao tác lên từng Object riêng lẻ. Ví dụ đồ thị dưới đây có đến 11 thành phần (Chart Area, Chart Title, Plot Area, Data Serie, Data Label v.v…).

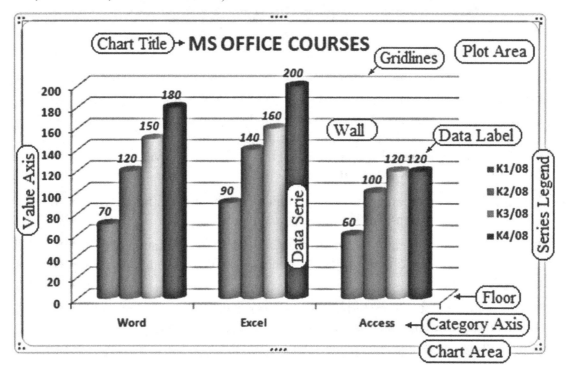

- Nhắp chuột chọn lên bề mặt hoặc cạnh biên của đồ thị, sẽ hiện ra một khung bao với các cụm nốt tại 4 góc và tại trung điểm các cạnh, dùng để điều chỉnh kích cỡ đồ thị bằng cách rà chuột vào các nốt, mũi chuột sẽ biến thành hình mũi tên 2 hướng

╅ ╪ ↗ ↘, giữ nút bên trái của chuột đồng thời kéo rê các cạnh (╅ ╪) hay góc (↗ ↘), khi buông ra, đồ thị sẽ theo kích thước chỉ định.

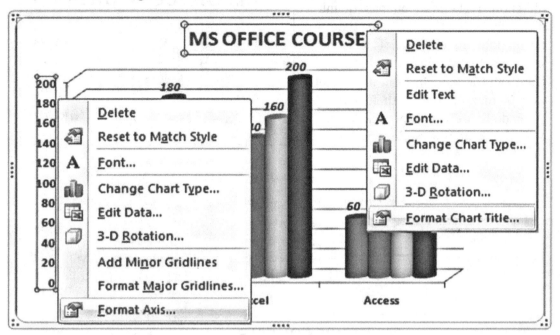

- Muốn hiệu đính thành phần nào, phải chọn Object trước, rồi nhấn Right Click để gọi lịnh liên hệ, ví dụ trên, nhấn Right Click khi chọn Value Axis và Right Click khi chọn Chart Title sẽ dẫn đến các Menu di động với các mục lịnh Format khác nhau.

- Khi vừa được tạo ra, đồ thị luôn đứng chơi vơi một mình, trên cùng dòng với nó nếu có văn bản khác thì những chữ nghĩa đứng thấp lè tè dưới chân như là lau lách mọc ven ngọn núi vậy. Muốn tận dụng khoảng trống để hiển thị văn bản, bạn có thể chọn một trong 2 cách :

Cách ① : Nhốt đồ thị vào 1 Cell của Table : Hãy tạo ra một Table với 1 hàng 2 cột, chỉnh lại độ rộng của một Cell cho hơi rộng hơn bề ngang đồ thị một chút.

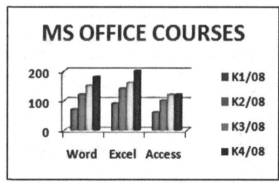

- Nhắp chuột lên đồ thị, phải thấy nó sừng cổ mọc ra các nốt 3 dấu chấm tại 4 góc và tại trung điểm 4 cạnh.

- Rà chuột vào đường biên của đồ thị, khi mũi chuột có hình ╅ thì nhấn giữ nút trái trong khi rê thả vào trong Cell của Table (điểm chèn hình nét lấm chấm).

☺ Như vậy bạn vừa "nhốt" đồ thị vào trong một Cell của Table, Cell kia bạn gõ văn bản thoải mái.

Cách ② : Gán thuộc tính Text Wrapping cho đồ thị : Nhắp chuột lên đồ thị, phải thấy nó sừng cổ mọc ra các nốt 3 dấu chấm tại 4 góc và tại trung điểm 4 cạnh, trên Tab Chart

Tools Format của Ribbon, nhắp nút Text Wrapping trong nhóm Arrange rồi chọn Tight (văn bản bao quanh bám theo biên) đứo Square (bao quanh khu vực tứ giác). Các Style khác bạn tự tìm hiểu : Behind text chìm sau văn bản. In front of text nổi trên bề mặt. In line with text đứng cùng dòng với văn bản (mặc định). Với các Wrapping Style nầy, bạn có thể rê đồ thị bố trí vào vị trí tùy ý.

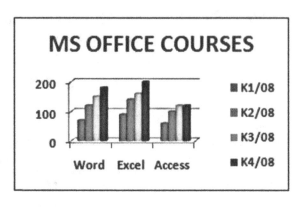

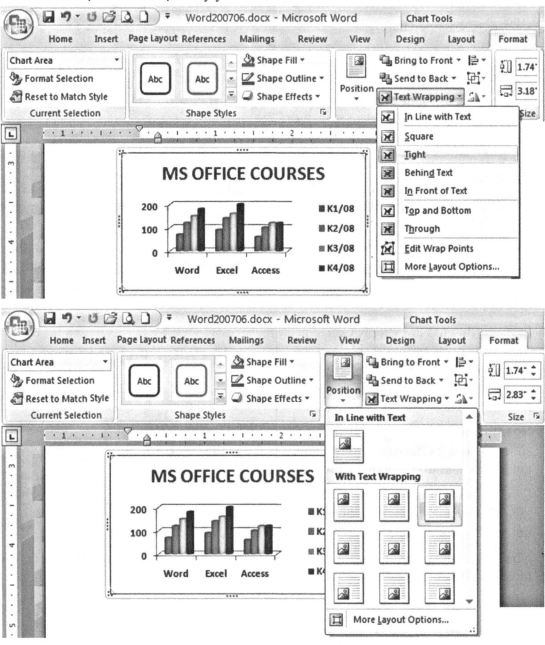

- Mặt khác, có thể nhắp nút Position trong nhóm Arrange rồi chỉ định vị trí đồ thị so với trang giấy, ví dụ chọn Position là Top Right sẽ đặt đồ thị ở góc trên bên phải của trang.

THAO TÁC TRÊN ĐỒ THỊ

- Các trị số dùng để dựng nên đồ thị được MS Graph lưu giữ riêng trong bảng tính Excel, nên sau khi tạo đồ thị xong, nếu bạn sửa đổi số liệu trong Table vừa cung cấp số liệu đó (hay xóa cả Table), vẫn không ảnh hưởng đến đồ thị.

- ***Chỉnh sửa số liệu*** : Chọn đồ thị, Right Click, rồi chọn Edit Data (hoặc nhắp biểu tượng Edit Data trên Tab Chart Tools Design của Ribbon), MS Graph sẽ mở lại cửa sổ Excel với số liệu ban đầu, song song với cửa sổ Word, bạn sửa lại trong cửa sổ Excel, đồ thị trong Word được điều chỉnh tương ứng, xong bạn đóng cửa sổ Excel.

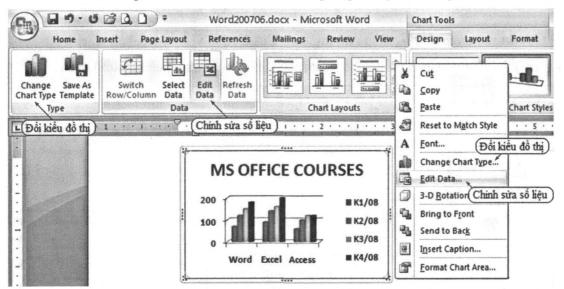

- ***Muốn đổi kiểu đồ thị*** : Chọn đồ thị, Right Click, rồi chọn Change Chart Type (hoặc nhắp biểu tượng Change Chart Type trên Tab Chart Tools Design của Ribbon), sẽ mở hộp thoại gần như lúc gọi Insert – Chart. Bạn chọn một kiểu khác, ví dụ chọn kiểu Stacked Column 3-D sẽ được đồ thị như hình bên cạnh.

- ***Muốn di chuyển đồ thị qua vị trí khác:*** Chọn đồ thị (sừng cồ 8 cụm nốt), rà mũi chuột lên đường biên hoặc bề mặt của đồ thị, khi chuột có hình ✥ thì nhấn nút trái trong khi rê chuột, một bóng mờ của khung đồ thị di chuyển theo. Khi buông ra, đồ thị sẽ định cư tại đó.

- ***Điều chỉnh kích cỡ bằng tay*** : Nhắp chuột lên mặt của đồ thị (sừng cồ 8 cụm nốt), rà mũi chuột vào 1 trong các cụm nốt, sao cho mũi chuột biến thành hình mũi tên 2 hướng ✛ ✢ ⤢ ⤡, giữ nút bên trái của chuột đồng thời kéo rê các cạnh (✛ ✢) hay góc (⤢ ⤡), khi buông ra, đồ thị sẽ theo kích thước chỉ định. Lưu ý khi thu nhỏ đồ thị, có thể gây ra một số thay đổi hoặc làm cho đồ thị méo mó.

- *Điều chỉnh kích cỡ bằng lịnh* : Nhắp chuột lên mặt của đồ thị (sừng cồ 8 cụm nốt), mở Ribbon Chart Tools Format, chỉ định số đo ngang và dọc trong nhóm Size.

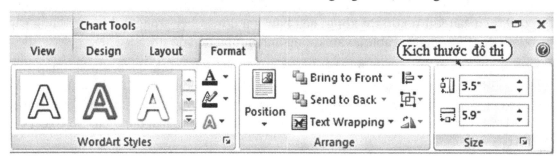

- *Muốn sao chép đồ thị* : Chọn đồ thị, bấm Ctrl-C, đến vị trí khác, bấm Ctrl-V.

- *Hủy bỏ đồ thị* : Chọn đồ thị cho xuất hiện 8 cụm nốt xung quanh, bấm Delete.

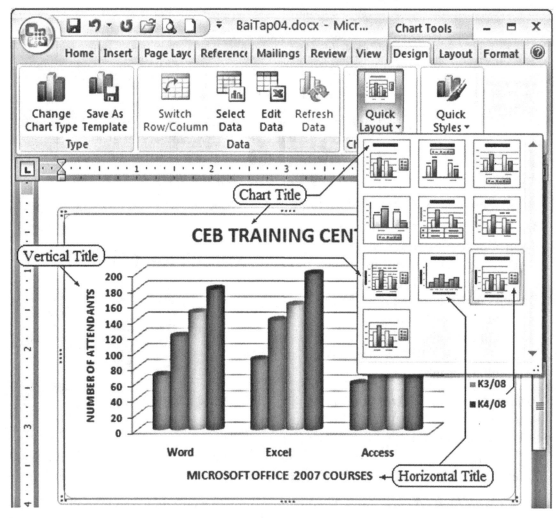

- ***Muốn thêm tiêu đề*** : Gọi Chart Tools Design – Chart Layout (hoặc Quick Layout), và chọn một kiểu bài trí tùy thích trong số 10 kiểu gợi ý. Tùy kiểu Layout được chọn, sẽ có hay không có dành cỗ cho Chart Title (tiêu đề phía trên), Vertical Title (tựa đề dọc bên trái), Horizontal Title (phụ đề ở dưới) và Legend (Chú giải) bên cạnh. Ví dụ trên chọn Chart Layout số 9 nên có đủ. Bạn nhắp chuột vào khung dành chỗ của các Title, gõ tựa đề theo ý bạn.

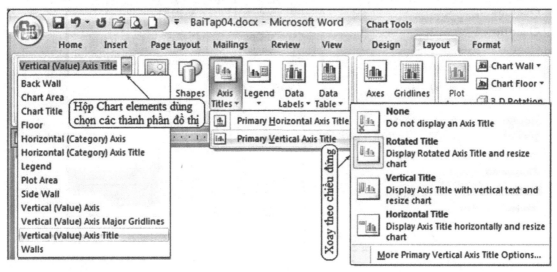

- Lưu ý : Muốn bố trí con chữ trong Vertical Title theo chiều đứng như trên, bạn gọi Chart Tools Layout – Axis Title – Primary Vertical Axis Title, chọn Rotated Title.

- ***Muốn hiệu đính từng thành phần của đồ thị*** : Nhắp chọn thành phần muốn chỉnh sửa, nó sẽ sừng cổ lên với các nốt tròn xung quanh, rồi Right Click, mục Format của Menu di động sẽ nêu đúng cái thành phần vừa chọn, nếu được chọn tiếp, sẽ hiện hộp thoại Format, bạn chỉnh xong, OK. Nếu nhắp trên đồ thị khó chính xác, bạn có thể chọn thành phần đó trong hộp Chart Elements của Tab Layout.

★ Giả sử bạn muốn đưa phần Legend xuống dưới thay vì bên phải của đồ thị : Chọn đồ thị, trên Chart Tool Format nhắp hộp Chart Elements để chọn Legend, xong nhắp nút Format Selection mở hộp thoại Format Legend (thao tác nầy tương đương nhắp chọn khung Legend trên đồ thị rồi Right Click và chọn Format Legend). Mục Legend Options chọn ⊙ Bottom. Muốn trình bày thêm thì bạn thử Fill để tô màu v.v… xong Close. Việc Format cho các thành phần của đồ thị rất đa dạng và phong phú, nếu có thời gian, bạn hãy dạo xem, trong sách nầy không tiện nêu đầy đủ.

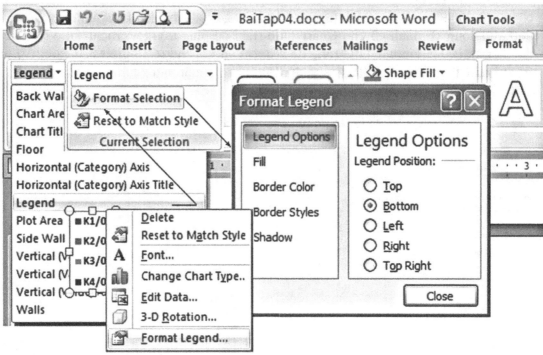

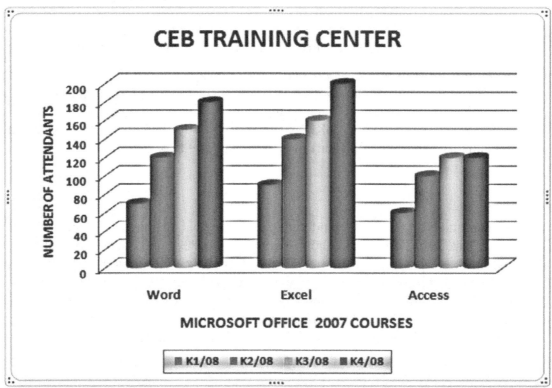

★ Tô màu cho bức tường : Từ hộp Chart Elements chọn Walls, Format Selection, Fill, Gradient Fill, Preset colors chọn Rainbow II (ví dụ), các mục khác bạn tự khám phá, xong Close.

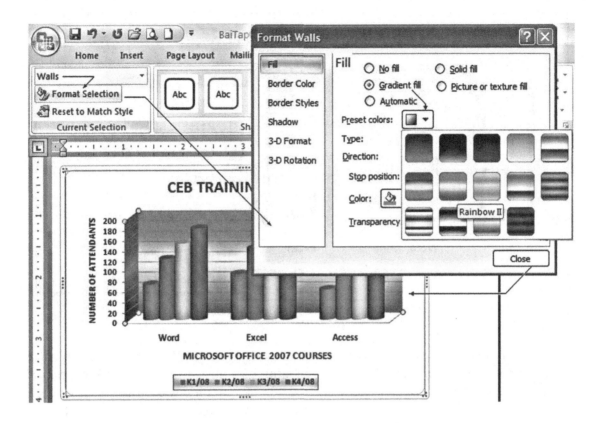

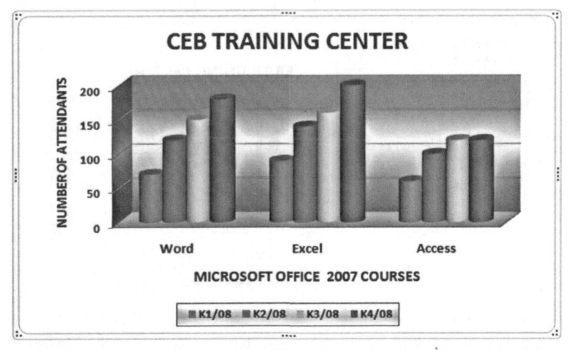

★ Bạn hãy từ hộp Chart Elements chọn Floor, Format Selection rồi lát cái sàn nhà sao cho nó sáng sủa một chút. Hình trên chỉ là một gợi ý.

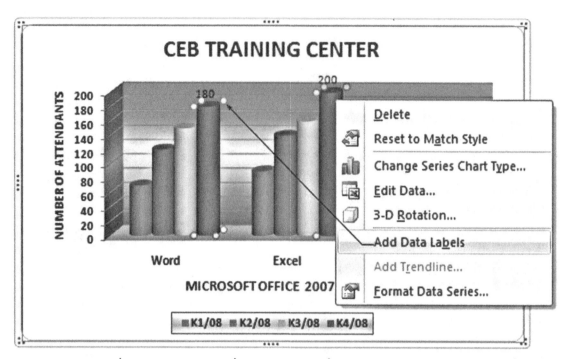

★ Ghi thêm trị số : Giả sử bạn muốn ghi các trị số trên đỉnh cột của K4/08, nhắp chuột lên cột bất kỳ của Serie nầy (cả 3 cột đều sừng cồ), nhấn Right Click, rồi chọn Add Data Labels. Mỗi lần chỉ chọn được 1 Serie nên nếu muốn đầy đủ, thao tác 4 lần. Khi một Serie đã được Add Data Labels, thì mục lịnh đó trở thành Format Data Labels giúp bạn có thể chọn kiểu chữ, cỡ chữ, màu chữ v.v... cho các Label đó. Nếu không muốn nữa thì lịnh Delete trong Menu nầy sẽ gỡ bỏ Data Labels.

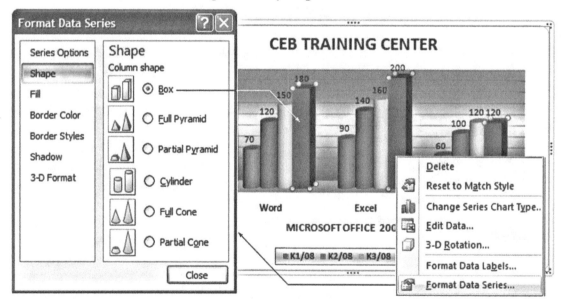

★ Thay đổi hình dạng biểu thị : Gỉa sử bạn muốn biểu diễn K4/08 bằng hình hộp thay vì hình trụ, chọn Serie nầy, Right Click, Format Data Series, vào mục Shape, chọn Box thay vì Cylinder.

Nói chung quy trình liệu đính đồ thị hết sức phong phú mà chính chúng tôi cũng chưa thử hết các ngõ ngách. Hơn nữa vì chín người mười ý nên rất khó trình bày theo dạng bài viết trong giáo trình, bạn chỉ cần thao tác vài lần và tự tìm hiểu rồi mọi sự sẽ rõ ràng trước mắt bạn.

Trình bày một đồ thị có một tỷ ngõ ngách, thượng vàng hạ cám, không thể nào nê u hết được. Bạn chỉ thực hành vài lần theo gợi ý, còn lại khi có thì giờ, bạn sẽ lang thang vào các xóm vắng để tìm hiểu cho riêng mình.

Hãy lưu trữ bài với tên BaiTap06.docx.

THỰC HÀNH

ĐỒ THỊ HÌNH PIE - CÓ TIÊU ĐỀ

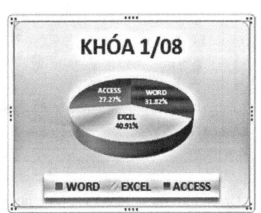

- Số liệu cần diễn đạt : Người ta muốn thể hiện cơ cấu sỉ số học viên của khóa K1/08 gồm Word 70, Excel 90, Access 60 bằng kiểu đồ thị hình bánh 3-D Pie, với tiêu đề Chart Title như hình bên ạnh kèm ghi chú Data Label có thêm tỷ lệ %.

- Gọi Insert – Chart để mở hộp thoại, chọn kiểu Pie in 3-D và OK

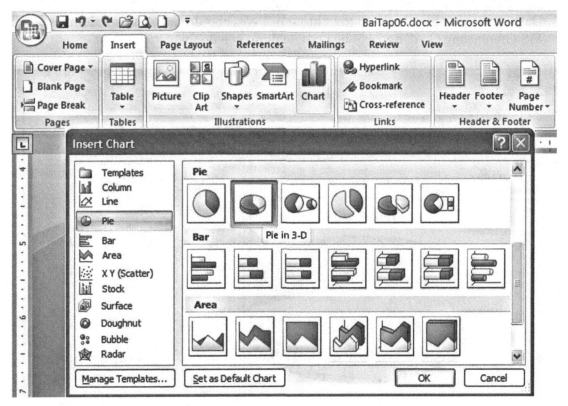

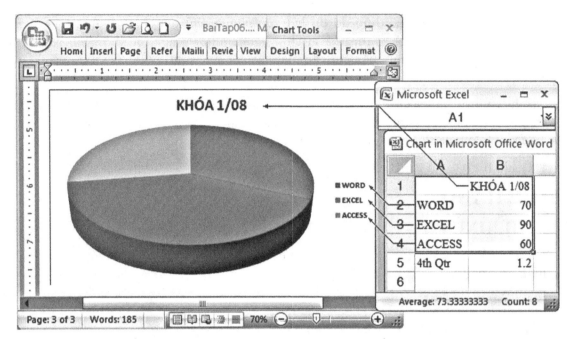

- Graph mở cửa sổ Excel với Data range gợi ý là doanh số bán trong 4 qúy (5 hàng x 2 cột), bạn rê nút chỉnh lại Data range chỉ 4 hàng x 2 cột và nhập số liệu vào như trên (dòng thứ 5 xoá đi cũng được hoặc để vậy cũng không sao). Đồ thị hình Pie nhận Data range với nhiều hàng nhưng chỉ gồm 2 cột, cho dù quy định số cột nhiều hơn, MS Graph cũng chỉ dùng 2 cột bên trái để dựng nên đồ thị.

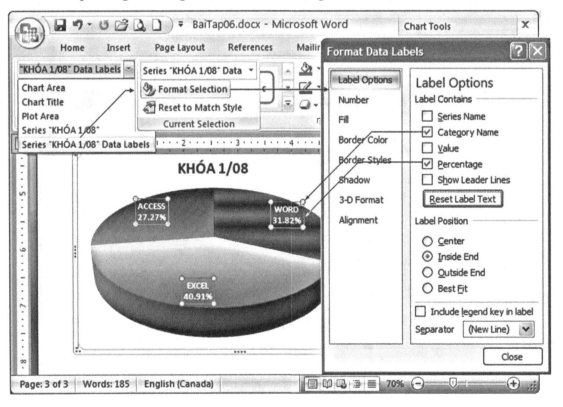

- Để thể hiện tên lớp và tỷ lệ % : trong khung Chart Elements chọn Series Data Labels rồi nhắp Format Selection, mục Label Options đánh dấu chọn cho ⊙ Category Name và ⊙ Percentage, mục Label Position chọn ⊙ Inside End hoặc ⊙ Center.

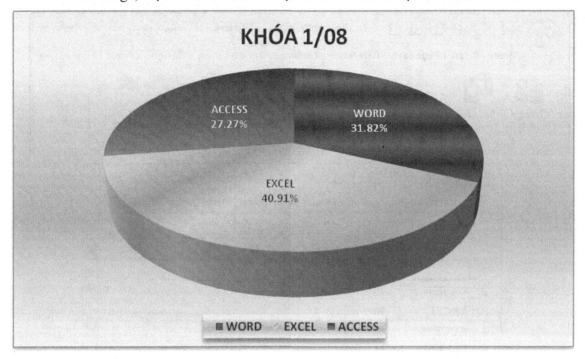

- Muốn định dạng riêng phần biểu diễn của Word : Gọi Chart Tools Format, trong khung Chart Element chọn Serie (cả 3 miếng bánh đều sừng cồ), bạn nhắp chuột lên phần Word (chỉ còn 1 miếng Word sừng cồ), rồi nhắp Format Selection, quy định Fill là ⊙ Gradient, chọn thêm Preset colors kiểu Sapphire.

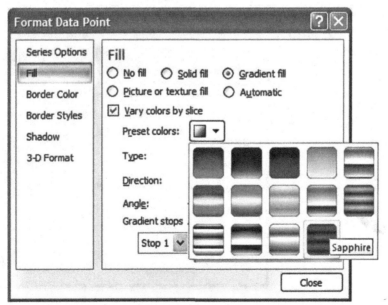

- Bạn định dạng tiếp cho 2 phần bánh của Excel và Access, đặt Legend xuống dưới thay bì bên phải, và tô màu cho Chart Area như trên.

- Muốn thêm 2 lớp FoxPro và Basic vào đồ thị : Chọn đồ thị, mở Ribbon Chart Tools Design, nhắp biểu tượng Edit Data sẽ mở lại cửa sổ Excel, bạn chỉnh lại Data range với 6 hàng x 2 cột và nhập liệu như dưới.

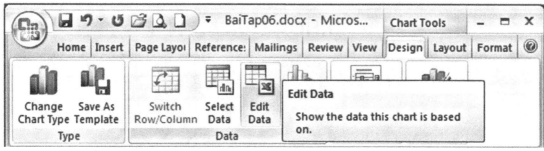

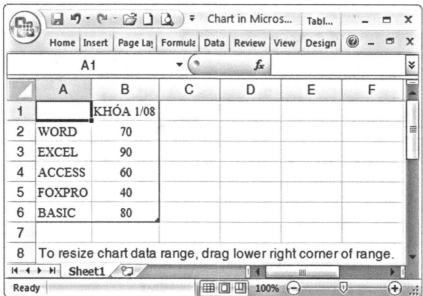

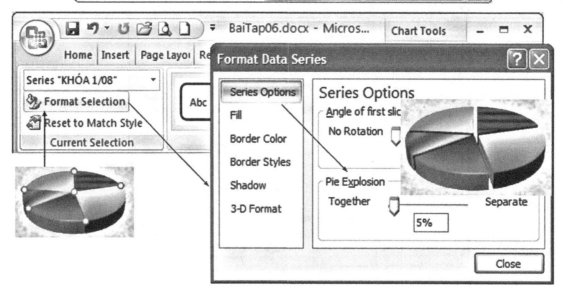

- Từ Chart Tools Format chọn Chart Element là Series, rồi Format Selection, trong Series Options chọn Pie Explosion 5% để có khoảng hở giữa các miếng bánh.

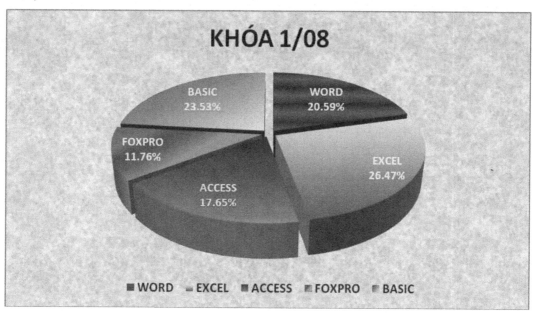

ĐỒ THỊ LINE - CÓ TIÊU ĐỀ

Sau đây là bảng giá vàng biến thiên trong tuần :

Sun	Mon	Tue	Wed	Thu	Fri	Sat
4.8	4.75	4.78	4.9	4.95	4.98	4.92

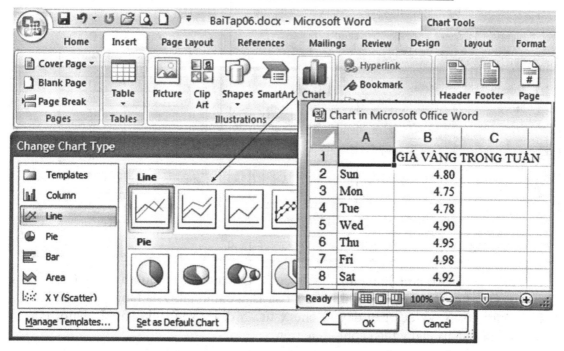

- Với hình gợi ý trên đây, bạn tự xoay xở sao đó tùy bạn để cho ra đồ thị như sau.

ĐƯỜNG BIỂU DIỄN $\boxed{y = 2x^2 - x + 5}$

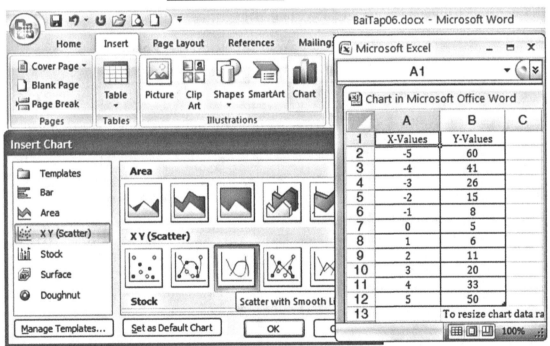

- Gọi Insert – Chart mở hộp thoại, chọn kiểu X Y Scatter with mooth line – OK. Trong cửa sổ Excel có bảng gợi ý với 4 hàng 2 cột. Bạn chỉnh lại Data range gồm 12 hàng 2 cột. Dưới cột X-Values gán dãy số cho x từ -5 đến +5 với gia số +1. Dưới cột Y-Value tính sẵn trị cho y theo công thức trên.

X	-5	-4	-3	-2	-1	0	1	2	3	4	5
Y	60	41	26	15	8	5	6	11	20	33	50

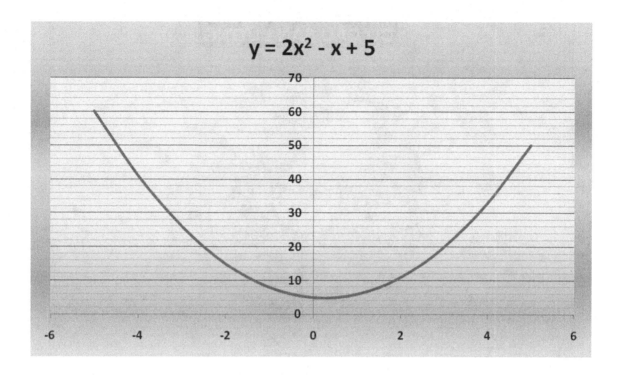

ĐỒ THỊ HÌNH BÁNH RÁN

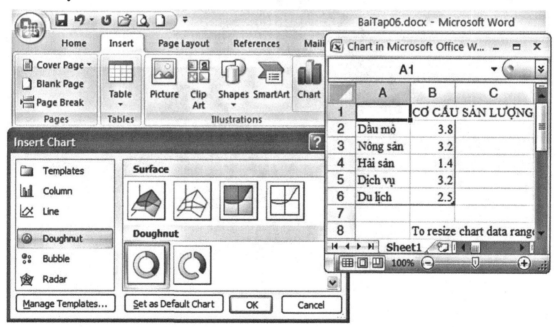

- Với các gợi ý trên, mời bạn tạo đồ thị hình Doughnut và trình bày theo ý bạn, các hình sau chỉ nhằm minh hoạ.

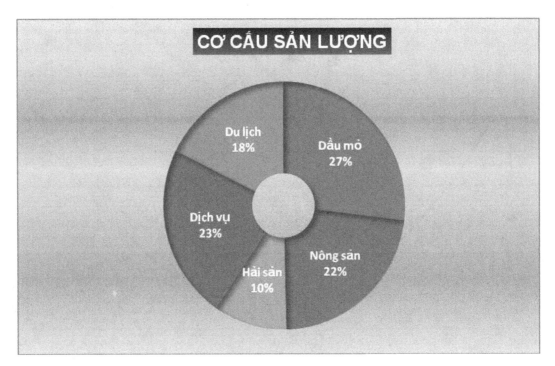

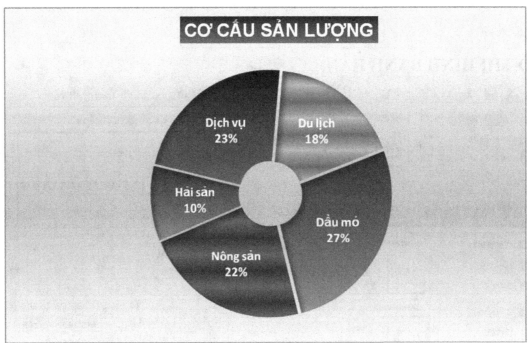

Bài Thực hành số 7

GHÉP HÌNH - TRANG TRÍ HÌNH

Ngoài công dụng chính là soạn thảo văn bản, trình bày tài liệu, Word cũng có thể xử lý được các tập tin đồ họa (Graphic Files), do đó, người sử dụng có thể đưa chèn thêm vào trong văn bản của mình các hình ảnh thích hợp, làm cho phong phú và đa dạng hơn những tài liệu mà trước nay vốn có tính máy móc khô khan. Với chức năng nầy, bạn dễ dàng trình bày các tài liệu mang tính thơ văn cũng như các mẫu dùng làm biểu tượng cho một tài liệu, một cơ sở hay một hãng xưởng theo ý riêng của mình mà không phải nhờ đến các họa sĩ tạo mẫu. Ngoài ra, nếu bạn là người có "hoa tay hoa chân", bạn có thể phối hợp giữa các phần mềm đồ họa (như PaintBrush, PhotoShop, CorelDraw chẳng hạn) với Word để tạo những hình minh họa hoặc các bức tranh thủy mạc độc đáo cho riêng tài liệu của mình, làm cho người khác, dù cố gắng, cũng rất khó có thể tạo ra một văn bản y chang sản phẩm của bạn.

CÁC DẠNG TẬP TIN ĐỒ HỌA

Trong các ứng dụng hiện nay, có rất nhiều phần mềm sản xuất ra hoặc chuẩn bị sẵn các tập tin hình ảnh (đồ họa) dùng vào mục đích cụ thể của chính phần mềm đó. Word giao du khá rộng nên có trang bị các bộ "Graphic Filter" dùng để du nhập các tập tin đồ họa của nhiều phần mềm khác nhau vào trong tài liệu của mình. Bảng sau đây cho thấy các loại tập tin hình ảnh mà Word có khả năng xử lý được.

*.bmp	Windows BitMaps	Có trong Windows và Word
*.emf	Windows Enhanced Metafile	?
*.clp	Clip Art	Có sẵn khi cài MS Office
*.drw	Micrografx Designer & Draw Plus	Sản phẩm của Micrografx
*.dxf	AutoCAD 2-D Format	Phần mềm Auto Cad
*.eps	Encapsulated PostScript	?
*.gif	Graphic Image File	?
*.hgl	HP Graphic Language	?
*.jpg	File Interchange Format	Tập tin Photo Shop
*.pcx	PC Paintbrush	Tập tin PrintShop Deluxe
*.pic	Lotus 1-2-3 & Quattro Graphics	Đồ thị của Quattro, Lotus
*.plt	AutoCAD Plotter Format	Phần mềm Auto Cad
*.tif	Tagged Image File Format	Tập tin quét từ Scanner
*.wmf	Windows Metafile	Có sẵn trong bộ Word
*.wpg	WordPerfect & DrawPerfect Graphic	Từ bộ Word Perfect
*.png	Protable Network Graphics	?

CÁC NGUỒN HÌNH ẢNH

HÌNH CÓ SẴN TRONG BỘ OFFICE & WINDOWS

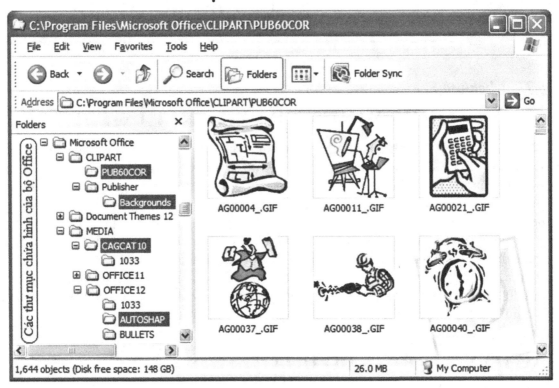

- Trong bộ Office có sẵn khá nhiều tập tin hình .gif, .jpg và .wmf, tập trung vào các thư mục Pub60cor, Backgrounds, Cagcat10, Autoshap … như hình trên, sẵn sàng cho bạn sử dụng, tuy nhiên các hình nầy thường thô ráp, không đẹp.

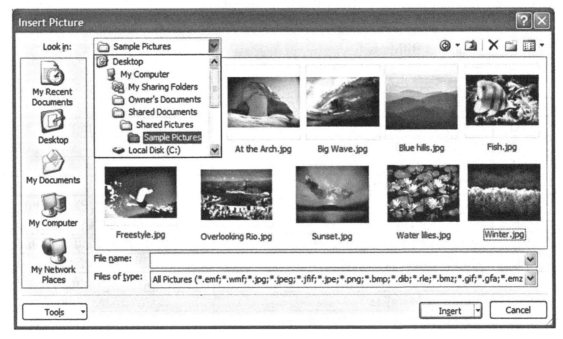

- Trong Windows cũng có sẵn một số hình .jpg, chất lượng tốt hơn, tập trung vào các thư mục Desktop\My Pictures và My Computer\...\Sample Pictures. Số lượng nhiều ít thay đổi tùy theo phiên bản của bộ Windows được cài.

HÌNH SƯU TẬP TỪ BÊN NGOÀI

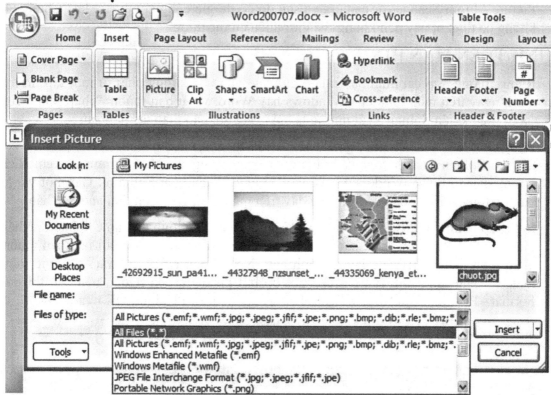

- Với một máy ảnh kỹ thuật số, bạn có thể chụp hình rồi lưu trữ vào máy tính, bạn cũng có thể download hình ảnh từ các Website về máy tính của mình, nói chung, tha hồ.

HÌNH NGƯỜI THẬT VIỆC THẬT

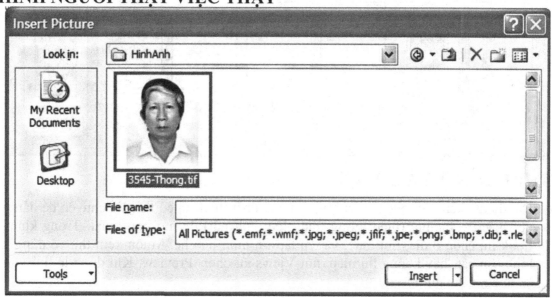

- Muốn là hình thật, bạn có thể dùng máy ảnh kỹ thuật số để chụp hình chân dung, hoặc dùng một tấm hình chụp, đưa cho cửa hàng dịch vụ nào có máy quét Scanner quét thành tập tin, ghi lên đĩa với tên tùy chọn (phần mở rộng thường là .tif hoặc .pcx).

- Nếu máy của bạn có gắn với một máy Scanner thì quét trực tiếp vào bằng lịnh Insert - Picture - From Scanner or camera và sau đó có thể gia công chỉnh sửa lại. Chúng tôi không có thiết bị nầy nên không thể giới thiệu cụ thể được.

HÌNH TRÊN MÀN HÌNH

Riêng trường hợp cái hình bạn muốn đưa vào văn bản không phải từ một tập tin mà lại chính ngay trên màn hình của Windows hay Word, ví dụ bạn muốn "chụp hình" cửa sổ của trò tiêu khiển Solitaire với những lá bài trong đó, bạn thao tác như sau :

- Đang từ Word, bấm Ctrl-Esc gọi Start - All Programs, chọn nhánh Games hoặc nhánh nào có Solitaire (hình trên là Solitaire ở ngay trong nhánh Programs - xem sách hướng dẫn sử dụng Window XP về vấn đề nầy). Kích hoạt Solitaire. Giở một vài lá bài tùy thích. Giả sử bạn có hình sau đây trên màn hình và muốn đưa vào văn bản.

- Bấm cặp phím Alt+PrtScrn, Windows sẽ chứa cửa sổ có hình đó vào Clipboard. Nhắp biểu tượng Word trên Task bar trở về Word. Đưa điểm chèn đến nơi nào bạn muốn ghép hình, bấm Ctrl-V để lấy lại hình nầy. Nếu không có gì tục trặc, sẽ được một mặt bàn như hình sau, bạn chỉ cần gọt bỏ bớt phần rìa bên ngoài, nếu cần thì gọi Format - Picture, chọn Size và Scale 100% cho Width và Height, OK nữa là OK !

GHÉP HÌNH VÀO VĂN BẢN

- Đặt điểm chèn nơi muốn chèn hình (không nhất thiết, vì có thể dời chuyển dễ dàng), gọi Insert – Picture (biểu tượng trăng lên đỉnh núi) để mở hộp thoại. Trong khung Look in, chọn ổ đĩa, thư mục, và tên tập tin hình liên hệ. Muốn xem thử có đúng là hình bạn cần hay không thì nhắp nút Views rồi chọn Preview. Khi đúng là hình cần sử dụng, nhấn nút Insert.

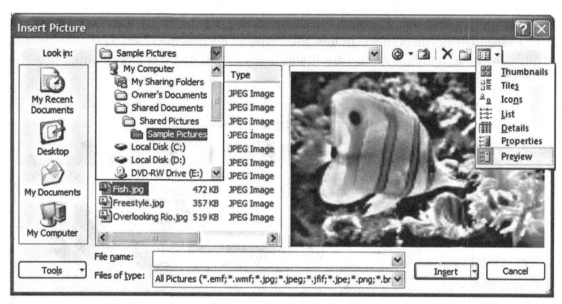

THỰC HÀNH 1

- Hãy gõ đoạn tin sau đây (chưa có quả bóng, phần trình bày bạn tự giải quyết) :

Thủ môn Soulivanh và hàng thủ Lào đưa đội Việt Nam vào bán kết

18 giờ 30 phút ngày 14/10/97, trên sân Senayan, mặc dù không còn hy vọng gì vào bán kết, nhưng các tuyển thủ Lào đã chơi một trận thật tuyệt vời. Họ lăn xả vào chân các cầu thủ Malaysia trong các pha tranh bóng và luôn tìm cơ hội phản công. Chiếc vé vào bán kết của Việt Nam tùy thuộc vào đôi chân của các tuyển thủ Lào.

Suốt hiệp một, các chân sút Aznan (19), Idris (16) bỏ lỡ nhiều cơ hội ghi bàn, trong khi đó, thủ môn Soulivanh Xeunvilay (1) tỏ ra vô cùng xuất sắc khi cản phá nhiều cú sút hiểm hóc của đối phương.

Vào hiệp hai, đội Lào tổ chức phòng thủ chặt chẽ hơn. Họ chú ý nơi trung lộ, vô hiệu các đường bóng đột phá của tiền đạo Malaysia. Thế trận cân bằng gần trọn hiệp nhì và thủ môn Soulivanh vẫn là người hùng của đội tuyển Lào. Giữa lúc chúng tôi chỉ cần đội Lào thủ hòa và trận đấu kết thúc ngay lập tức thì tuyển thủ Keolakhon Chanipohne (13) trong đường phản công nhanh nơi cánh phải đã tung cú sút như tên bắn ở cự ly gần 25 mét, thủ môn Khairul Azman cuốn người về phía sau, nhưng chỉ kịp chạm nhẹ vào quả bóng, bật cột dọc nơi cánh phải, đi luôn vào lưới. Bàn thắng làm vỡ tung cầu trường, làm chết lặng các cổ động viên và cầu thủ Malaysia và làm ngây ngất hàng trăm cổ động viên Lào và Việt Nam có mặt trên sân. Bàn thắng dập tắt mọi nổ lực của Malaysia và chính thức đưa Việt Nam vào bán kết.

K.P (Fax từ Jakarta)

- Trên ổ đĩa C: thư mục Program Files\Microsoft Office\ClipArt\Pub60cor đang chứa khá nhiều tập tin thuộc họ Window MetaFile, ví dụ tập tin có tên SL01040_.wmf là hình quả bóng đá như sau, nay bạn muốn đưa vào văn bản của bạn để minh họa cho bài viết về đề tài nầy.

- Đặt điểm chèn ở đâu đó trong bài, gọi lịnh Insert – Picture mở hộp thoại, chọn ổ đĩa, thư mục, tên tập như gợi ý trong hình, nhấn nút Insert.

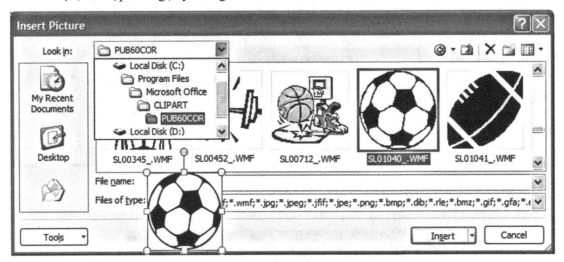

- Nhấp chuột chọn hình (thấy 8 núm xung quanh và một khoen treo), nhấn giữ nút trái của chuột trong khi rê thả vào khoảng giữa của bài. Bạn sẽ thấy chữ nghĩa dạt ra xung quanh nhường chỗ cho Keolakhon sút vào lưới !

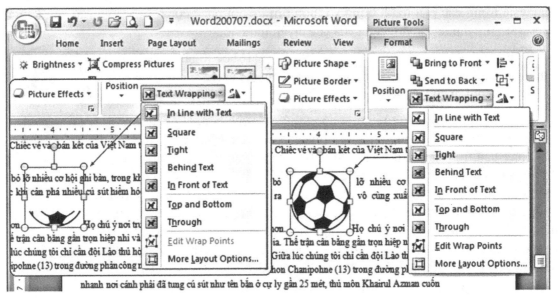

- Nếu chữ nghĩa không chịu tránh ra, đó là do thuộc tính Text Wrapping đang là In Line with Text, lúc ấy trên Ribbon tự động xuất hiện Tab Picture Tools Format, trong nhóm Arrange bạn nhấp nút Text Wrapping rồi chọn Tight.

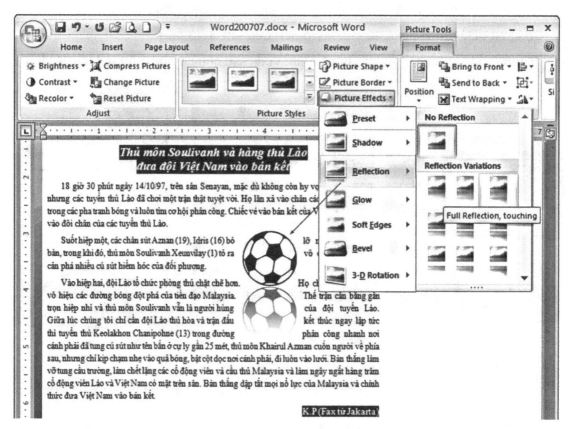

- Chọn quả bóng, gọi Format – Picture Effects – Reflection – Full touching ta sẽ có hình phản chiếu. Hãy lưu trữ bài của bạn với tên Baitap07.docx.

CÁC CÔNG CỤ PICTURE TOOLS FORMAT

Khi 1 đối tượng là Picture được chọn, Word tự động đưa ra Picture Tools Format vào Ribbon, gồm các biểu tượng như trên, với :

- Recolor : Cách tô màu

Automatic   Gray Scale   Black & White   Washout

- Brightness : Quy định độ sáng, từ +40% (sáng chói) đến -40% (âm u)

- Contrast : Độ tương phản, từ +40% (rõ nét) đến -40% (lờ mờ)

- Picture Style : Cách trang trí khung hình, ví dụ sau cùng 1 hình nhưng khác Style :

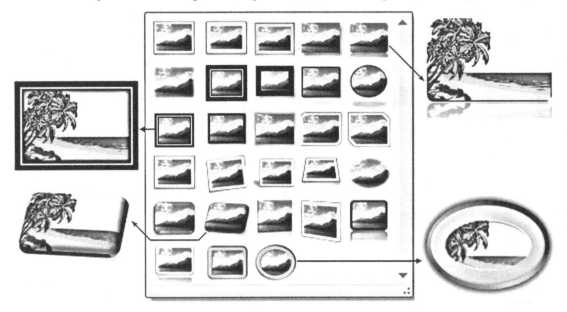

- Picture Shape : Chọn dạng khung hình, ví dụ sau cùng 1 hình nhưng khác Shape

- Picture Effects : Các hiệu ứng xoay, lật, lồi, lõm … ví dụ sau cùng 1 hình nhưng khác Effects

- Positon : Vị trí đặt hình so với trang
- Rotate : Xoay hình

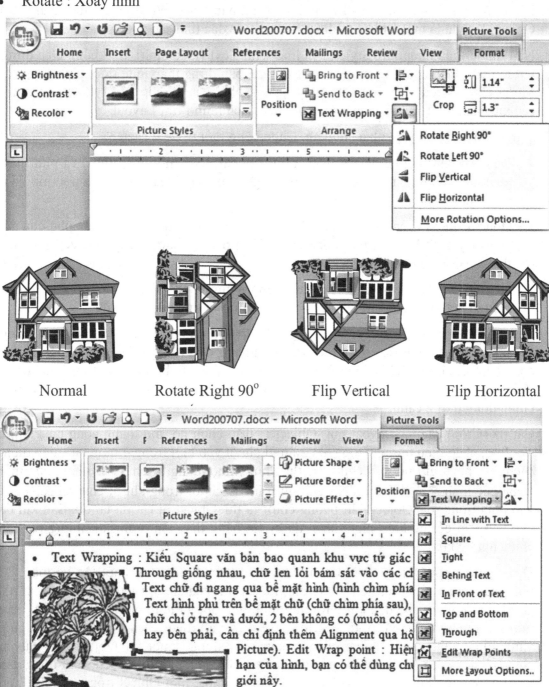

Normal   Rotate Right 90°   Flip Vertical   Flip Horizontal

- Text Wrapping : Square văn bản bao quanh tứ giác vuông, Tight và Through giống nhau, chữ bám sát vào hình, Behind Text chữ đi ngang qua bề mặt hình (hình chìm phía sau), In front of Text hình phủ trên bề mặt chữ (chữ chìm phía sau), Top and Bottom chữ chỉ ở trên và dưới, 2 bên không có. Edit Wrap points : Hiện rõ các nét giới hạn của hình, bạn có thể dùng chuột chỉnh lại biên giới nầy.

VIỆC CƯ XỬ VỚI PICTURE

☞ Sau khi kết thúc việc Insert - Picture, hình của bạn được Word xử lý dưới dạng một Object. Khi đã là một Object thì luôn luôn có các đặc tính sau :

✍ Nếu thuộc tính Wrapping Style là In line with Text (mặc định), thì không chịu đứng lẫn lộn với phần chữ do chúng ta gõ vào (văn bản đứng thấp lè tè dưới chân Object). Muốn cho nó hòa nhập với chữ xung quanh, phải gán Wrapping Style là một trong các kiểu còn lại, và phải chọn màn hình theo cách nhìn Print Layout.

✍ Trước khi xử lý Object, phải chọn nó. Chọn bằng một trong 2 cách :

- Rà chuột lên bề mặt nó và nhắp. Lưu ý là chỉ nhắp một nhắp thôi, và phải thấy xuất hiện 8 núm nhỏ tại 4 góc và tại trung điểm 4 cạnh và một khoen treo mới là ở vị thế được chọn.

- Hoặc để điểm chèn sát bên nó (trái hoặc phải), giữ phím Shift và quét phủ qua nó, nếu thấy xuất hiện 8 núm như trên là đúng đã chọn được riêng Object nầy, nếu thấy nó đổi màu đen thui là không đúng.

- Nếu nhắp 2 lần (Double click) thì không những chọn mà còn đưa nó vào vị thế hiệu đính (chỉnh sửa), Word sẽ mở Ribbon tương ứng để chỉnh sửa.

✍ Tăng giảm kích cỡ (Resize) một Object : Nhắp chọn nó, rà mũi chuột vào một trong các núm, cho đến khi thấy xuất hiện dấu mũi tên 2 đầu (↕ ↔ ↙ ↘), nhấn giữ nút trái của chuột trong khi điều chỉnh rộng hẹp lớn bé tùy ý, khi buông chuột ra thì cố định. Dấu hiệu ↕ hoặc ↔ chỉ điều chỉnh một chiều ngang hay dọc, dấu ↙ hoặc ↘ điều chỉnh đồng thời 2 cạnh.

✍ Cắt tỉa (Crop) các mép ngoài một Object : Nhắp chọn nó, mở thanh công cụ Picture Toolbar, nhắp biểu tượng Crop (⌗), rà mũi chuột vào một trong 4 núm tại trung điểm các cạnh, nhấn giữ nút trái chuột, sẽ thấy mũi chuột đang từ hình ⌗ biến thành một trong các hình ├ ┬ ┤ ┴ thì nhấn giữ nút trái của chuột trong khi di chuyển các cạnh vào phía trong của Object, khi buông chuột ra thì Object bị cắt tỉa tại đó. Sau khi đã cắt, bạn vẫn có thể khôi phục phần đã bị cắt bằng thao tác tương tự nhưng rê theo chiều ngược lại.

✍ Dời chuyển một Object : Nhắp chọn cho xuất hiện 8 núm, rà chuột lên bề mặt nó, phải thấy chuột hình mũi tên ↖ . Nhấn giữ nút trái của chuột (nhưng đừng có nhắp), chờ lâu một chút, cho đến khi dưới đuôi mũi tên mọc ra hình một phong thư ↖□, bấy giờ mới rê chuột qua vị trí khác. Khi rê, sẽ thấy một điểm chèn hình lấm chấm lằng vảng trước mũi chuột. Điểm chèn ở đâu mà buông chuột ra, Object sẽ "thuyên chuyển" ngay đến đó, kể cả thả nó vào trong Cell của một Table (Cell sẽ tự động dãn ra để nuốt gọn Object). Với cách nầy, chúng ta "nhốt" một Object trong một Cell, gõ văn bản vào những Cell bên cạnh. Nhà ai nấy ở không phiền gì nhau.

- Nếu có Layout khác : Khi rà chuột lên bề mặt sẽ thấy xuất hiện mũi tên 4 cánh ✥, nhấn giữ nút trái của chuột, rê đến vị trí tùy chọn, khi rê, thấy khung chữ nhật chạy theo, buông chuột ra, Object ở yên tại đó, phần văn bản tại chỗ sẽ tránh ra xung quanh.

☞ <u>Nhân bản một Object</u> : Tùy theo Object đó có đặc tính Layout như thế nào.

• Nếu Wrapping Style là In line with text (mặc định, núm chọn đặc ruột) : Phải dùng chiêu cổ điển : chọn Object, Ctrl-C, nhắp ra vị trí khác, Ctrl-V.

• Nếu Wrapping Style khác, dùng chiêu nhân bản vô tính : Chọn Object (sừng cồ), khi rà chuột lên bề mặt sẽ thấy xuất hiện mũi tên 4 cánh ✥, nhấn giữ phím Ctrl, chuột sẽ biến thành hình dấu cộng rất mảnh, giữ nút trái chuột đồng thời rê xích ra, sẽ được thêm Object khác, y chang như 2 giọt nước, như Tề Thiên làm phép phân thân vậy.

THỰC HÀNH 2

Hãy nhập bài văn "Tôi đi học " sau đây của tác giả Thanh Tịnh , chỉ nhập nội dung bình thường như phía dưới, phần ghép hình sẽ giải quyết sau.

TÔI ĐI HỌC

Hàng năm, ứ vào cuối thu, lá ngoài đường rụng nhiều, và trên không có những đám mây bàng bạc, lòng tôi lại nao nức những kỷ niệm miên man của buổi tựu trường.

Tôi quên thế nào buổi mai hôm ấy, một đầy sương thu và giá tôi âu ếm nắm dẫn đi trên dài vàẹp.h được buổi mai lạnh, mẹ lấy tay tôi con đường làng Con đường nầy tôi đã quen đi lại lắm lần, nhưng lần nầy tự nhiên thấy lạ. Cảnh vật xung quanh tôi như đều thay đổi, vì chính trong lòng tôi đang có sự thay đổi lớn : hôm nay tôi đi học.

Thanh Tịnh

• Chèn hình vào bài văn : Gọi Insert – Picture, chọn tập tin JO160590.wmf trong thư mục Microsoft Office\ClipArt\Pub60Cor và Insert, được bức tranh "Đường quê". Gọi tiếp Insert – Picture và chọn tập tin PE00014.wmf cũng trong thư mục trên, và Insert, được hình cậu bé đọc sách.

• Chọn từng hình một, gán thuộc tính Text Wrapping là Tight. Rê hình đặt vào vị trí gần như trên.

THỰC HÀNH 3

THE SMUGGLER

Sam Lewis was a custom officer. He used to work in a small border town. It wasn't a busy town and there wasn't much work. The road was usually very quiet and there weren't many travellers. About once a week, he used to met an old man. His name was Draper. He always used to arrive at the border early in the morning in a big truck. The truck was always empty. After a while Sam became suspicious. He often used to search the truck, but he never found anything. One day he asked Draper about his job. Draper laughed and said, "I am a smuggler".

Last year Sam retired. He spent his savings on an expensive holiday. He flew to Bermuda, and stayed in a luxury hotel. One day, he was sitting by the pool and opposite him he saw Draper drinking champagne. Sam walk over to him.

- Hello, there !

- Hi !

- Do you remember me ?

- Yes … Of course I do. You're a customer officer.

- I used to be, but I'm not any more. I retired last month. I often used to search your truck.

- … but you never found anything !

- No, I didn't. Can I ask you something ?

- Of course you can.

- Were you a smuggler ?

- Of course I was.

- But … the truck was always empty. What were you smuggling ?

- Trucks !

Computer for EveryBody
TIN HỌC CHO MỌI NGƯỜI

Bài Thực hành số 8

KHUÔN MẪU VẼ VÀ HỘP VĂN BẢN
(DRAWING SHAPES & TEXT BOX)

Trong bài này, chúng ta tiếp cận với một tuyệt chiêu của Word là Drawing Shape Object, một phương tiện thuận lợi để làm minh họa cho tài liệu. Nếu bạn có hoa tay hoặc hoa chân gì đó, bằng các công cụ Drawing, bạn có thể sáng tác những hình vẽ để bổ khuyết cho bài viết của mình. Kết hợp các công cụ vẽ với chức năng xử lý hình ảnh của Word, với những hình chụp có sẵn, sau khi Scan thành tập tin, bạn đưa vào văn bản và ra tay điểm xuyết thêm vài nét chấm phá, tạo thành một phong cách riêng của bạn mà người khác không thể thực hiện được.

VỀ CÁC GRAPHIC OBJECTS

Ở các bài trước, chúng ta đã tiếp xúc với đối tượng đồ thị (Chart Object), và làm quen với loại đối tượng hình ảnh (Picture Object), còn trong bài nầy, là đối tượng vẽ (Drawing Object) và sơ đồ. Tất cả chúng đều là Graphic Object, có một số lớn đặc tính giống nhau, nhưng cũng có tiểu tiết rất khác nhau :

- Chart Object có mục đích rõ ràng là để tạo các đồ thị nhằm diễn đạt nội dung số liệu, không nhằm trang trí văn bản như Picture và Drawing.

- Picture Object thường dùng để chèn các hình ảnh có sẵn do Scan từ hình thật vào, hoặc từ máy ảnh kỹ thuật số, hoặc do các ứng dụng khác tạo ra.

- Drawing Shape Object cũng do chính tay của người soạn thảo thực hiện trên văn bản bằng những công cụ chuyên dùng trên Ribbon Drawing Tools Format. Các Drawing Object luôn luôn có đặc tính Wrapping. Trên thực tế, người ta thường dùng các Drawing Object để điểm xuyết (ghi chú hay minh họa thêm) cho các Object loại Picture và Chart nói trên, nếu chúng chưa được rõ nghĩa.

- Lần đầu tiên muốn tạo bất kỳ Object nào trong số các loại Graphic Object (vừa kể như Chart, Picture, Drawing Shape, và sau nầy, SmartArt và WordArt) đều khởi đi từ Tab lịnh Insert trên Ribbon. Khi Object đã được tạo ra và ở tư thế được chọn, thì Tab lịnh chuyên dùng liên hệ mới được đưa lên Ribbon.

- Việc nầy cũng đúng đối với các bảng biểu (Table), do vậy, nếu một Graphic Object nằm bên trong một Table Cell, thì khi Object được chọn, trên Ribbon đồng thời xuất hiện các Tab chuyên dùng cho Object đó bên cạnh các Tab của Table Tools.

CÁC CÔNG CỤ DRAWING TOOLS FORMAT

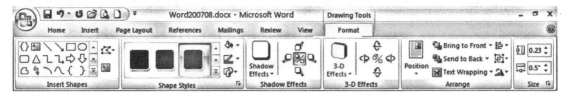

- Mỗi khi một Drawing Object được chọn, Word tự động bày ra trên Ribbon một Tab Drawing Tools Format, và việc chỉnh sửa đều thông qua các công cụ trong Tab nầy, gồm một số công cụ chuyên dùng cho Drawing Shape Object, và một số công cụ định dạng khác giống như của Picture Tools Format.

- Loại Object nầy có đặc tính linh hoạt, luôn có mang thuộc tính Wrapping Style là ☒ Tight, nên bạn dễ trình bày hơn, kéo rê và thả vào chỗ nào cũng được, có thể cho nhiều Object phủ lấp lên nhau, có thể kết nhóm (Group), rã nhóm (Ungroup), có thể chỉ định nổi lên, chìm xuống ... Tuy nhiên chúng rất kỵ chế độ Draft View, hễ chuyển màn hình sang chế độ nầy thì các Drawing Objects đều trốn mất (chỉ trốn trên màn hình thôi, khi in ra thì vẫn có).

SỬ DỤNG DRAWING SHAPES

Chúng ta thử trình bày hai đề toán và một bản đồ ruộng đất như sau :

① Một thửa đất hình tam giác ABC có cạnh BC là X mét, chiều cao AH là Y mét.

Người ta muốn trồng cỏ phủ kín diện tích, với chi phí : Cỏ N đồng/m^2, chuyên chở M đồng/tấn/câysố, hao hụt K%. Biết rằng mỗi m^2 cỏ nặng P kg, và nơi cung cấp cách L cây số. Tính chi phí cần có để mua và chuyên chở cỏ

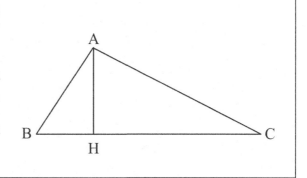

② Một bồn chứa dầu hình ống, đường kính K mét, đang chứa dầu. Từ nắp bồn trở xuống đến mực dầu là H mét. Hãy tính dung tích lượng dầu đang có trong bồn, biết rằng chiều dài của bồn chứa là L mét và bồn đang đặt trên một mặt phẳng.

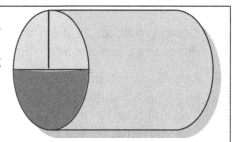

③ Sau đây là một bản đồ giải thửa của lô đất số 123, đông tây tiếp giáp các địa danh Rạch Cát, Suối Dầu gì đó. Chỉ dùng để minh họa bài học mà thôi, chả biết trên cõi đời nầy có một lô đất như vậy hay không, nếu quý độc giả là hoạ viên ngành quản lý ruộng đất thì xin tha thứ cho những chi tiết không đúng ngành nghề chuyên môn của quý vị.

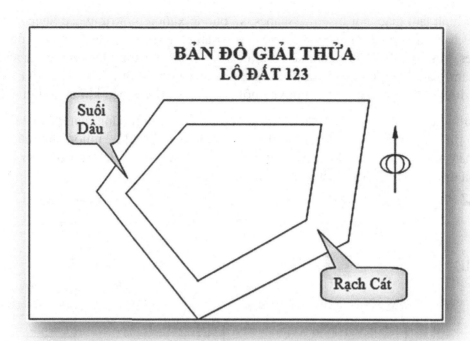

- Có lẽ cái mà bạn quan tâm là làm thế nào để thực hiện việc đó, chứ ba cái hình nầy thì đẹp đẽ gì và nhằm nhò gì mà khoe ? Vâng chính cái đó là trọng tâm của bài học nầy. Quy trình đề nghị cho từng câu có thể như sau, mặc dù bạn có thể vận dụng những cách khác, tuy nhiên phần gợi ý dưới đây có lẽ là đơn giản cho những bạn mới làm quen với Word.

THỰC HÀNH 1

Câu ① : Nhập đề bài toán như bình thường, chưa có hình tam giác minh họa.

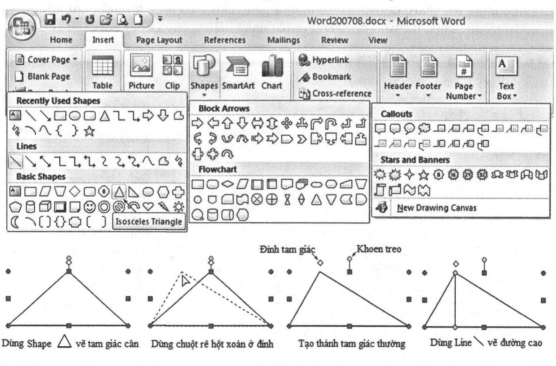

- Để vẽ hình tam giác, gọi Insert – Shapes, sẽ buông xuống một rừng các Shape xếp theo nhóm, bạn nhắp chọn biểu tượng Isosceles Triangle (tam giác cân) trong nhóm Basic Shapes, khi đưa chuột ra ngoài sẽ có hình dấu +, giữ nút trái chuột và vạch nên hình một tam giác cân (nếu nhấn Shift thì tam giác đều), với một khoen treo tròn xanh và vị trí đỉnh hình hột xoàn. Rà chuột vào hột xoàn rê xích qua nếu không muốn cân.

- Vẽ đường cao : Gọi Insert – Shapes, chọn công cụ \, chuột cũng mang dấu +, đặt dấu + vào đỉnh tam giác, nhấn giữ nút trái trong khi kéo xuống đáy, muốn cho thẳng đứng thì nhấn phím Shift. Nếu không khít mí nhau, nhắp vào nét Line (có 2 nốt ở hai đầu) rồi tha đi bằng chuột hoặc bằng các phím mũi tên.

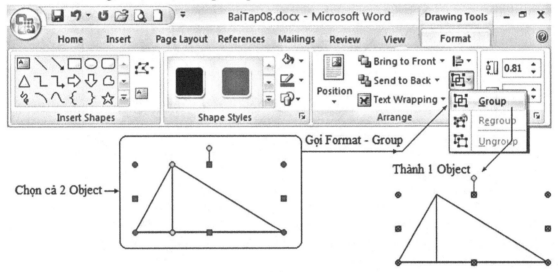

- Hiện ta có một Line Object (đường cao) và một Triangle Object, đang riêng biệt, nên nếu di chuyển tam giác thì đường cao không di chuyển theo nên … trớt quớt. Hãy kết nhóm chúng lại thành 1 Object : Rà chuột lên đường cao, chuột có hình ✛ và nhắp (mọc 2 nốt ở 2 đầu), rà tiếp lên cạnh tam giác, chuột có hình ✛, nhấn phím Shift và nhắp (Shift : chọn thêm). Trên Tab Format nhắp biểu tượng Group rồi chọn Group.

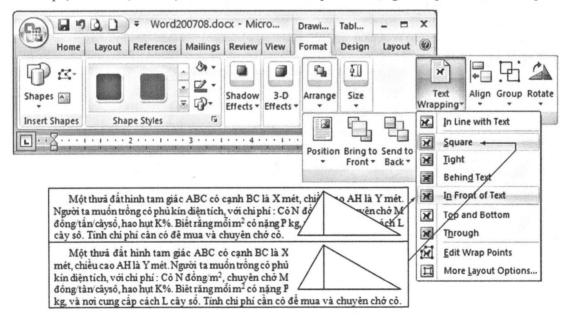

- Rê hình tam giác thả vào đề bài toán. Nó nằm phủ lên bề mặt các con chữ, vì thuộc tính Text Wrapping đang là In Front of Text, bạn chọn tam giác, trên Tab Drawing Tools Format chọn Text Wrapping là Square.

- Trong tài liệu Word có thể lẫn lộn giữa Text (con chữ gõ vào) và Drawing Shapes (các nét vẽ), khi rà chuột phía trên Text, chuột hình chữ I, khi rà trên không phận của Drawing Shape, chuột có hình mũi tên 4 cánh ✣ (tương tự như các Object loại Picture, Chart, hay SmartArt). Khi chọn một Drawing Shape, trên Ribbon có thêm Tab Drawing Tools Format, trong đó có nhóm Insert Shapes để chọn công cụ và các nhóm khác để trình bày.

- Để ghi thêm các ký hiệu A, B, C, H : Chọn công cụ Text Box, vạch một khung trên đỉnh tam giác, bên trong gõ ký tự A, để ghi thêm các ký hiệu B, C, H có thể thao tác như trên, hoặc chọn Text Box $\boxed{A}$, một tay giữ chìm phím Ctrl (sẽ thấy dấu cộng rất nhỏ bên cạnh), tay kia nhấn nút trái chuột, rê ra một chút, sẽ được một Object y chang cái trước, rê đến đỉnh B, sửa lại $\boxed{B}$, tương tự, nhân ra cho $\boxed{C}$ và $\boxed{H}$. Khi Text Box được chọn, trên Ribbon sẽ có thêm Tab Text Box Tools Format.

- Chọn cả 4 Text Box (rà chuột cho có hình mũi tên 4 cánh ✣ rồi nhắp, nhấn phím Shift để chọn thêm) nhắp biểu tượng Shape Fill và chọn No Fill, nhắp biểu tượng Shape Outline và chọn No Outline.

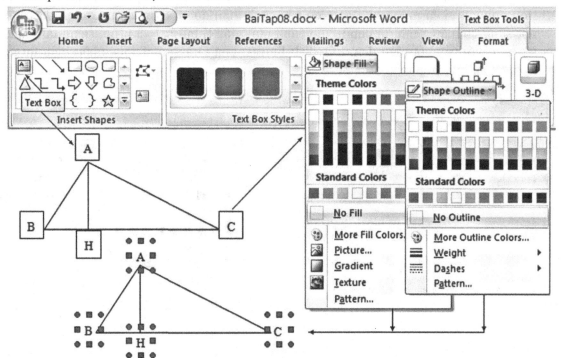

- Nhìn thì như thế nhưng các ký hiệu A, B, C, H không có ràng buộc gì với tam giác, nên khi bạn rê tam giác đi thì các ký hiệu sẽ vẫy tay chào, anh đi đường anh tôi đường tôi, muốn chúng gắn bó với nhau, bạn ① phải chọn cả 5 Object (nhấn Shif khi chọn) rồi rê một lần, hoặc ② kết nhóm chúng lại thành 1 Object, cách nầy tốt hơn vì sau đó nếu bạn điều chỉnh kích cỡ tam giác (nhắp các nút trong nhóm Size) thì các ký hiệu cũng ăn theo kích cỡ mới. Giả sử bạn chọn phương án ② :

- Rà chuột vào Text Box A, sao cho có hình ✥ thì nhắp, rà vào B cho có hình ✥ thì Shift nhắp, rà C cho có ✥, Shift nhắp, rà H cho có ✥, Shift nhắp, rồi rà vào 1 cạnh tam giac cho có hình ✥, Shift nhắp (đủ 5 Object).

- Trên Ribbon sẽ vừa có Tab Drawing Tools Format, vừa có Text Box Tools Format, gọi lịnh Format (nào cũng được) – Group – Group.

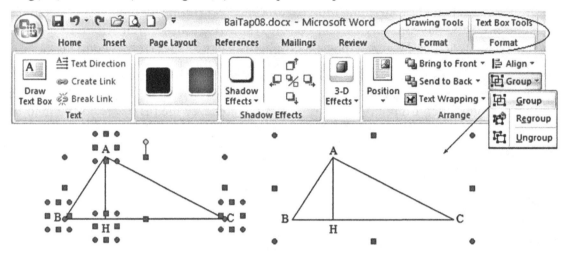

☺ Lưu ý : Cho dù đã được Group như vậy, bạn vẫn có thể can thiệp vào từng thành phần trong nhóm, ví dụ muốn tam giác có các cạnh màu đỏ : Nhắp chọn Group, thấy các nốt sừng cổ màu xanh, rà chuột vào cạnh tam giác (hình ✥) và nhắp, riêng tam giác sừng cổ với các nốt màu đen, trên Tab Format của Drawing Tools, nhắp biểu tượng Shape Outline,chọn màu đỏ.

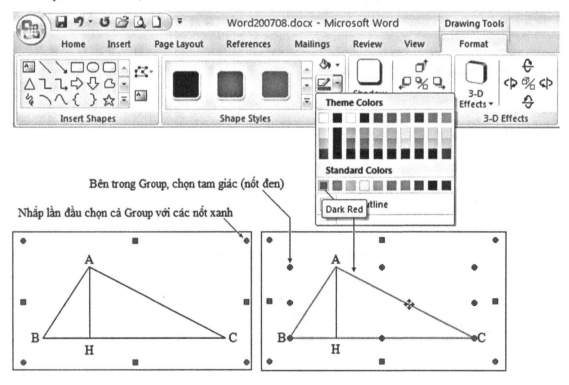

Một thửa đất hình tam giác ABC có cạnh BC là X mét, chiều cao AH là Y mét. Người ta muốn trồng cỏ phủ kín diện tích, với chi phí : cỏ N đồng/m², chuyên chở M đồng/tấn/câysố, hao hụt K%. Biết rằng mỗi m² cỏ nặng P kg, và nơi cung cấp cách L cây số. Tính chi phí cần có để mua cỏ và chuyên chở cỏ.

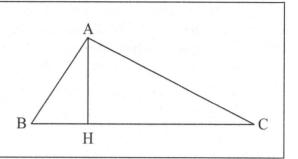

Câu ② :

Một bồn chứa dầu hình ống, đường kính K mét, đang chứa dầu. Từ nắp bồn trở xuống đến mực dầu là H mét. Hãy tính dung tích lượng dầu đang có trong bồn, biết rằng chiều dài của bồn chứa là L mét và bồn đang đặt trên một mặt phẳng.

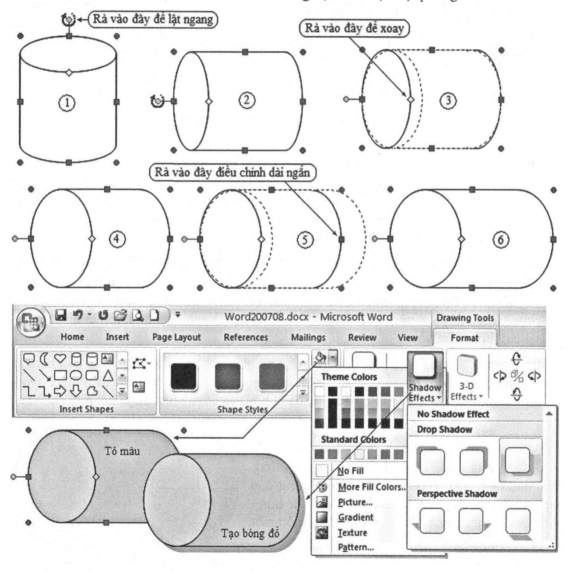

- Vẽ thùng dầu : ① Gọi Insert – Shapes, trong nhóm Basic Shapes chọn công cụ Can (cái lon), quơ chuột lên trang văn bản vẽ cái lon. ② Rà chuột vào khoen treo (chuột có hình mũi tên cong tròn, bạn xoay cho nằm theo chiều ngang. ③ Rà chuột vào hột xoàn rê qua một chút để góc nhìn được rộng hơn như hình ④. ⑤ Rà chuột vào nốt dưới đáy lon kéo dài ra thành hình ⑥.

- Vẫn chọn cái lon, nhắp biểu tượng Shape Fill để tô màu, nhắp biểu tượng Shadow Effect chọn bóng đổ.

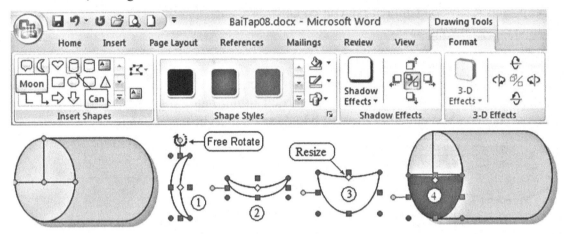

- Dùng công cụ Line vẽ mặt phẳng ngang của mức dầu trong thùng, và vẽ đường cao từ nóc thùng xuống mặt phẳng dầu.

- Dùng công cụ Moon vẽ hình mặt trăng khuyết như bước ① trong hình. Nhắp chọn mặt trăng để hiện ra các nút, rà chuột vào nút màu xanh (Free Rotate) nầy xoay ngửa mặt trăng như bước ② trong hình. Chọn mặt trăng, dùng mũi chuột chĩa vào nút Resize màu vàng chỉnh cho trăng đầy hơn một chút như bước ③. Nhắp biểu tượng Shape Fill chọn màu cho gần như bước ④.

- Hãy chọn tất cả các chi tiết rời (giữ phím Shift khi chọn) rồi Group lại thành một Object. Hình trên gồm 4 chi tiết rời : 1 hình Can, 2 nét Line, và 1 mặt trăng, nếu chọn khó khăn, có thể Group nhiều đợt, ví dụ chọn một số chi tiết, Group lại thành 1, xong chọn Group nầy với các chi tiết còn lại, Group đợt 2 v.v... đại loại như ta hàn các que sắt làm bông cửa vậy.

- Rê Object đặt sang một bên, chữ nghĩa sẽ né nhường chỗ, nếu phần văn bản bám sát rìa của thùng dầu, bạn có thể chọn Object, gọi Format – Object, vào trang Layout, mục Wrapping style chọn Square sẽ thoáng hơn, và có thể bạn được kết quả như sau :

Một bồn chứa dầu hình ống, đường kính K mét, đang chứa dầu. Từ nắp bồn trở xuống đến mực dầu là H mét. Hãy tính dung tích lượng dầu đang có trong bồn, biết rằng chiều dài của bồn chứa là L mét và bồn đang đặt trên một mặt phẳng.

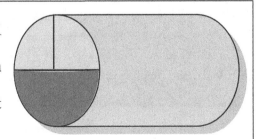

Câu ③ : Dành cho bạn tự thực hành. Nếu bạn không thích lô đất nầy, có thể thay bằng sơ đồ dẫn đường đến nhà của bạn.

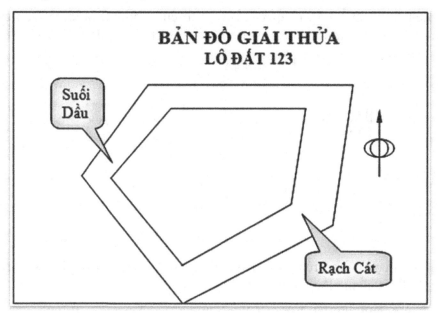

CÔNG CỤ CALLOUT

Callout là công cụ để tạo một hộp có hình dáng đặc biệt để "đóng đinh" một nội dung văn bản vào một vị trí nào đó bất kỳ là văn bản hay hình ảnh, có nét nối với nhau. Sau đó nếu ta xê xích hộp nầy qua chỗ khác, nét nối vẫn cứ vươn tay níu lấy đối tượng mà nó được đính vào. Tuy gọi là "Callout", nhưng từ nầy tra tự điển chẳng hề có, nếu dịch theo kiểu "mot à mot" thì là "gọi ra" mặc dù chẳng ai gọi nhau cả, cho nên căn cứ theo công dụng của nó, chúng ta tạm gọi là "đính văn bản".

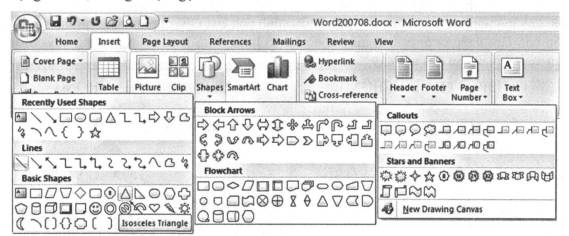

- Muốn đính Callout vào một đối tượng nào bạn gọi lịnh Insert – Shapes, sau đó chọn một trong các hình dáng đóng đinh mà bạn thích, khi rê chuột ra vùng soạn thảo sẽ có hình dấu +, nhấp vào vị trí muốn đính Callout, giữ nút trái của chuột mà rê, sẽ được một hộp có đuôi gắn vào vị trí đã đính ban đầu, điểm chèn chớp trong khung, việc nhập văn bản trong khung nầy vẫn tiến hành như ở vùng soạn thảo, cũng canh

Đây là Oval Callout

biên, định Font chữ v.v… Muốn trở về vùng soạn thảo phải nhắp chuột ra ngoài khung.

- Muốn điều chỉnh kích cỡ : nhắp vào rìa ngoài của Callout, rà chuột vào các nốt mà điều chỉnh kích cỡ như từng áp dụng trên các Object khác (hình W2007-136m.jpg)

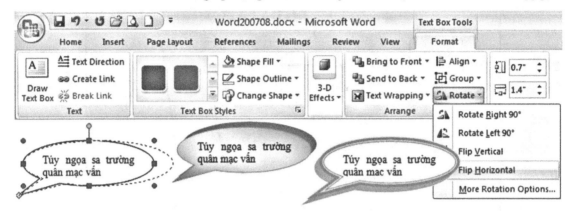

- Khi Callout được chọn, trên Ribbon sẽ có thêm Tab Text Box Tools Format. Việc trang trí Callout cũng giống như áp dụng với Text Box.

- Muốn xoay ngang hay lật đứng : Chọn Object, gọi Format – Rotate, xong chỉ định yêu cầu xoay (trái, phải) lật (dọc, ngang) hay xoay tự do bằng cách xoay khoen treo.

HỘP VĂN BẢN

Text Box được dùng khi bạn muốn bố trí một bộ phận văn bản làm nền cho một văn bản khác, tỷ như mấy Công Ty Xổ Số Kiến Thiết, cho in tờ vé số của mình trên nền hoa văn của những dòng chữ chi chít ký hiệu gì đó, nhằm chống kẻ gian cạo sửa để lãnh tiền. Đặc biệt, dùng Text Box để đưa nội dung văn bản chen lẫn một cách độc lập với nội dung văn bản khác như viết lời bạt cho một bài báo chẳng hạn, hoặc đưa văn bản lên trên bề mặt của một Object mà không làm che khuất hình ảnh của Object phía hậu trường, cụ thể như bạn làm thiệp cưới in trên giấy hoa văn có hình chim loan chim phượng vậy. Mời bạn xem 2 mẫu văn bản sau đây :

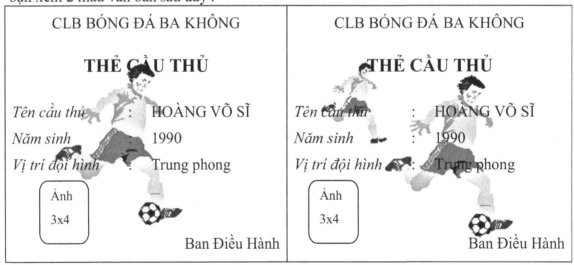

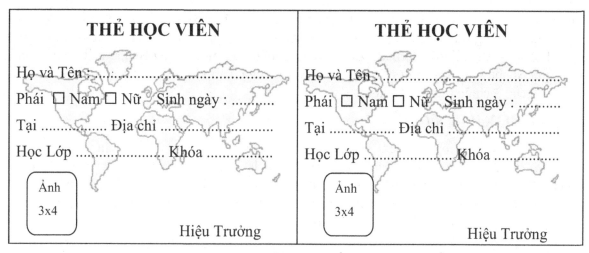

Cách trình bày như vậy, đánh giá là đẹp hay xấu, tân kỳ hay cầu kỳ còn tùy theo sở thích và quan niệm của riêng mỗi người. Vấn đề là nếu phải có nhu cầu thực hiện một văn bản như vậy, với Word, phải làm sao.

• Tạo một Table với 1 hàng x 2 cột, Cell bên trái nhập nội dung thẻ học viên, chèn hình bản đồ thế giới vào, gán thuộc tính Text Wrapping là Behind Text.

• Nhắp Insert – Shapes, chọn công cụ Round Rectangle, đưa chuột (hình dấu +) vạch một khung dùng cho dán ảnh.

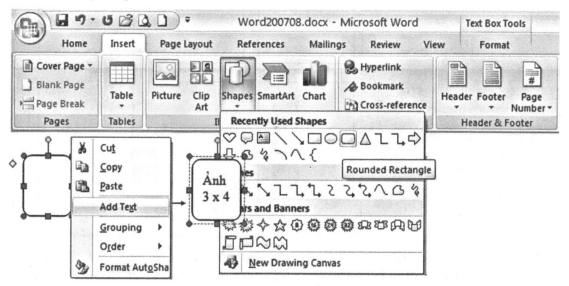

• Muốn gõ chữ vào trong khung, nhắp nó và Right Click mở Menu di động, chọn Add Text. Bên trong Text Box ấy, thao tác cũng giống như ngoài trang văn bản (chọn Font, Style …). Các nốt và khoen cũng dùng vào mục đích tăng giảm kích cỡ và xoay như các Graphic Object khác. Khi xong, nhắp chuột ra ngoài, rê Text Box đặt vào vị trí thích hợp.

• Text Box thường có thuộc tính Text Wrapping ngầm định là In Front of Text, nên nếu nó che chắn văn bản, bạn gán thuộc tính Tight hoặc Square.

• Muốn đổi hình dáng của Text Box, chọn nó, nhấn nút Change Shape để chọn.

- Định dạng cho Text Box hoặc Drawing Shape : Nhấp vào một cạnh của nó, hiện ra 8 nốt, nó đang được chọn, có một khung viền mờ xung quanh. Trên Ribbon xuất hiện Tab Text Box Tools Format, bạn c họn màu nền qua biểu tượng Shape Fill, màu viền qua Shape Outline, màu chữ qua Font Color (của Tab Home), bóng đổ qua Shadow Effects, 3 chiều qua 3-D Effects v.v…

TEXT BOX TIỀN CHẾ

Word 2007 có một số Text Box (khoảng 36 kiểu) được trình bày sẵn khá chuyên nghiệp, dùng vào mục đích trình bày trang, gọi là các Preformatted Text Box. Muốn dùng, bạn gọi Insert – Text Box, sẽ xoè ra một bảng các kiểu, thích kiểu nào thì nhắp, Text Box sẽ được đưa vào trang hiện hành, với cách trình bày như trong mẫu và được đặt tại vị trí của trang ứng với vị trí trong mẫu.

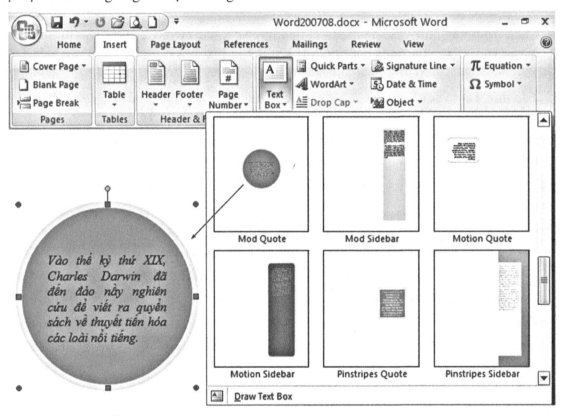

- Ví dụ chọn mẫu Text Box Mod Quote, sẽ được một Text Box hình tròn, đặt tại vị trí giữa trang. Việc của bạn là gõ văn bản vào Text Box nầy. Dĩ nhiên, sau đó bạn vẫn có thể định dạng lại theo ý thích.

THỰC HÀNH 2

SỬ DỤNG PREFORMATTED TEXT BOX

Hãy nhập nội dung sau đây, nêu vấn đề ở quần đảo Galapagos. Chỉ nhập phần văn bản, sau đó dùng Insert – Text Box để chèn 2 Text Box, một dùng ghi tựa bài, và một ghi lời giới thiệu, theo hình đề nghị, bạn có thể chọn kiểu khác tùy thích.

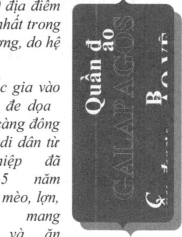

Qũy Bảo Vệ Thiên Nhiên WWF đã lập danh sách 200 địa điểm "Ecosites" cần được bảo vệ trên khắp thế giới. Nổi tiếng nhất trong số nầy là quần thể gồm 13 đảo Galapagos ở Thái Bình dương, do hệ động và thực vật đặc sắc, duy nhất của nó.

Mặc dù quần đảo đã được biến thành công viên quốc gia vào năm 1959, song đến nay, hệ sinh thái của đảo đang bị đe dọa nghiêm trọng. Nguyên nhân là số du khách đến đảo ngày càng đông (60.000 người/năm). Ngoài ra, số di dân từ nơi khác đến đây lập nghiệp đã tăng gấp 3 lần trong 15 năm qua. Số lượng chó, mèo, lợn, dê ... do cư dân mang theo đi phá phách và ăn trứng rùa khổng lồ và các loại chim đặc sắc của quần đảo. Bản thân người di cư thì đánh bắt trộm các đặc sản của đảo như hải sâm để xuất khẩu sang châu Á, làm cho lượng hải sâm gần như biến mất.

Vào thế kỷ thứ XIX, Charles Darwinã đ đến đảo nầy nghiên cứu để viết ra quyển sách về thuyết tiến hóa các loài nổi tiếng.

Các nhà khoa học đang gióng lên tiếng chuông báo động vì một khi bị tàn phá, hệ động và thực vật quý hiếm của đảo sẽ mãi mãi không sao gầy dựng lại được. Một đạo luật khắc khe sẽ được tiến hành trong năm 1998 nhằm hạn chế số du khách và các khoản phạt rất nặng cho ai cố tình phá hoại cảnh sắc và động vật ở đây.

Theo Ça M'intéress

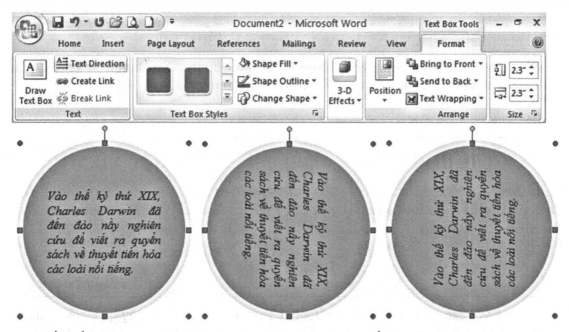

- Muốn đổi hướng các dòng văn bản, chọn Text Box, nhắp nút Text Direction trên Tab Text Box Tools Format, sẽ luân phiên các hướng như hình trên.

SỬ DỤNG TEXT BOX LÀM NỀN

THẺ HỌC VIÊN	THẺ HỌC VIÊN
Họ và Tên : .... *Phái* ☐ *Nam* ☐ *Nữ Sinh ngày :* .... *Tại* .... *Địa chỉ* .... *Học Lớp* .... *Khóa* .... <div align="right">*Hiệu Trưởng*</div>	*Họ và Tên :* .... *Phái* ☐ *Nam* ☐ *Nữ Sinh ngày :* .... *Tại* .... *Địa chỉ* .... *Học Lớp* .... *Khóa* .... <div align="right">*Hiệu Trưởng*</div>

- Tạo Table 1 hàng x 2 cột, nhập và trình bày như trên.

- Gọi Insert – Shapes, chọn công cụ Text Box, trên trang giấy vạch một khung Text Box như hình sau.

> *Trường Phổ thông Trung học Dân lập PHƯƠNG NAM. Trường Phổ thông Trung học Dân lập PHƯƠNG*

- Bên trong Text Box gõ *"Trường Phổ thông Trung học Dân lập PHƯƠNG NAM."*, dùng Ctrl-C và Ctrl-V lập lại nhiều lần cho đầy khung, định dạng Size 7 point, Style Italic.

- Định dạng Text Box : Shape Fill : No Fill, Shape Outline : No Outline, màu chữ xám, Text Wrapping : Behind Text. Rê Text Box thả vào mặt Table.

☞ Kết quả sau cùng :

THẺ HỌC VIÊN	THẺ HỌC VIÊN
Họ và Tên : .... *Phái* ☐ *Nam* ☐ *Nữ Sinh ngày :* .... *Tại* .... *Địa chỉ* .... *Học Lớp* .... *Khóa* .... <div align="right">*Hiệu Trưởng*</div>	*Họ và Tên :* .... *Phái* ☐ *Nam* ☐ *Nữ Sinh ngày :* .... *Tại* .... *Địa chỉ* .... *Học Lớp* .... *Khóa* .... <div align="right">*Hiệu Trưởng*</div>

- Lưu ý : Với các Object đã bị Send Behind Text, khi rà chuột ngang qua, chuột không có hình ✢ nên sẽ không chọn được. Muốn chọn, phải gọi Home – Select rồi nhắp mở biểu tượng Select Objects, rồi trở lại rà chuột lên Object đã bị Behind Text để chọn.

☞ Sau đó bạn phải gọi lại lịnh trên và tắt biểu tượng mới thao tác trên văn bản.

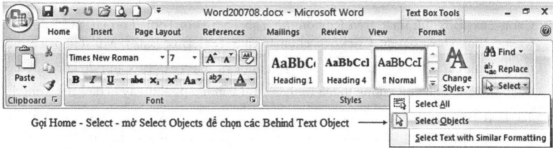

Gọi Home - Select - mở Select Objects để chọn các Behind Text Object ────►

NỐI KẾT TEXTBOX

Một trường hợp khác cũng rất đáng để bạn quan tâm và áp dụng khi có nhu cầu, là sử dụng Link Text Box. Bạn có thể tạo ra nhiều Text Box ở cách xa nhau, nhưng quy định chúng nối kết (Link) với nhau theo một trình tự trước sau nào đó. Như vậy, bạn chỉ việc nhập nội dung văn bản vào Text Box thứ nhất, khi nào vừa đầy thì Word tự động đổ phần còn lại vào Text Box tiếp theo v.v… Nếu bạn xoá bớt văn bản trong Text Box trước, thì một lượng văn bản tương ứng trong Text Box kế tiếp sẽ được rút về lấp chỗ trống.

• Ví dụ bạn trình bày 3 bài khác nhau trên 3 trang khác nhau, nhưng mỗi bài đều không chiếm trọn trang mà còn thừa một ít. Bạn có thể lấp chỗ trống bằng cách dùng 3 Text Box đủ lấp khoảng thừa trên 3 trang và Link chúng với nhau, sau đó bạn ung dung gõ một câu chuyện vui nào đó trong Text Box thứ nhất, phần dôi ra sẽ được chứa trong Text Box thứ hai, khi đầy sẽ đổ sang Text Box thứ 3.

★ Quy trình thực hiện có thể như sau:

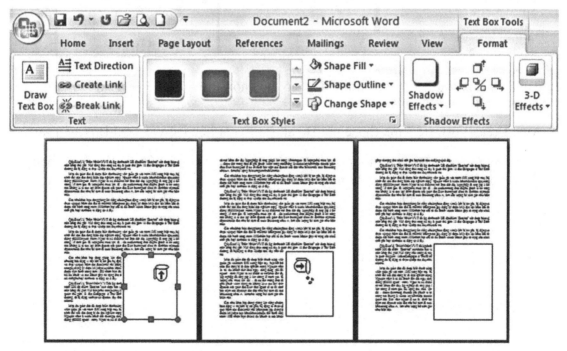

- Gọi Insert – Text Box – Draw Text Box, tạo sẵn 3 khung cho vừa ý. Mỗi Text Box có thể trang trí tùy ý.

- Chọn Text Box thứ nhất, trên Ribbon mở Tab Text Box Tools Format, nhắp công cụ Create Link (hoặc Right Click rồi chọn Create Text Box Link). Mũi chuột sẽ biến thành hình cái cốc đầy nước 🥛, bạn rê chuột rà lên Text Box thứ 2, khi thấy cốc nước tự động nghiêng xuống thành hình ➡ thì bạn nhắp, như vậy là đã Link xong !

- Từ Text Box thứ hai, bạn có thể thao tác tương tự để Link sang Text Box thứ 3 … Các Text Box không ràng buộc vị trí trước sau, nhưng không được xoay vòng. Hình trên cho thấy 3 Text box được Link.

- Lưu ý cái ốc chỉ nghiêng xuống khi Text Box kế tiếp muốn Link đang là rỗng, nếu đã có văn bản trong đó, cốc sẽ không chịu nghiêng !

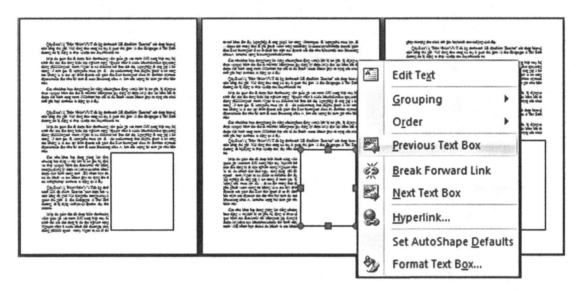

- Từ Text Box thứ hai, bạn Right Click, có thể chọn Previous để về Text Box trước, và gọi Next để sang Text Box kế sau.

- Mục Break Forward Link (hoặc nút Break Link) cắt liên lạc với Text Box liền sau nó.

☞ Các Linked Text box có thể ở cách xa nhau nhiều trang, muốn dễ thao tác, bạn nên nhắp nút Zoom Out ở góc dưới phải cửa sổ, thu nhỏ để nhìn thấy nhiều trang, rồi chọn Text Box và Link.

Computer for EveryBody
TIN HỌC CHO MỌI NGƯỜI

Bài Thực hành số 9

SƠ ĐỒ THÔNG MINH
(SMARTART)

Trong bài này, chúng ta tiếp cận với một tuyệt chiêu của Word 2007 là SmartArt, một chức năng khá thông minh mới mà các phiên bản Word từ 2003 trở về trước chưa có.

SmartArt Object là những sơ đồ trình bày rất nghệ thuật, do người soạn thảo thực hiện nhưng có sự hỗ trợ tích cực của Word, thông qua các công cụ chuyên dùng trên SmartArt Tools Design và SmartArt Tools Format. Lần đầu tiên muốn tạo WordArt, cũng khởi đi từ Tab lịnh Insert trên Ribbon. Khi Object đã được tạo ra và ở tư thế được chọn, thì Tab lịnh chuyên dùng liên hệ mới được đưa lên Ribbon.

CÁC CÔNG CỤ SMARTART

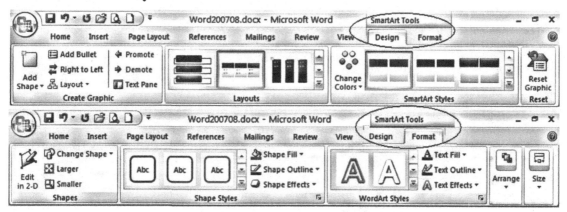

- Mỗi khi một SmartArt Object được chọn, Word tự động bày ra trên Ribbon các Tab SmartArt Tools Design và SmartArt Tools Format, việc chỉnh sửa đều thông qua các công cụ trong các Tab nầy, gồm một số công cụ chuyên dùng cho SmartArt Object, và một số công cụ định dạng khác giống như của Picture Tools Format.

LẬP SƠ ĐỒ BẰNG SMARTART

Có nhiều dạng sơ đồ khác nhau tùy mục đích sử dụng, như sơ đồ List lập danh sách, Process biểu diễn một quy trình, Cycle cho vòng khép kín, Hierarchy phân ngôi đẳng cấp, Relationship nêu mối quan hệ bà con, Matrix hình ma trận, và Pyramid hình tháp. Mỗi dạng lại gồm nhiều kiểu trình bày khá chuyên nghiệp.

Sơ đồ SmartArt phối hợp các ký hiệu đồ hoạ do Word hỗ trợ và văn bản ghi trong đó do người sử dụng điền vào. Việc trang trí cho sơ đồ cũng rất phong phú về màu sắc và hiệu ứng, cũng như dễ dàng thay đổi từ kiểu nầy sang kiểu khác.

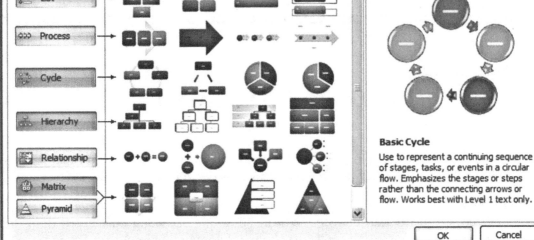

SƠ ĐỒ DẠNG LIST

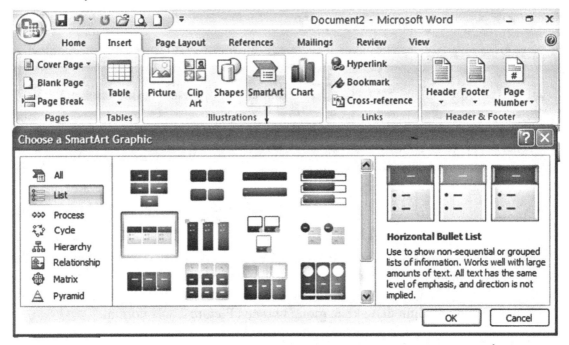

- Gọi Insert – SmartArt mở hộp thoại trên, khung bên trái chọn dạng List, rồi chọn một kiểu trong khung giữa, ví dụ kiểu Horizontal Bullet List (khi thực hành bạn nên rà xem thêm các kiểu khác) rồi OK.

- Bạn được một sản phẩm như hình sau, trong đó gồm 6 Text Box (gọi là Shape) riêng biệt, được sắp xếp và trình bày ngay ngắn. Mỗi Text Box là một Object riêng nên khi nhắp vào cũng sừng cổ 8 nốt và một khoen treo

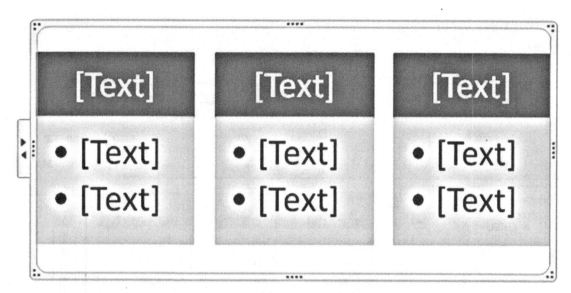

- Việc của bạn là nhấp chuột vào vị trí của những cụm [Text], nó sẽ biến đi dành chỗ cho bạn tự gõ nội dung tùy thích vào. Văn bản nhập vào cũng có thể chọn Font chữ, cỡ chữ tùy thích. Ví dụ bạn nhập vào như sau :

- Bên trái SmartArt có một quai xách, nhấp vào sẽ mở Text Pane bên trái, bạn có thể nhập nội dung trong đó thay vì nhập trong Text Box.

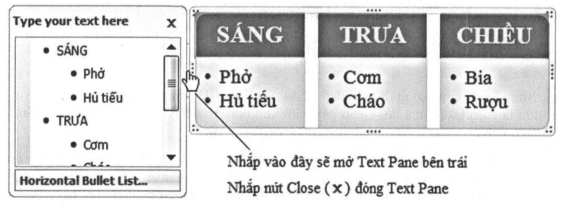

Nhấp vào đây sẽ mở Text Pane bên trái

Nhấp nút Close (✗) đóng Text Pane

- Trường hợp trong danh sách không phải cứ 2 món cho mỗi buổi thì sao ? Dễ thôi, bạn đặt con chớp liền sau Hủ tiếu (ngoài Text Pane hoặc trong Text Box đều được), nhấn Enter để thêm một dòng nữa, rồi gõ vào Mì Quảng, Enter, Bún bò, Enter, Cơm tấm (món chót đừng Enter).

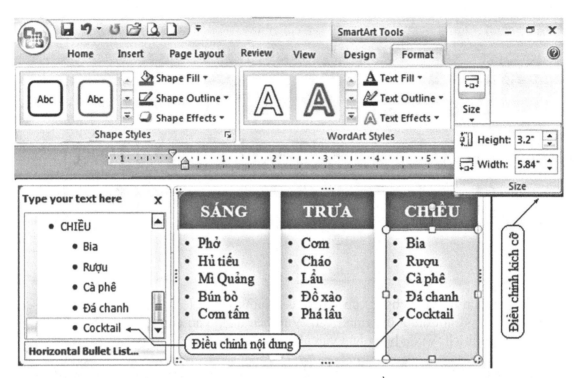

- Hãy thêm các món khác theo gợi ý trên hình, nên thay bằng các món bạn thích.

SÁNG	TRƯA	CHIỀU
• Phở • Hủ tiếu • Mì Quảng • Bún bò • Cơm tấm	• Cơm • Cháo • Lẩu • Đồ xào • Phá lấu	• Bia • Rượu • Cà phê • Đá chanh • Cocktail

- Như vậy thì cũng có gì đâu mà đẹp ? Sản phẩm trên đây chỉ mới quan tâm đến Layout tức là cách bố trí của nó, muốn gây cảm xúc hơn, bạn hãy chọn một SmartArt Style theo ý thích, và nếu cần, chọn thêm màu sắc, bằng cách :

★ Nhắp chọn SmartArt Object (xuất hiện đường biên xung quanh với những cụm 3 nốt tại các góc và trung điểm cạnh), trên Ribbon mở Tab SmartArt Tools Design, trong nhóm SmartArt Styles chọn một kiểu dáng thích hợp, bạn cứ rà chuột lên bảng kê các Style, chuột dừng lại ở đâu thì Object biến chuyển theo tương ứng, thích kiểu nào thì nhắp, ví dụ kiểu Bird's Eye Scene trong hình kết quả sau, và kiểu Brick Scene trong hình tiếp theo.

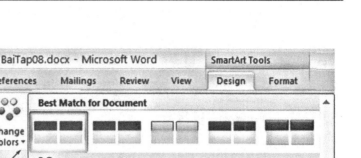

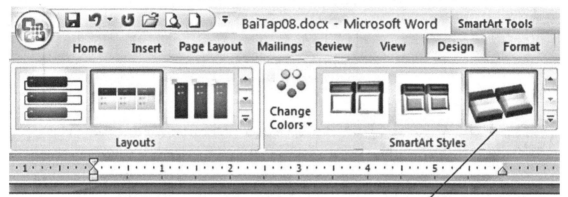

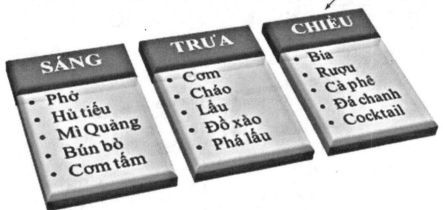

- Muốn thay đổi màu sắc, chọn SmartArt Object, trên Ribbon mở Tab SmartArt Tools Design, nhấn nút Change Colors sẽ mở ra một bảng các tổ hợp màu, từ hệ màu Primary (màu đơn), Colorful (nhiều màu), và 6 hệ Accent (từ Accent 1 đến Accent 6), với 1 màu nhưng nhiều sắc độ, bạn cũng rà chuột lên từng phần tử trong bảng kê các tổ hợp màu, dừng chuột ở đâu (hơi lâu một tí) thì màu sắc của Object biến chuyển theo tương ứng, thích tổ hợp nào thì nhắp, ví dụ tổ hợp thứ 4 trong hệ Colorful, trong hình kết quả sau (đã chọn kiểu Brick Scene).

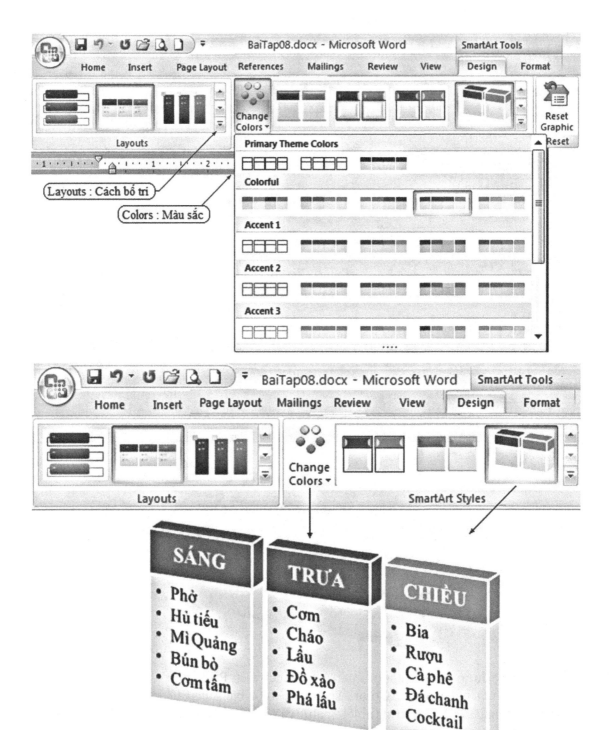

- Giả sử bạn muốn xem có các kiểu khác bắt mắt hơn không, bạn chọn Object, vào Smart Tools Design, trong nhóm Layouts chọn kiểu khác (bạn cũng rà chuột lên bảng kê các Layout, chuột dừng lại ở đâu thì Object biến chuyển theo tương ứng), ví dụ chọn Grouped List, luôn tiện, trong nhóm Styles, chọn kiểu Inset, kết quả như sau.

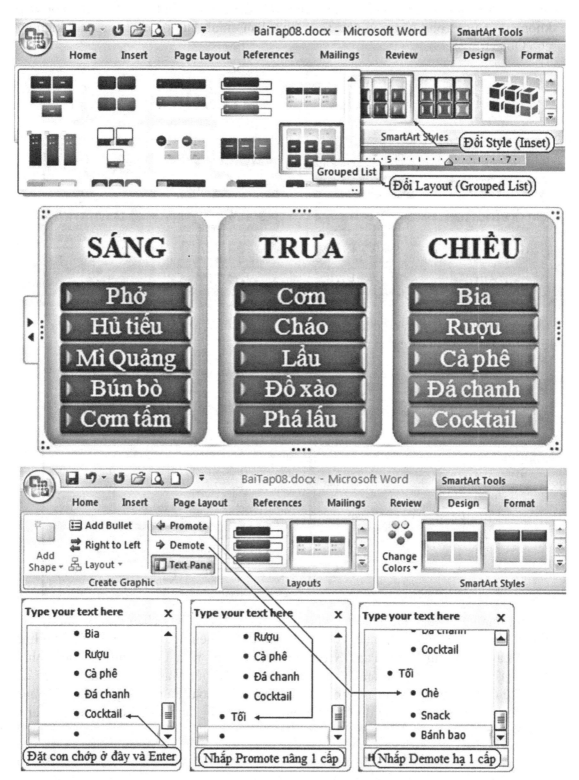

- Muốn thêm buổi tối : ① Mở Text Pane, đặt con chớp sau Cocktail, nhấn Enter (hoặc nhắp nút Add Bullet), bạn được thêm một mục nữa cho buổi chiều. ② Con chớp đang ở đó, bạn nhắp nút Promote để nâng cấp nó, xong gõ TỐI, và Enter. ③ Dòng mới nầy cùng một đẳng cấp với buổi tối, bạn nhắp nút Demote hạ cấp nó, xong gõ Chè, Enter,

Snack, Enter, rồi Bánh bao (và đừng Enter nếu đó là món chót). ④ Nếu các con chữ không đủ chứa trong phạm vi các Text Box, bạn chỉnh lại cỡ chữ hoặc tăng kích cỡ cho Object.

- Hình trên đã được giảm cỡ chữ cho vừa, và chọn SmartArt Style là Polished, và chọn Color là Dark 2 Fill trong hệ màu Primary.

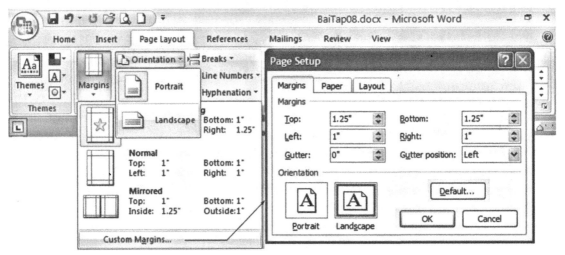

- Thông thường ta soạn tài liệu theo khổ giấy dọc (Portrait hay chân dung), nhưng với những danh sách có nhiều mục, có thể phải in theo chiều ngang mới đủ. Bạn gọi lịnh Page Layout, trong nhóm Page Setup chọn Orientatio n là Landscape (phong ảnh, trang giấy nằm ngang). Muốn chủ động hơn thì nhắp nút Margins để chọn các số đo chừa lề có sẵn, hoặc nhắp Custom Margins mở hộp thoại Page Setup (hoặc nhắp nút Dialog Launcher 🗗), trong đó chọn Orientation, và chỉ định số đo chừa lề trên dưới trái phải v.v…

SƠ ĐỒ DẠNG CYCLE

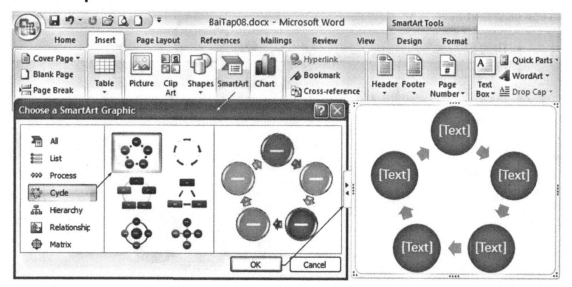

- Theo quy trình gợi ý trên : Gọi Insert – SmartArt, chọn dạng Cycle, chọn kiểu Basic Cycle và OK, sẽ được một sơ đồ với 5 vòng tròn rượt đuổi nhau như trên, và việc còn lại là nhập nội dung vào vị trí các [Text].

- Giả sử chu kỳ một ngày của bạn như sau

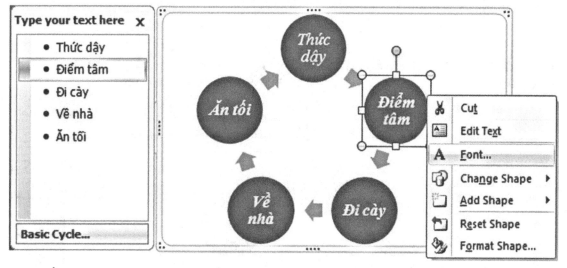

- Muốn chọn Font : Quét chọn các con chữ trong trong Text Box hoặc trong Text Pane cũng được, nhấn Right Click rồi chọn Font (chọn trong hộp thoại) hoặc chọn ngay trên thanh Toolbar di động nếu có, hoặc chọn trong nhóm Font của Tab Home trên Ribbon.

- Chắc chắn là sau khi ăn tối, còn nhiều việc phải làm, bạn đặt con chớp sau Ăn tối và Enter để thêm Học bài, và Ngủ. Tiếc rằng bạn không thể thêm được món thứ 8 cho sơ đồ loại nầy, như vậy khi ngủ cấm bạn không được mơ !

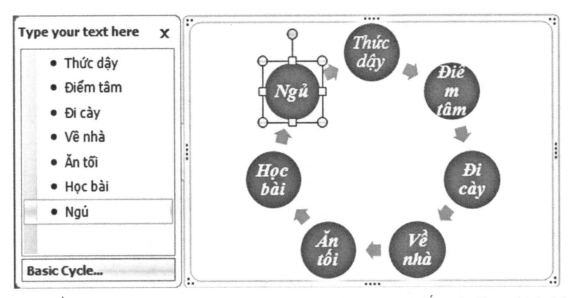

- Sơ đồ hiện hơi nhỏ, bạn mở Tab SmartArt Tools Format, nhắp nút Size chỉnh lại chiều cao (Height), sao cho các ừ trong "Điểm tâm" không bị gãy khúc. Bạn thử chọn một SmartArt Style khác, ví dụ Intense Effect, và một hệ Color khác (ví dụ chọn Colorful cho đẹp). Các hình sau chỉ là minh họa.

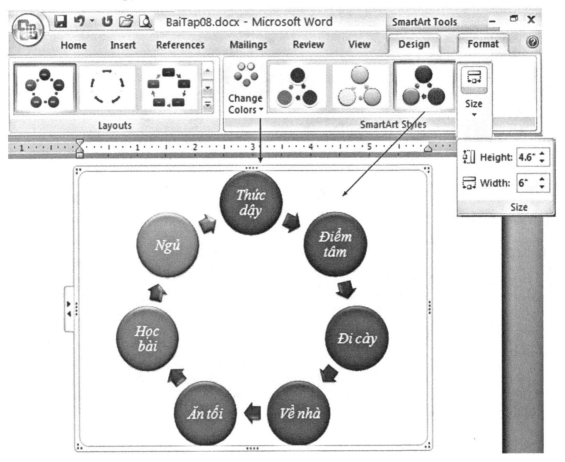

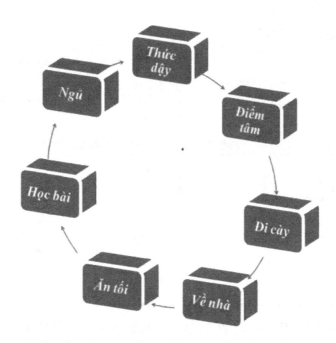

- Kết quả với Layouts: Block Cycle, Style: Brick Scene, Color: Primary Dark 2 Fill

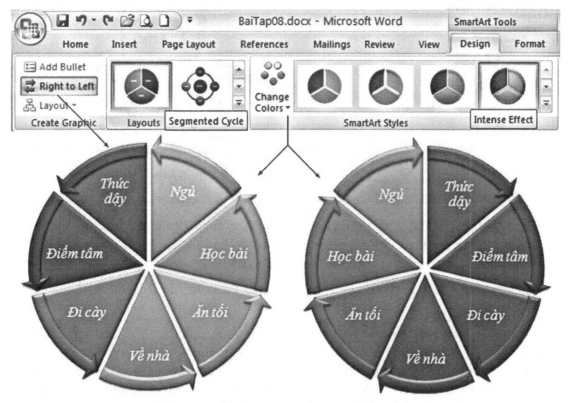

- Đổi Layouts kiểu Segmented Cycle, chọn Style Intense Effect, nhắp biểu tượng Right to Left và xem hiệu quả, nhấn Right to Left lần nữa và bạn tự kết luận.

SƠ ĐỒ DẠNG HIERARCHY

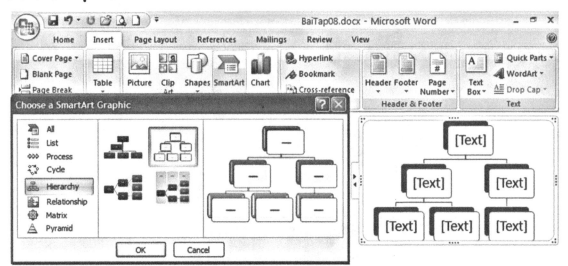

- Gọi Insert – SmartArt, chọn dạng Hierarchy, kiểu cũng Hierarchy và OK. Bạn được một sơ đồ hình cây như trên với 3 cấp bố – con – cháu. Bạn điền vào các [Text], ví dụ như sau:

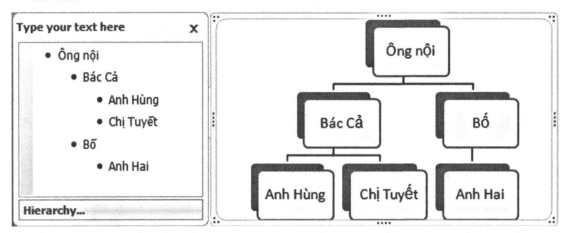

- Nhưng bạn gặp vấn đề : ① ngoài Bác Cả và Bố, còn cô Út nữa. ② Bố thì sinh ra anh Hai, mình, và em Lan. ③ Anh Hùng thì đã có 2 cháu Cu Gô và Bé Nouille, ④ Anh Hai thì có Cu Bin và Lily…

- Bạn hãy vận dụng các chiêu : ① Add Bullet, ② Promote và ③ Demote để tạo nên sơ đồ sau.

★ Phần mách nước nầy chỉ dùng khi bạn gặp phải món canh bí : Mở Text Pane bên trái mới dễ thao tác, đặt con chớp sau Anh Hai, Enter (thêm một Entry ngang cấp), gõ Mình, Enter (ngang cấp), gõ Em Lan, Enter (Entry mới ngang cấp), nhấp nút Promote (lên một cấp ngang với Bố), gõ Cô Út, Enter (Entry mới ngang cấp), nhấp nút Demote (xuống 1 cấp), gõ Em Ngọc. Đặt con chớp sau Anh Hùng, Enter (Entry mới ngang cấp), nhấp nút Demote (xuống 1 cấp), gõ Cu Gô, Enter, Bé Nuoille (đừng Enter). Đặt con chớp sau Chị Tuyết, Enter (Entry mới ngang cấp), nhấp nút Demote (xuống 1 cấp), gõ Cu Dom (đừng Enter). Tương tự bạn thêm Cu Bin và Lily dưới Anh Hai, và thêm Titou, Sourie dưới cấp Em Lan.

- Trình bày thêm một chút tùy ý, và bạn được kết quả sau.

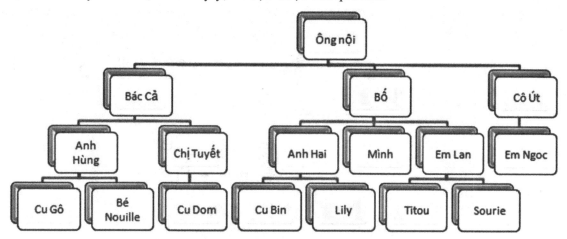

SƠ ĐỒ DẠNG RELATIONSHIP

- Gọi Insert – SmartArt, chọn dạng Relationship, kiểu Radial List (ví dụ) và OK.

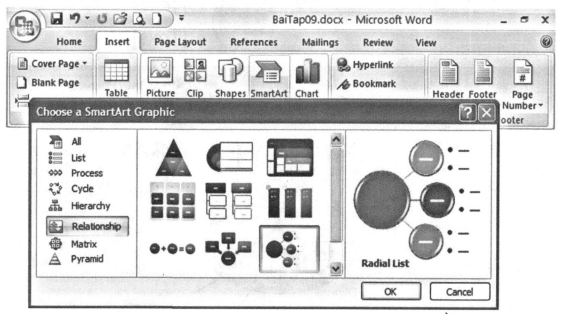

- Bạn được một sơ đồ hình nan quạt với 1 vòng trung tâm và 3 vòng cấp 1, với mỗi vòng cấp 1 lại có thêm 2 mục con (cấp 2). Bạn mở Text Pane và điền vào các [Text], ví dụ như sau (xem hình).

- Cách thao tác cũng tương tự các loại sơ đồ trước : Enter thêm một Entry mới cùng cấp, nhắp Promote nâng lên 1 cấp, Demote hạ xuống một cấp.

- Có bao nhiêu mục cấp 1 (Toán, Lý …) cũng được, trong mục cấp 1 có bao nhiêu mục cấp 2 cũng được. Một mục cấp 2 có thể có nhiều mục cấp 3, trong mục cấp 3 có thể có thêm mục cấp 4, tuy nhiên có nhiều cấp quá thì sơ đồ lí nhí trông mất nghệ thuật.

- Riêng vòng trung tâm thì không nhắp [Text], bạn có thể chèn một hình vào đó, ví dụ hình một ngôi trường bằng cách chọn nó, trên Tab SmartArt Tools Format chọn Shape Fill, Picture mở hộp thoại chèn hình.

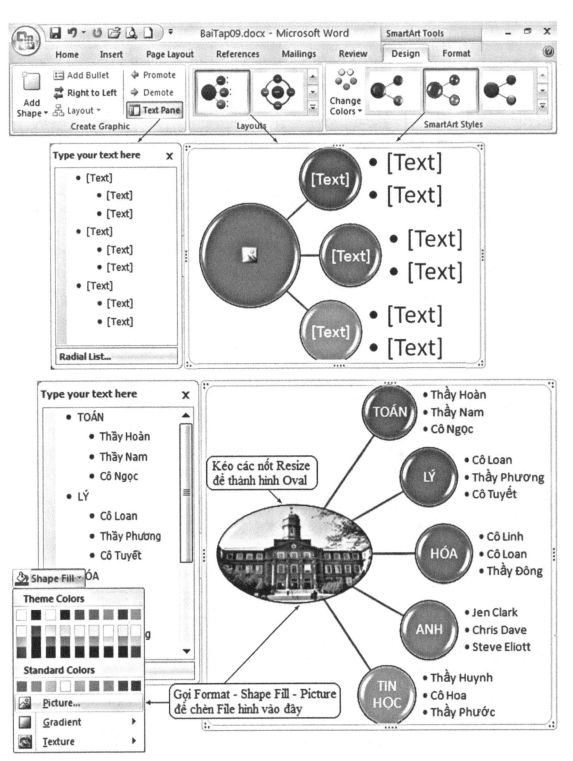

★ Nói mãi không chừng, các dạng sơ đồ khác xin dành cho bạn tự khám phá.

Bài Thực hành số 10

CON CHỮ NGHỆ THUẬT

(WordArt)

VỀ CHỨC NĂNG WORDART

Tiếp theo kỹ thuật xử lý đồ thị (Chart Object), ghép hình và trang trí hình (Picture Object), sơ đồ và công cụ vẽ (SmartArt và Drawing Object), trong bài này, chúng ta tiếp cận một thể loại đối tượng đồ họa khác, con chữ nghệ thuật, gọi là WordArt Object. Với chức năng nầy, bạn có thể tạo ra các mẫu mã dùng làm biểu tượng cho một tài liệu, một cơ sở hay một hãng xưởng (thường gọi là logo) theo ý riêng của mình, hoặc tạo ra các mẫu mã quảng cáo sinh động mà trước đây phải nhờ các họa sĩ chuyên nghiệp mới thực hiện được. Ví dụ bạn thấy nội dung ghi trên biểu tượng của cơ sở C.E.B trước đây gồm các cụm từ :

BẠN SUY NGHĨ	YOU THINK
C.E.B	C.E.B
MÁY LÀM VIỆC	LET IT DO

Nếu chỉ trình bày trên dòng ngang như thế thì chẳng có gì đập vào mắt thiên hạ, nhưng nếu bạn trình bày theo một trong các kiểu sau đây, thì có lẽ người khó tính đến đâu cũng phải gật gù đắc ý.

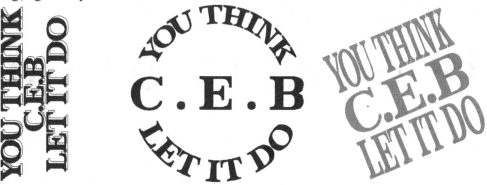

Rõ ràng là không dễ dàng gì khi uốn những con chữ tròn vo như viên bi vậy được. Vậy việc uốn dẻo mấy con chữ như thế nầy có khó khăn lắm không ? Xin thưa, thật là giản dị, mà nói theo giọng văn mới là dễ "bá cháy" !

Từ thời Windows 3.0 với phần mềm xử lý văn bản Word 2.0, thì WordArt còn là một sản phẩm xa xỉ và cao cấp, được trang bị riêng trong chức năng Microsoft WordArt, và chỉ máy tính nào khi cài Word có minh thị chọn chức năng nầy thì sau đó mới dùng được.

Qua bộ Office 4.3, WordArt đã có các cải tiến đáng kể nhưng vẫn còn xem là hàng ngoại cao cấp. Đến bộ Office 97, thì WordArt trở thành một công cụ trình bày phổ biến và tất cả thành viên của gia đình Office đều dùng được, thậm chí nó chỉ còn được xem là một loại Drawing Object, xếp ngang hàng với Text Box, Callout ...

Vì WordArt Object đã được xem như là một Drawing Object, nên nó cũng có các đặc tính của loại nầy, và thường cũng do chính tay của người soạn thảo thực hiện trên văn bản bằng những công cụ chuyên dùng trên Tab WordArt Tools Format.

CÁCH TẠO WORDART

- Đặt điểm chèn nơi cần tạo WordArt, gọi lịnh Insert – WordArt sẽ buông xuống một bảng kê các kiểu trình bày, bạn chọn kiểu tùy ý (sau nầy có thể đổi kiểu khác). Hộp thoại Edit WordArt Text được mở ra với cụm từ "Your Text Here" trong đó, bạn gõ nội dung văn bản, ví dụ như dưới, chọn kiểu chữ, cỡ chữ ... và OK.

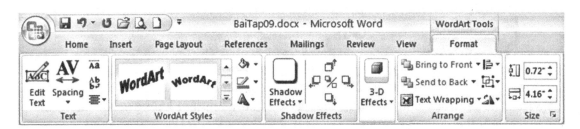

- Sản phẩm tạo được bằng cách nầy có thuộc tính Text Wrapping ngầm định là In Line with Text, nên nếu có văn bản bên cạnh, văn bản sẽ đứng thấp lè tè dưới chân Object. Muốn hữu hảo với hàng xóm láng giềng, chọn Text Wrapping là Tight hoặc Square.

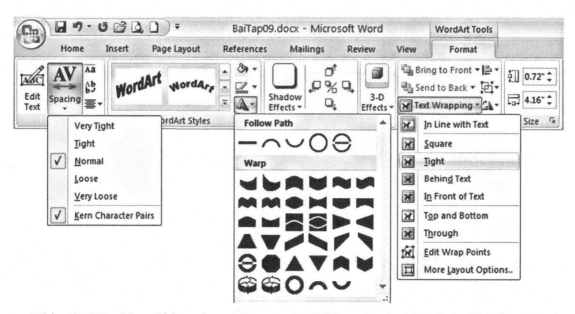

- Khi một WordArt Object được chọn, t rên Ribbon sẽ có thêm Tab WordArt Tools Format, với các công cụ chuyên dùng cho WordArt và một số công cụ trang trí gần giống với các loại Graphic Object khác.

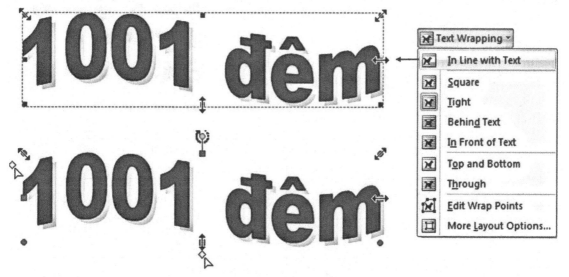

- Nếu thuộc tính Text Wrapping là In Line with Text, khi chọn Object sẽ có 1 khung lấm chấm bao quanh với 8 nốt tại các góc và trung điểm các cạnh, rà chuột vào các nốt để điều chỉnh kích cỡ. Các thuộc tính khác thì cũng 8 nốt nhưng không có khung bao, mà thêm một khoen treo và 1 hoặc 2 hột xoàn, khoen treo dùng để xoay, hột xoàn và các nốt để điều chỉnh. Chuột rà vào các nốt có hình mũi tên 2 đầu, vào khoen treo thì hình ↻ và hột xoàn thì hình ▷.

TRANG TRÍ WORDART

Với một WordArt Object, có vô số cách trang trí để tạo dáng khác nhau, với 30 Style và 40 Shape, 20 Shadow Effects, 20 3-D Effects là gần nửa triệu kiểu, chưa kể khác nhau của màu chữ và màu viền. Tuy nhiên, WordArt, mà Art là nghệ thuật, nếu rườm rà rắc rối quá sẽ không đẹp.

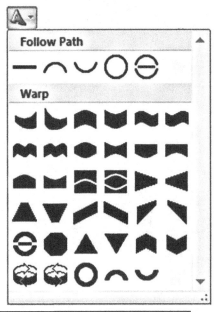

- Các Style (bảng xoè ra khi gọi Insert – WordArt) được ghi chú từ WordArt Style 1 đến WordArt Style 30, các WordArt Shape (hình bên) có tên gọi tương ứng theo vị trí như trong bảng sau đây. Biết để mà chơi thôi, không cần phải nhớ.

Plain Text	Arch Up (Curve)	Arch Down (Curve)	Circle (Curve)	Button (Curve)	
Curve Up	Curve Down	Can Up	Can Down	Wave 1	Wave 2
Double Wave 1	Double Wave 2	Inflate	Deflate	Inflate Bottom	Deflate Bottom
Inflate Top	Deflate Top	Deflate Inflate	Deflate Inflate Deflate	Fade Right	Fade Left
Fade Up	Fade Down	Slant Up	Slant Down	Cascade Up	Cascade Down
Button Pour	Stop	Triangle Up	Triangle Down	Chevron Up	Chevron Down
Ring Inside	Ring Outside	Circle Pour	Arch Up (Pour)	Arch Down (Pour)	

THỰC HÀNH

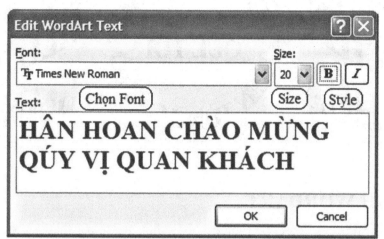

Kiểu Stop   Kiểu Circle Pour   Kiểu Deflate

Kiểu Curve Up   Kiểu Button Pour   Kiểu Curve Down

HIỆU ĐÍNH WORDART

Muốn chỉnh sửa một WordArt Object, phải chọn trước rồi thao tác qua các công cụ trên Tab WordArt Tools Format :

- Sửa nội dung câu chữ, đổi Font chữ : Nhắp nút Edit Text mở lại hộp thoại.

- Điều chỉnh khoảng hở giữa các con chữ : Nhắp nút Spacing để chọn Tight khít vào nhau (hình dưới trái), Normal bình thường (giữa) hay Loose cách xa nhau (phải).

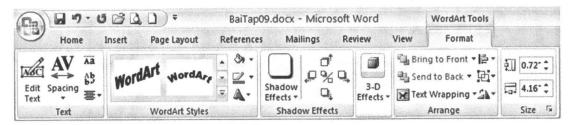

- Muốn cho con chữ hoa và con chữ thường có độ cao bằng nhau : Nhắp mở nút Aa (Even Height) như hình dưới giữa, nhắp tắt thì trở lại có phân biệt cao thấp (phải).

- Muốn xếp chồng các con chữ từ trên xuống thay vì từ trái qua : Nhắp mở nút Abb (Vertical Text) như hình trên trái, nhắp tắt trở lại bình thường.

- Canh biên trái, phải hay giữa (trường hợp nội dung nhiều hơn một dòng) : Nhắp nút Align Text và chọn theo yêu cầu.

- Đổi WordArt Style : Nhắp mở bảng kê các Style (30 Style khác nhau) để chọn.

- Đổi WordArt Shape : Nhắp mở bảng kê các Shape (40 Shape khác nhau) để chọn.

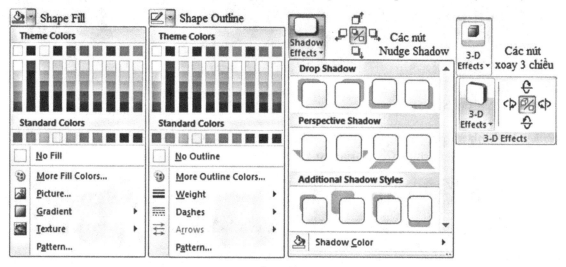

- Tô màu hoặc trang trí mặt chữ : Nhắp biểu tượng Shape Fill chọn màu nếu là màu đơn, chọn Picture nếu muốn thể hiện một hình ảnh, chọn Gradient tô màu với nhiều sắc độ, chọn Texture nếu muốn tô bằng các mẫu vải.

| Picture | Gradient | Texture |

- Chọn màu đường viền con chữ : Nhắp biểu tượng Shape Outline chọn màu và chọn độ dày cho nét viền.

No Outline   Outline Weight ¼ point   Outline Weight 2 point

- Tạo bóng đổ : Nhắp biểu tượng Shadow Effects để chọn. Có khá nhiều kiểu bóng đổ, xấu đẹp tùy người đối diện. Có thể chọn màu cho bóng đổ bằng mục Shadow Color. Muốn xê xích vị trí bóng đổ từng chút một thì nhắp các nút Nudge Shadow, nút % ở giữa dùng để tắt hay mở Shadow.

Shadow Style 9

ShadowStyle 2

Shadow Style 12

- Muốn hình ảnh hiệu ứng 3 chiều : Chọn qua biểu tượng 3-D Effects, với khá nhiều Options như Shadow Effects, bạn tự khám phá.

☞ Tài liệu có WordArt Object thường hoạt động rất chậm chạp, thậm chí khi in ra phải chờ rất lâu. Nếu máy in cà tàng, có khi không in nổi. Do đó, nếu không thật sự cần thiết, thì nên hạn chế các Object nầy. Nói chung, khi thực hành trên máy (xịn), bạn sẽ thấy cụ thể, còn bây giờ, rất khó trình bày cho bạn thông cảm trong khuôn khổ những trang giấy khô khan như tập sách nầy.

NƯỚC
TRONG
LẺO
LẺO
CÁ
ĐỚP
CÁ

CAO BÁ QUÁT

TRỜI
NẮNG
CHANG
CHANG
NGƯỜI
TRÓI
NGƯỜI

Computer for EveryBody
TIN HỌC CHO MỌI NGƯỜI

Bài Thực hành số 11

KÝ HIỆU PHƯƠNG TRÌNH
EQUATION - BOOKMARK - FIELD CODES

VAI TRÒ CỦA EQUATION

Qua các kỹ thuật đồ thị (Chart), ghép và trang trí hình (Picture), công cụ vẽ (Drawing Shape và Text Box), sơ đồ (SmartArt) và con chữ nghệ thuật (WordArt Object), hẳn bạn cũng nhìn nhận rằng Word quả là một phần mềm hết ý. Trong bài này, xin giới thiệu tiếp với bạn một tuyệt mệnh truy hồn chiêu của Word là Equation Editor và Equation Field Code, giúp tạo ra các ký hiệu để thể hiện những công thức hay phương trình toán học, vốn trước đây chỉ rải rác trong vài phần mềm danh trấn giang hồ, hơn nữa, trong Word, việc thực hiện các Equation còn dễ dàng và phong phú hơn. Với chức năng nầy, tuy rất ít dịp để bạn sử dụng, nhưng khi gặp chuyện mà không biết đến nó kể như bạn bó tay.

- Ví dụ bạn cần phải thực hiện một tài liệu khoa học có nội dung như sau :

> *Cơ sở của Cơ học lượng tử là tư tưởng cho rằng đồng thời với những thuộc tính hạt, electron còn có những thuộc tính sóng, tức là electron đồng thời là hạt và là sóng. Do đó diễn biến của electron trong nguyên tử có thể mô tả bằng phương trình sóng do nhà Vật lý Áo E. Schrodinger đề nghị vào năm 1926. Các nhà toán học gọi phương trình đó là phương trình vi phân bậc hai có đạo hàm riêng :*

$$\frac{\delta^2\varphi}{\delta x^2}+\frac{\delta^2\varphi}{\delta y^2}+\frac{\delta^2\varphi}{\delta z^2}+\frac{8\pi^2 m}{h^2}(E+\frac{Ze^2}{r})\varphi=0$$

> *Hầu hết các đại lượng có trong phương trình đều quen thuộc với các*
> .....

- Hoặc bạn cần phải thực hiện một tài liệu khoa học khác có dạng cần đến các ký hiệu như căn số, Sigma v.v... đại loại như :

$$a=(\sqrt{x-y+z}) \times \log^x \qquad \sum_{i=0}^{n-1} 2(2l+1)=2n^2$$

Rõ ràng là không dễ dàng trình bày những công thức như vậy nếu không sử dụng chức năng Microsoft Equation Editor hoặc công cụ Equation của Word.

TẠO EQUATION

Với Word từ các phiên bản trước, bạn chỉ có thể tạo các phương trình bằng chức năng Microsoft Equation Editor. Với Word 2007, bên cạnh Equation Editor truyền thống, bạn còn có thể tạo bằng lịnh Insert – Equation với những công cụ chuyên dùng trên Tab Equation Tools Design.

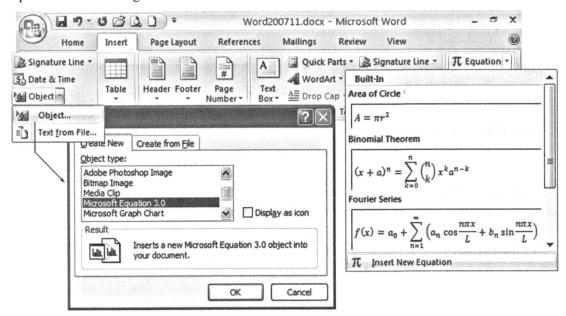

TẠO EQUATION BẰNG EQUATION EDITOR

Muốn tạo Equation bằng Equation Editor, bạn đặt điểm chèn nơi muốn tạo công thức, gọi Insert – Object (biểu tượng mặt trời trắng trên sa mạc) rồi chọn Object… để mở hộp thoại, vào trang Create New, trong danh sách các Object Type, chọn Microsoft Equation và OK. Màn hình đặc trưng khi thao tác với Equation Editor như sau :

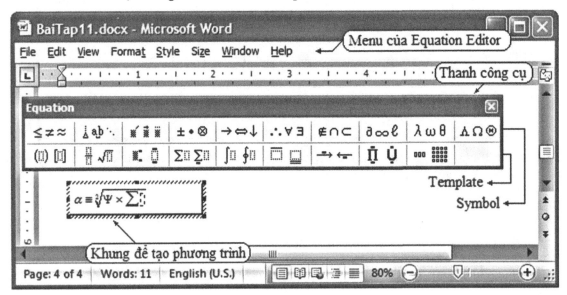

- Tại vị trí điểm chèn, xuất hiện một khung với đường biên sọc chéo, dành để nhập các ký hiệu tạo phương trình, bên trong là một hộc nhỏ có con chớp trong đó, đồng thời thanh Equation Toolbar được bày ra bên cạnh.

- Phần trên Toolbar là một hàng các Symbols gồm 10 nút dùng để chọn trên 150 ký hiệu thường dùng trong toán học, mà đa số trong chúng không có trong các bộ Font Symbol. Muốn chèn một ký hiệu vào Equation, bạn nhắp vào nút ở hàng trên của Toolbar, một danh sách các ký hiệu trong nhóm được bày ra thành một Drop Down List, bạn lại nhắp chọn một ký hiệu trong danh sách nầy, ký hiệu đó sẽ được đưa vào hộc nơi có điểm chèn đang chớp.

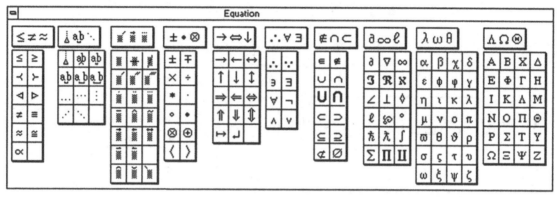

☞ Tên các nhóm Symbols từ trái qua phải : ① Relationals, ② Spacing and ellipsis, ③ Embellishments, ④ Operators, ⑤ Arrows, ⑥ Logicals, ⑦ Set theory, ⑧ Miscellanuous, ⑨ Greek lower, và ⑩ Greek upper.

- Phần dưới của Toolbar là một hàng Template gồm 9 nút để chọn các mẫu (Templates hoặc Frameworks) gồm các bộ dấu như phân số (Fractions), căn (Radicals), tổng (Summations), tích phân (Integrals), tích (Products), ma trận (Matrices), và các bộ dấu ngoặc. Các Templates chứa sẵn các hộc (Slots) là nơi dành cho bạn chèn văn bản hay ký hiệu vào. Có khoảng 120 Templates, xếp thành 9 nhóm. Trong một Slot của Template, có thể chứa một Template khác.

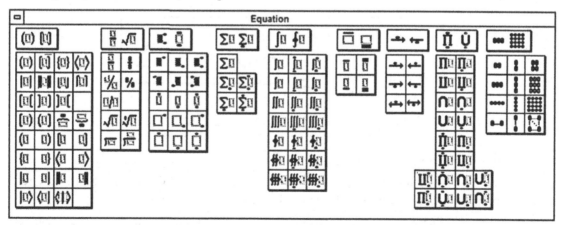

☞ Tên các nhóm Template từ trái qua phải : ① Fence, ② Fraction and Radical, ③ Subscript and Superscript, ④ Summation, ⑤ Integral, ⑥ Under bar and Over bar, ⑦ Labeled Arrow, ⑧ Products and Set Theory, và ⑨ Matrix.

THAO TÁC TRÊN EQUATION EDITOR

Thông thường thì Equation Editor 3.0 chỉ dùng "ké" màn hình soạn thảo của Word (nhưng thay Ribbon ủa Word bằng một Menu bar thông thường) chứ không cần một giang sơn riêng biệt, trừ khi bạn hiệu đính một Equation (đã được tạo rồi) bằng cách chọn Object, Right Click gọi Menu di động, chọn Equation Object rồi chọn Open thì Equation dùng một cửa sổ riêng để hiển thị. Dù trong ửa sổ ké với Word hay trong ửa sổ riêng, các thao tác để hiệu đính phương trình cũng như nhau. Hình sau cho thấy cửa sổ riêng của Equation Editor.

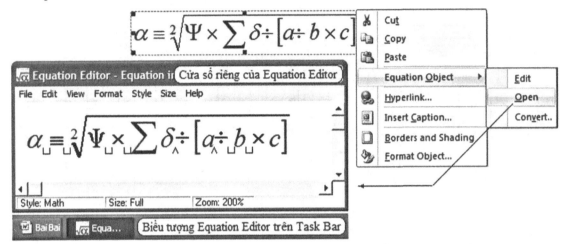

THỰC HÀNH

Với mớ lý thuyết hỗn độn trên đây, viết càng nhiều đọc càng khó hiểu, thậm chí viết xong chúng tôi đọc lại chẳng biết mình muốn nói gì. Tốt hơn hết là bạn hãy thực hành. Hy vọng là sau khi thực hành, bạn sẽ thấy sự việc chẳng qua cũng chỉ là những "chuyện thường ngày ở huyện".

① Đề bài minh họa : Hãy biểu diễn công thức tính trị của phương trình bậc hai khi phương trình có trị kép :

$$x_1 = x_2 = \frac{-b \pm \sqrt{\Delta}}{2a}$$

② Quy trình đề nghị :

- Đặt điểm chèn, gọi Insert – Object rồi chọn Object… mở hộp thoại, vào trang Create New, chọn Microsoft Equation 3.0 trong khung Object Type, và OK.

- Tại vị trí điểm chèn, xuất hiện một khung với đường biên sọc chéo, bên trong là một hộc nhỏ có con chớp trong đó, thanh Equation Toolbar được bày ra bên cạnh.

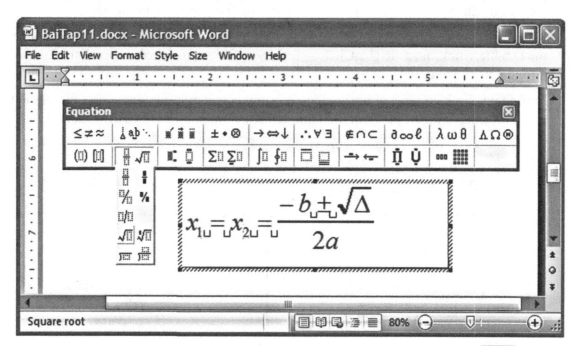

- Tại vị trí chớp chớp của điểm chèn, bạn gõ con chữ *x*, nhấp biểu tượng 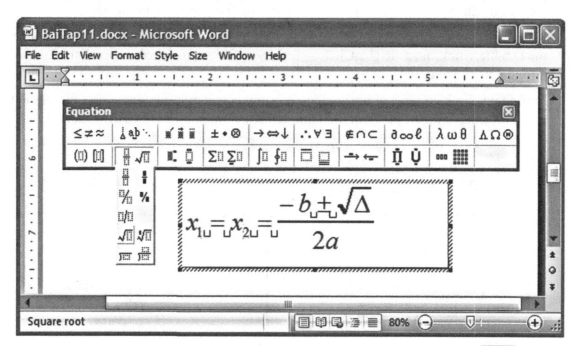 để bung ra danh sách các mẫu Subscript Template, nhấp chọn biểu tượng ▪ trong nhóm nầy. Bạn sẽ thấy con chớp chui vào một hộc thấp hơn dưới con chữ *x*.

- Gõ số 1 trong hộc nầy, xong dùng phím mũi tên ⇨ nhích con chớp ra khỏi hộc thấp đó, nhấp biểu tượng a⌣b trong nhóm Symbol thứ 2 để tạo khoảng trắng, gõ dấu =, lại nhấp biểu tượng a⌣b tạo khoảng trắng, gõ chữ *x*, lại nhấp biểu tượng Subscript như trên để tạo hộc thấp dưới chân *x*, và gõ số 2 vào hộc nầy, xong dùng phím mũi tên ⇨ nhích con chớp ra ngòai hộc, nhấp biểu tượng a⌣b, gõ dấu =, nhấp biểu tượng a⌣b.

- Nhắp biểu tượng phân số (nhóm Template thứ 2), được mẫu trình bày phân số, gồm trên một hộc, dưới một hộc, giữa có gạch ngang, điểm chèn chớp ở hộc phía trên.

- Đưa điểm chèn vào hộc của tử số, gõ −*b*, nhấp biểu tượng a⌣b.

- Nhắp vào biểu tượng ± (nhóm Symbol thứ 4). nhấp biểu tượng a⌣b, nhấp và chọn biểu tượng căn số bậc hai (nhóm Template thứ 2), được dấu căn, điểm chèn chớp trong hộc dưới dấu căn). Nhắp chọn dấu Delta trong nhóm ký tự Greek Upper (nhóm Symbol thứ 10).

- Đưa điểm chèn xuống khung hộc mẫu số, gõ *2a*

- Quan sát trong khung tạo Equation, sẽ thấy tổng thể như hình trên. Bạn nhắp chuột ra ngòai màn hình soạn thảo là xong !

$$x_1 = x_2 = \frac{-b \pm \sqrt{\Delta}}{2a}$$

- Trong tài liệu Word bạn được một sản phẩm Equation Object như thế nầy :

- Khi nhắp vào Equation Object, nó sẽ sừng cồ mọc ra 8 nốt, muốn sửa nội dung của nó thì Double Click, hoặc Right Click – Equation Object rồi chọn Edit để trở lại con đường đau khổ như trên.

- Muốn thay đổi kích cỡ, bạn nhắp chọn cho sừng cồ các nốt, rà chuột vào các nốt điều chỉnh ở cạnh hoặc góc, khi xuất hiện mũi tên 2 đầu thì kéo lớn ra hay thu nhỏ lại.

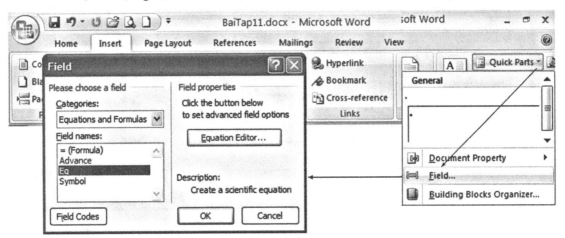

- Lưu ý : Thay vì gọi Insert – Object – Object… Create New – Microsoft Equation như trên, bạn có thể gọi Insert – Quick Parts, chọn Field, trong hộp thoại Field chọn Field name là Eq xong nhấn nút Equation Editor cũng kích hoạt được chức năng nầy.

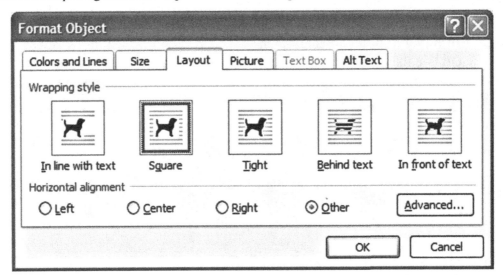

- Thuộc tính Text Wrapping ngầm định của loại Object nầy là In Line with Text, nên không hoà đồng với văn bản xung quanh, muốn vậy, phải chọn nó, Right Click - Format – Object rồi định dạng Layout với Wrapping Style khác với In Line with text.

- Điều quan trọng cần tránh hiểu lầm là Equation Editor chỉ dùng làm công cụ để thể hiện, tức là vẽ nên các ký hiệu quy ước nầy mà thôi, tuyệt nhiên nó không biết tí gì về chuyện "giải" các công thức hay phương trình đó cả.

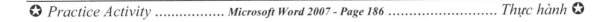

TỰ THỰC HÀNH

$$\delta = \frac{x_k \times \dfrac{n}{m}}{\sqrt{a^3 + b_i - c^3}} + \pi R^2$$

$$\delta = \frac{x_k \times \dfrac{n}{m}}{\sqrt{a^3 + b_2 - c^3}} + \pi R^2 \pm \sum_{n}^{m}\{s + t - v\} \times \omega t$$

TẠO PHƯƠNG TRÌNH BẰNG INSERT - EQUATION

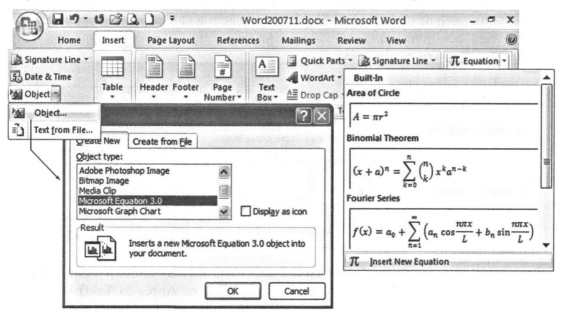

- Từ Tab Insert trên Ribbon, nhấn nút Equation, một bảng với các mẫu phương trình có sẵn (Built-In) buông xuống, nếu có mẫu gần giống với phương trình bạn muốn tạo thì nhắp chọn để sửa lại, muốn tạo mới hoàn toàn nhắp mục Insert New Equation.

- Word chép mẫu vừa chọn vào trang tài liệu hoặc đưa ra một mẫu rỗng bên trong nhá nhá Type equation here (gõ phương trình vào chỗ nầy), đồng thời đưa Tab Equation Tools Design lên Ribbon. Việc của bạn là tạo phương trình trong khung bằng cách ① nếu là các ký tự thường hay khoảng trắng (Space) thì gõ bằng bàn phím ② nếu là các ký hiệu đặc biệt hoặc các khuôn mẫu (Framework) thì nhặt từ các mục tương ứng trên Ribbon đưa vào. Khi xong, nhắp chuột ra ngoài khung.

- Khung chứa Equation nầy rất nhạy cảm với chuột, khi nhắp chọn thì có màu xanh và được viền quanh, với nút ▼ ở góc dưới phải mà khi nhắp sẽ xoè ra một Menu để chọn cách trình bày (Professional chuyên nghệp, Linear theo hàng ngang) . Bên trái có một quai xách để rê thả, khi tiến hành nhập hoặc sửa chữa trong khung, thì chỉ còn đường viền, bên trong trở lại màu sáng. Khi nhắp chuột ra ngoài thì Equation trông hoàn toàn giống văn bản thông thường.

- Sau khi đã tạo xong phương trình, có thể quét chọn rồi quy định kiểu chữ, cỡ chữ hoặc đóng khung (băng lịnh Border and Shading, Box, Apply to Text) v.v... Tuy nhiên, kiểu và cỡ chữ do Equation tự chọn thường thích hợp hơn cho các dạng phương trình.

$$lương \ chính = \frac{lương \ căn \ bản \ * \ hệ \ số \ giá \ * \ \sum ngày \ công}{số \ giờ \ làm}$$

- Tùy theo cách chọn để xem là Linear hay Professional, sẽ nhìn thấy cách bố trí khác nhau, ví dụ cùng công thức nhưng nhìn rất khác nhau như sau :

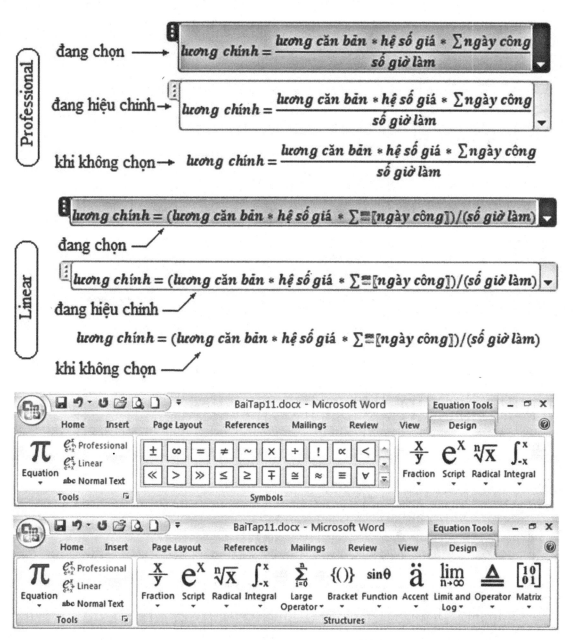

- Khi một Equation được chọn, Tab công cụ Equation Tools Design được bày ra trên Ribbon, giúp bạn dễ dàng chọn các ký hiệu. Sau đây là một số ký hiệu trong các nhóm, bạn xem qua cho biết, khi nào cần thì nhấp chọn để đưa vào phương trình.

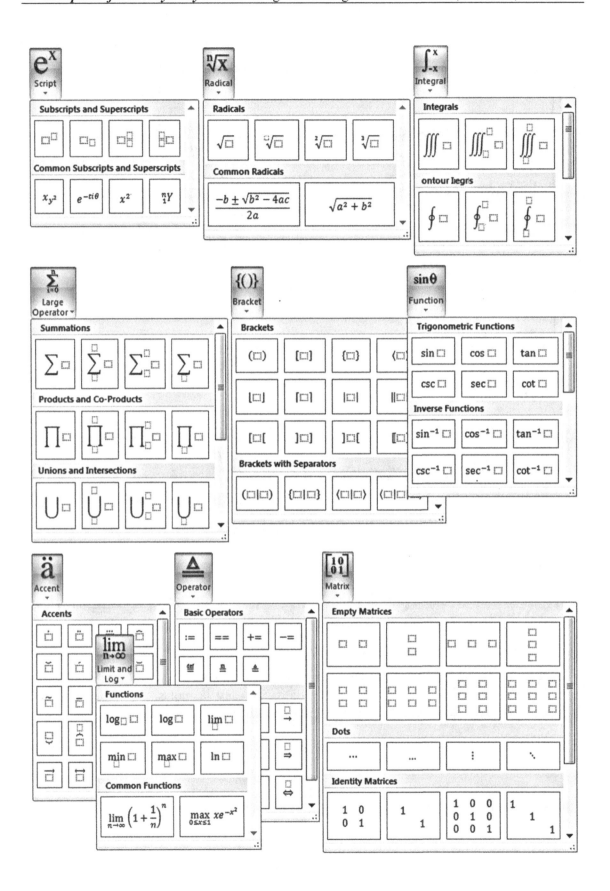

TỰ THỰC HÀNH

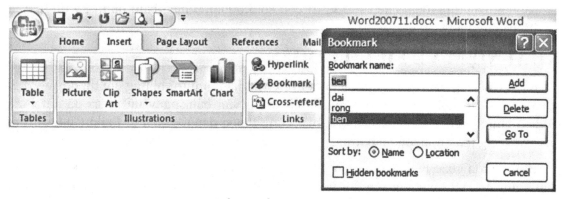

$$f(x) = a_0 + \sum_{n=1}^{\infty} \left(a_n \cos \frac{\pi x}{\beta} \right) + \sqrt[3]{\frac{\omega \tau}{\delta^2} + x_{y^2}} - \cos^{-1} \varphi$$

$$f(x) = a_0 + \sum_{n=1}^{\infty} \left(a_n \cos \frac{\pi x}{\beta} \right) + \sqrt[3]{\frac{\omega \tau}{\delta^2} + x_{y^2}} - \cos^{-1} \varphi$$

SỬ DỤNG BOOKMARKS

Bookmarks là những nội dung trong văn bản hay những vị trí trong văn bản, được đặt cho một tên gọi, dùng để đánh dấu nội dung chỉ định hay vị trí đã chọn, giúp người sử dụng có thể truy tìm nhanh chóng những nội dung này, những vị trí này trong văn bản, hoặc có thể sử dụng Bookmarks (*trong trường hợp là một nội dung của văn bản*) trong các Field Codes liên quan đến vấn đề tính toán trong văn bản.

① Cách tạo 1 Bookmark trong văn bản :

- Quét chọn nội dung văn bản (nếu muốn dùng Bookmark đại diện một nội dung) hay đặt con trỏ ngay tại vị trí trong văn bản (nếu muốn Bookmark dùng để đánh dấu một vị trí) cần gán Bookmark. Gọi lệnh Insert - Bookmark để mở hộp thoại.

- Trong khung Bookmark Name, gõ tên tự đặt cho Bookmark. Tên dài tối đa 40 ký tự, không chứa khoảng trắng, và phải bắt đầu bằng một chữ cái, xong nhắp nút Add.

- Nút Delete xoá Bookmark đã định nghĩa, và nút Go To đưa con chớp đến vị trí đó.

☺ Ví dụ đặt tên Bookmark là "tien", sau khi Add, có thể bấm phím Ctrl-G, chọn Bookmark, rồi chọn tien, và nhấn nút Go To, con trỏ sẽ được đưa đến ngay vị trí của Bookmark đó trong văn bản.

② Một ví dụ tham chiếu nội dung Bookmark : Một thửa đất hình chữ nhật, chiều dài 250 mét, chiều rộng 60 mét, giá mỗi mét vuông là 200 đồng. Tìm giá trị miếng đất.

- Hãy quét chọn số 250, đặt tên Bookmark là DAI, quét chọn số 60, đặt tên Bookmark là RONG, quét chọn số 200, đặt tên Bookmark là TIEN. Xong thử gõ văn bản sau :

| Giá trị thửa đất là .... đồng |

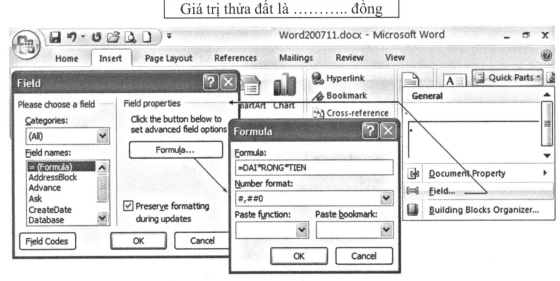

- Tại vị trí của chấm chấm, gọi lịnh Insert – Quick Parts – Field mở hộp thoại Field, chọn Field name là Formula, nhấn nút Formula mở hộp thoại kế tiếp, trong khung Formula, gõ = DAI * RONG * TIEN (xem hình), xong OK, sẽ được trị : 3,000,000

- Sau nầy nếu bạn thay đổi số đo của DAI hay RONG hoặc thay đổi trị số của TIEN, bạn chỉ cần đưa điểm chèn vào vị trí con số 3,000,000 nầy, bấm phím F9 để tính lại (Recalculate).

KHÁI NIỆM VỀ FIELD CODES

Field Codes là những mã được tạo ra trong văn bản, lưu trữ những chỉ thị để Word thi hành và tạo ra một kết quả mới nhất định trong văn bản, ngay tại vị trí đã đặt Field Codes. Thực tế có 1 số chức năng đã biết cũng thuộc dạng là những Field Codes, ví dụ như các công thức tính toán lập trong Table, chức năng Insert Symbol, Insert Picture, ...

Bình thường các Field Codes tạo trong văn bản sẽ hiển thị kết quả đã được tính toán. Cặp phím Alt+F9 dùng chuyển đổi giữa 2 chế độ thể hiện Field Codes hoặc kết quả của Field Codes. Khi di chuyển con trỏ đặt ngay tại Field Code thì nội dung của Field Code sẽ được <u>tô màu xám</u>, đây là cách để nhận biết các Field Codes đã có trong văn bản. Muốn tất cả các Field Codes đều thể hiện màu xám (ngay cả khi không chọn Field Code nào), thì nhấp Office Button – chọn Word Options, vào mục Advanced – Show document contents, tại mục Field Shading, chọn Always (ngầm định là When Seleted). Màu xám nầy sẽ không ảnh hưởng gì khi in văn bản có chứa các Field Codes.

CHÈN FIELDS CODES VÀO VĂN BẢN

<u>Cách 1</u> : Chọn Field Code thông qua bảng kê của lịnh Insert – Quick Parts – Field. Đây là cách thường dùng vì khó nhớ tên của các Field Codes cần thiết.

- Đặt con trỏ ngay vị trí cần tạo Field Code, gọi lịnh Insert – Quick Parts – Field sẽ xuất hiện hộp thoại Field, trong khung Categories chọn nhóm Field Code cần sử dụng (tổng cộng có 9 nhóm), trong khung Field Names chọn tên Field Code. Tùy theo tên của Field Code đang chọn, trong hộp thoại sẽ có các mục Field Properties và/hoặc Field Options để chọn, trường hợp nầy nếu nhấn nút Field Codes, các mục Properties và Options sẽ được thay bằng khung chữ nhật với tên Field code đặt sẵn trong đó, phía dưới là mẫu câu, nút Field Codes biến thành Hide Codes. Và nút Options nếu có, được dùng để mở hộp thoại Field Options.

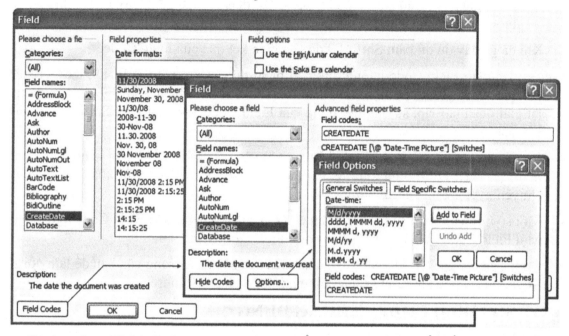

- Trường hợp Field Code có các khóa chuyển (Switches) và đối số, thì phải gõ các khóa chuyển và đối số này vào khung Field Codes. Nếu không nhớ các khóa chuyển của Field Code, có thể sử dụng nút Options, sẽ xuất hiện tiếp 1 hộp thoại liệt kê các khóa chuyển của Field Code đó (hình trên là các khóa chuyển của Field Code CreateDate). Thao tác trong hộp thoại Field Options có thể như sau :

✧ Chọn khóa chuyển ở khung liệt kê các Switches của Field Code đang chọn.

✧ Nhắp nút Add to Field, Word sẽ gán khóa chuyển này vào khung Field Codes bên dưới. Tiếp theo gõ các đối số nếu có của Field Code vào khung này.

✧ Để gỡ bỏ 1 Switches đã gán vào Field Code thì chọn nút Undo Add.

✧ Cuối cùng nhắp OK thoát hộp thoại Field Options trở về hộp thoại Fields.

<u>Cách 2</u> : Gõ trực tiếp Field Code vào vị trí cần chèn trong văn bản. Cách này đòi hỏi phải nhớ cú pháp của Field Code muốn dùng.

- Đặt con trỏ ngay vị trí cần tạo Field Code.

- Bấm Ctrl+F9 để Word chèn cặp ký hiệu { } tượng trưng cho Field Code.

- Gõ tiếp vào bên trong cặp ngoặc các khóa chuyển và đối số của Field Code.

  ◇ Khóa chuyển phải bắt đầu bằng ký hiệu \

  ◇ Các đối số phải ghi trong cặp ngoặc tròn ( ) và phân cách bằng ký hiệu qui định bởi List Separator của Control Panel (thường là dâu phẩy).

  ◇ Nếu các đối số lại chứa dấu \ hay dấu phân cách, thì phải viết liền sau một dấu \. Ví dụ ghi $\backslash\backslash$ sẽ tạo dấu \ và ghi $\backslash,$ sẽ tạo dấu , nếu dấu phẩy là dấu phân cách được chọn trong Control Panel.

- Khi đã gõ đầy đủ thì bấm Shift+F9 để cho hiện kết quả của Field Code.

<u>Lưu ý</u> : Nếu tạo Field Code không đúng cú pháp thì sau khi bấm Shift-F9, thay vì hiện kết quả Word sẽ cho ra một thông báo lỗi. Lúc này phải bấm Shift-F9 lần nữa để trở lại giai đoạn tạo lập, sửa lại nội dung của Field Code xong lại bấm Shift-F9 để xem kết quả.

- Bản thân kết quả của Field Code vẫn xem là văn bản, nên có thể tiến hành định dạng ký tự (Format Font) bình thường. Có thể quét chọn Field Code rồi xóa, sao chép, di chuyển ... giống như các nội dung văn bản khác.

- Một số trường hợp, để có kết quả sau cùng, phải sử dụng nhiều Field Code <u>lồng nhau</u>. Một Field Code này lại là đối số của một Field Code khác.

- Có thể sử dụng các Bookmark liên quan đến các nội dung trong văn bản để làm đối số trong Field Code như trong cách tính giá trị thửa đất ở phần trên.

MỘT SỐ FIELD CODES THÔNG DỤNG

CÁC FIELD CODES NHÓM NGÀY GIỜ

① {DATE} : chèn ngày trong hệ thống máy vào văn bản.

② {TIME} : chèn giờ trong hệ thống máy vào văn bản.

- Có thể chèn ngày giờ vào văn bản bằng lịnh Insert – Quick Parts – Field rồi chọn Field Name là DATE hoặc TIME. Sau đó chọn dạng thể hiện ngày, giờ thông qua nút Field Codes - Options trong hộp thoại Insert Field. Cách nầy luôn tạo ra một Field Code trong văn bản.

- Cũng có thể chèn ngày giờ văn bản bằng lịnh Insert - Date and Time và chọn dạng biểu diễn trong khung Available formats. Nếu có chỉ định Update Automatically thì tạo ra một Field Code, nếu không thì xem như một hằng trị gõ vào.

- Khi ngày, giờ chèn vào được ghi nhận dưới dạng Field Code thì có đặc tính tự động cập nhật ngày, giờ hệ thống mỗi khi sử dụng văn bản này.

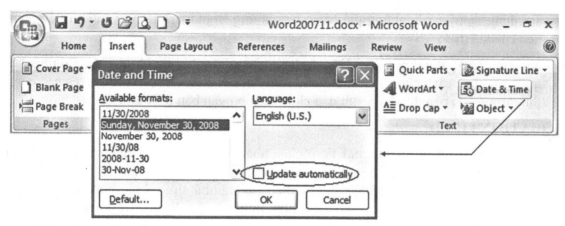

FIELD CODES NHÓM DOCUMENT AUTOMATION

① {IF} : Đây là Field Code dùng để so sánh lấy kết quả.

- Cú pháp : $\boxed{\{IF\ \textit{điềukiện}\ \text{"văn bản đúng"}\ \text{"Văn bản sai"}\ \}}$

- Điều kiện : là biểu thức dùng để so sánh 2 trị với nhau, theo mẫu :

  $\boxed{[\text{Trị 1}]\ [\textit{toántửsosánh}]\ [\text{Trị 2}]}$ với các toán tử : =, <>, >, >=, <, <=

- [Trị 1] và [Trị 2] là những trị trực tiếp gõ vào hay các Bookmark cũng được.

- Nếu điều kiện là đúng thì kết quả của Field Code là nội dung văn bản đúng. Ngược lại thì kết quả của Field Code là nội dung văn bản sai.

- <u>Lưu ý</u> : Hai nội dung văn bản đúng sai phải ghi trong dấu nháy đôi.

FIELD CODES NHÓM DOCUMENT INFORMATION

① {FILENAME}   : cho biết tên tập tin đang soạn thảo.

② {FILESIZE}   : cho biết độ lớn tập tin (*Bytes*).

③ {NUMPAGES}   : cho biết tổng số trang của văn bản đang soạn thảo.

④ {NUMWORDS} : cho biết tổng số từ hiện có trong văn bản.

FORMULA FIELD (*công thức tính toán*) :

Nằm trong nhóm Equations and Formulas. Thông thường để tạo ra một Field tính toán trong văn bản thì nên dùng chức năng Table Formula dễ hơn, và phải phối hợp với Bookmark như ví dụ thửa đất trên đây mới tính được.

- Một Field công thức phải khởi đầu với dấu bằng =

- Các giá trị tính toán có thể là những số gõ trực tiếp vào trong Field, hoặc có thể sử dụng các Bookmark liên quan các dữ liệu số trong văn bản.

- Các ký hiệu phép tính sử dụng là : ^ * / + -

- Nếu dùng Table - Formula thì có thể dùng các hàm được liệt kê trong mục Paste Function trong hộp thoại. Trong danh sách hàm, cũng có hàm xử lý IF để tính toán trên các dữ liệu số. Nhưng cú pháp của hàm IF nầy khác với Field Code {IF} của nhóm Document Automation : $\boxed{\text{IF}(\textit{điềukiệnsosánh, trịđúng, trịsai})}$

Trị đúng và trị sai là những giá trị số hay những Bookmark trong văn bản liên quan đến các giá trị số.

• Khi có sự thay đổi của các số liệu sử dụng trong Formula Field thì phải cập nhật kết quả mới bằng cách chọn Formula Field rồi bấm F9. Nếu cần cập nhật tất cả các công thức trong văn bản thì phải đánh dấu chọn toàn bộ văn bản rồi mới bấm F9.

EQUATION FIELD

Nằm trong nhóm Equation and Formulas, nhằm thể hiện 1 nội dung trong văn bản theo dạng phương trình toán học, loại Field Code này có nhiều khóa chuyển, mỗi một khóa chuyển để thể hiện nội dung đăng ký theo 1 dạng nhất định. Loại Field Code nầy là phương tiện hữu hiệu thay thế cho Equation Editor, mặc dù không phong phú bằng, nhưng nhẹ nhàng và dễ thực hiện.

• Equation Field bao giờ cũng bắt đầu bằng tổ hợp EQ.

• Các <u>khóa chuyển</u> của Equation Field :

❖ \a(*cácđốisố*) : Array, thể hiện các đối số thành dạng 1 mảng.

Có thêm các khóa phụ (đi theo sau khóa chính) như sau :

⌨ \co*N* : (Column Number) khai báo số cột N trong mảng

⌨ \al : (Align Left) canh trái các số trong từng cột của mảng

⌨ \ac : (Align Center) canh giữa các số trong từng cột của mảng

⌨ \ar : (Align Right) canh phải các số trong từng cột của mảng

⌨ \hs*N* : (Horizontal Space) khoảng cách N giữa các cột (tính bằng điểm)

Trong trường hợp mảng nhiều cột thì các giá trị ghi làm đối số sẽ được bố trí theo dòng trước.

Ví dụ : {EQ \a \ac \co2 \hs12 (10, 3, 55, 7, 30, 8, 40, 5)} ⟹

$$\begin{array}{cc} 10 & 3 \\ 55 & 7 \\ 30 & 8 \\ 40 & 5 \end{array}$$

❖ \b(*đốisố*) : Bracket, đặt nội dung đối số vào 1 cặp dấu ngoặc

Các khóa chuyển phụ :

⌨ \bc*S* : (Both Character) : Ký hiệu S làm dấu ngoặc cả 2 bên trái/phải

⌨ \lc*S* : (Left Character) : Ký hiệu S làm dấu ngoặc bên trái

⌨ \rc*S* : (Right Character): Ký hiệu S làm dấu ngoặc bên phải

Ví dụ : {EQ \b \bc\[({EQ \a \ac \co2 \hs12 (10, 3, 55, 7, 30, 8)})} ⟹

$$\begin{bmatrix} 10 & 3 \\ 55 & 7 \\ 30 & 8 \end{bmatrix}$$

❖ 　$\boxed{\text{\\f(tử số, } \textit{mẫu số})}$: Fraction, tạo ra dạng trình bày phân số.

Ví dụ : {EQ \f(x2 + 5x – 10, 3x3 - 12x2 + 20x + 32)} ⇒ $$\frac{x2 + 5x - 10}{3x3 - 12x2 + 20x + 32}$$

❖ 　$\boxed{\text{\\i}\textit{(giớihạndưới, giớihạntrên, biểuthức)}}$: Trình bày biểu thức dưới dạng tích phân (Integral), hay tổng (Sigma) hay tích (Pi). Ngầm định là sử dụng ký hiệu tích phân. Các khóa phụ :

　🖮 \su : đổi lại sử dụng ký hiệu Sigma (Sum - Tổng)

　🖮 \pr : đổi lại sử dụng ký hiệu Pi (Product - Tích)

　　Ví dụ : {EQ \I (0,3,3x + 10)} ⇒ $$\int_{0}^{3} 3x + 10$$

　　{EQ \I \su(k=1,n,20 + k)} ⇒ $$\sum_{k=1}^{n} 20 + k$$

và　　{EQ \I \pr(k=1,n – 1,k - 2)} ⇒ $$\prod_{k=1}^{n-1} k - 2$$

❖ 　$\boxed{\text{\\r}\textit{(sốbậckhaicăn, biểuthứclấycăn)}}$: Radical : Dạng khai căn

Ví dụ : {EQ \r(5, \f(10x + 20, 25x - 12))} ⇒ $$\sqrt[5]{\frac{10x + 20}{25x - 12}}$$

❖ 　$\boxed{\text{\\x}\textit{(đối số)}}$: Box, đóng khung nội dung ghi làm đối số. Ngầm định, Word vẽ 1 khung viền xung quanh nội dung chỉ định. Các khóa phụ :

　🖮 \to : 　Chỉ tạo đường kẻ bên trên nội dung 　　　Top

　🖮 \bo : 　Chỉ tạo đường kẻ bên dưới nội dung 　　　Bottom

　🖮 \le : 　Chỉ tạo đường kẻ bên trái nội dung 　　　Left

　🖮 \ri : 　Chỉ tạo đường kẻ bên phải nội dung 　　　Right

Ví dụ : 　{EQ \x(Microsoft Word 2007)} 　　⇒ $\boxed{\text{Microsoft Word 2007}}$

　　　　{EQ \x\to\ri(Microsoft Word 2007)} 　⇒ Microsoft Word 2007

　　　　{EQ \x\bo\le(Microsoft Word 2007)} 　⇒ Microsoft Word 2007

☺ Đặc biệt, khi dùng Field Code EQ \x(......) để đóng khung, nếu trong phần ...... lại có dùng $\boxed{\text{\\\\}}$ để được $\boxed{\text{\\}}$ hoặc dùng $\boxed{\text{\\,}}$ để được $\boxed{,}$ thì khung đóng thường hay bị lệch qua bên trái, điều nầy xảy ra trên Word 2000, 2003 và 2007 nhưng với Word 97 thì không !

❖ \s*(cácđốisố)* : Stack, trình bày các đối số xếp chồng lên nhau.

Trường hợp nếu chỉ 1 đối số thì có các khóa phụ sử dụng riêng cho từng đối số :

   ⌨ \up*N(đốisố)*   : Up : đưa đối số chỉ định lên 1 khoảng cách N điểm

   ⌨ \do*N(đốisố)*   : Down : đưa đối số chỉ định xuống 1 khoảng cách N điểm

Ví dụ: {EQ \x(\s(3 + x,5 − y,7 + z))} ⟹
$$\begin{array}{l} 3 + x \\ 5 - y \\ 7 + z \end{array}$$

❖ \o*(cácđốisố)* : Overstrike, các đối số đè lên nhau, với khóa phụ :

   ⌨ \al :   chồng các nội dung canh theo cạnh trái   Align Left

   ⌨ \ac :   chồng các nội dung canh giữa   Align Center

   ⌨ \ar :   chồng các nội dung canh theo cạnh phải   Align Right

Ví dụ : {EQ \x(\o\ac(Computer for EveryBody, CEB))}

⟹ Computer foEBveryBody

DÙNG EQUATION FIELD TẠO EQUATION

Thay vì dùng lịnh Insert – Object – Object rồi chọn Equation Editor để biểu diễn công thức toán như hình bên cạnh, ta có thể dùng EQ Field Code :

• Cụ thể : { EQ \x(x1 = x2 = \f(-b ± \r(Δ),2a))} ⟹ $x1 = x2 = \dfrac{-b \pm \sqrt{\Delta}}{2a}$

• Các ký hiệu ± và Δ phải gọi lịnh Insert - Symbol và chọn từ nhóm Font Symbol.

Bài Thực hành số 12

MẪU GHI ĐIỀN

(FILL-IN FORMS)

TỔNG QUAN VỀ FORM FIELD

Mẫu ghi điền Form Field là một hình thức tổ chức các tài liệu văn bản dùng làm mẫu trong đó bao gồm ① nội dung văn bản cố định, và ② những khu vực chừa sẵn dành để ghi điền. Ví dụ một mẫu đơn xin nhập học, đã được in sẵn các dòng cố định, còn khu vực tên họ, ngày sinh, địa chỉ v.v... là những mục mà người ta sẽ điền vào.

Trong các văn bản có tính chất của một mẫu ghi điền, bạn có thể chuẩn bị trước những nội dung trong đó có sẵn một loại số liệu đặc trưng nào đó, đã được định dạng, và cả phần văn bản gợi ý, mặt khác, có thể tạo ra những hộp đánh dấu chọn (Check box) và các danh sách lựa chọn kiểu Menu buông xuống (Dropdown list), kèm theo các thông báo hướng dẫn nếu cần, giúp người sử dụng dễ dàng hoàn tất việc ghi điền vào mẫu. Bạn dành ra một số vùng cho phép ghi điền và bảo vệ phần còn lại của văn bản không cho người ta sửa đổi. Các văn bản nầy luôn chứa các vùng gọi là Form Fields, là những chỗ dành sẵn trong mẫu ghi điền trực tiếp (Online Form). Một khi bạn đã minh thị bảo vệ tài liệu (Protect), người sử dụng chỉ có thể đưa thông tin vào tại các Form Fields trong tài liệu mà thôi. Khi bảo vệ các mẫu nầy, bạn có thể quy định mật khẩu, và chỉ ai biết mật đó mới có thể sửa đổi phần văn bản cố định, người không biết mật khẩu thì chỉ có thể tiếp cận các Form Fields.

Tài liệu có dùng Form Field có 2 giai đoạn xử lý riêng biệt : Giai đoạn thiết kế là lúc tạo ra tài liệu, tạo các Form Field và chỉ định thuộc tính cho Form Field, vào lúc nầy, việc ghi điền chưa có hiệu lực. Khi thiết kế xong, phải Protect Form mới có thể vào giai đoạn sử dụng. Lúc nầy người ta chỉ tiếp cận được với các Form Field bằng cách nhập hay chọn giá trị mà thôi, không thể chỉnh sửa. Muốn trở lại thiết kế, phải Unprotect Form.

CÁC CÔNG CỤ FORM FIELD

Để chèn một Form Field vào trong văn bản đang soạn thảo bằng Word 2007, nên đưa một số biểu tượng công cụ lên thanh Quick Access Toolbar mới dễ thao tác. Các công cụ nầy không nằm trong bất cứ một Tab nào của Ribbon (trong các phiên bản Word 6 và Word 7, các lịnh Form Field được trân trọng bố trí vào một mục trên Menu của lịnh Insert, sang Word 97, Word 2000, Word XP và Word 2003 thì Form Field lại không được đưa vào Menu lịnh nào cả, mà bắt buộc phải mở thanh Form Toolbar mới dùng được, đến Word 2007 thì thậm chí không có cả Toolbar, mà bạn phải tự tay lôi các công cụ ra, đưa tạm lên Quick Access Toolbar để dùng.

- Để đưa một biểu tượng công cụ lên Quick Access Toolbar (thường chỉ có sẵn các biểu tượng Save, Undo, Redo, Open), bạn nhắp Office Button, chọn Word Options mở hộp thoại dưới đây, vào mục Customize để bổ sung biểu tượng.

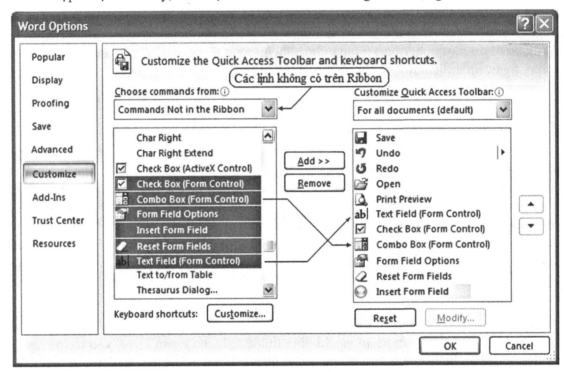

- Trong khung dưới Choose Command from, nhắp chọn nhóm *Commands Not in the Ribbon*, rà xuống dưới lần lượt chọn các lịnh như nêu trong hình, nhắp nút Add để đưa vào Quick Access Toolbar. Trên đây đề nghị bổ sung 6 biểu tượng cho tiện dùng, thực chất chỉ cần 2 biểu tượng Reset Form Fields và Insert Form Field cũng đủ, nhưng thao tác cực hơn. Cặp nút ▲▼ dùng thay đổi vị trí trên dưới. Nút Reset rút mọi biểu tượng bổ sung ra khỏi thanh nầy, chỉ giữ lại các biểu tượng chuẩn. Phần dưới của hình Ribbon trên cho thấy Quick Access Toolbar có các biểu tượng vừa Add. Trên thanh nầy có 3 công cụ chính để tạo 3 loại Form Field khác nhau.

CÁC LOẠI FORM FIELD

Có 3 loại Form Field chính : Text (văn bản), Check Box (hộp chọn), và Dropdown list (Combo box, danh sách chọn).

- Text Form Field là loại Form Field dùng để "xí chỗ" một khu vực trên dòng văn bản mà sau đó người sử dụng sẽ gõ vào một nội dung văn bản tùy ý.

- Check Box Form Field sẽ tạo một khung hình vuông dành cho thao tác đánh dấu chọn, khi ghi điền người ta sẽ chọn hay không chọn băng cách đánh chéo hay không đánh chéo vào bên trong khung nầy.

- Drop-Down Form Field cũng dùng "xí chỗ" một khu vực trên dòng văn bản, nhưng tại đó được dự kiến sẵn một danh sách gồm nhiều giá trị, người ta sẽ phải chọn và chỉ chọn một trong số những trị nầy.

- Insert Form Field : Mở hộp thoại để chọn 1 trong 3 loại Form Field muốn tạo (một nút nầy có công dụng bằng cả 3 nút trên).

- Options : Mở hộp thoại Form Field Options, trong đó bạn có thể sửa đổi các thuộc tính của Form Field đã chọn cũng như đưa ra những chi tiết cụ thể cho từng Form Field. Tùy loại được chọn, sẽ dẫn tới các hộp thoại Options khác nhau. Reset Form Fields : Khôi phục lại tình trạng mặc định ban đầu.

THỰC HÀNH TẠO FILL-IN FORM

PHIẾU ĐĂNG KÝ
SINH HOẠT CÂU LẠC BỘ TIN HỌC

1.	Họ và tên		Phái	
2.	Ngày sinh		Tại	
3.	Địa chỉ			
4.	Đăng ký sinh hoạt	Windows	Word	Excel
		Access	Pascal	FoxPro
		Correl Draw	Khác	
5.	Với tư cách			
			Saigon, ngày	
			Ký tên,	

- Sau khi đã bổ sung các biểu tượng công cụ dùng tạo Form Field, hãy tạo một Table và nhập phần văn bản cố định như trên.

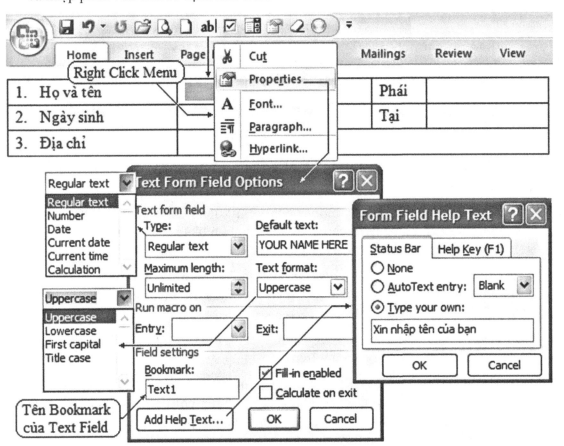

★ Đặt con chớp trong Cell liền sau Họ và tên, nhắp biểu tượng Text Form Field, tại vị trí điểm chèn sẽ có một vùng sẫm (do thuộc tính Field Shading). Vẫn đặt con chớp trong vùng sẫm màu nầy, nhấn Right Click rồi chọn Properties (hoặc nhắp biểu tượng Field Options ⊞) mở hộp thoại. Trong hộp thoại nầy, ① chọn Type Regular Text (các Type khác trong danh sách Drop Down), ② Default Text (văn bản ngầm định) có hay không cũng được, ví dụ "Your Name Here", ③ Text Format chọn Uppercase. Các mục có thể chọn là *Title case* : *Mỗi từ đều bắt đầu bằng con chữ hoa*. *Lowercase* : *Toàn bộ đều chữ thường*. *Uppercase* : *Toàn bộ đều chữ hoa*. *First capital* : *Chỉ riêng con chữ đầu tiên là chữ hoa*.

- Trong khung Bookmark, gợi ý sẵn "Text1", đó là tên tham chiếu của Text Form Field nầy, bạn có thể gõ tên khác nếu muốn, ở đây ta giữ nguyên đề nghị của Word.

- Đánh dấu chọn các mục ☒ Fill-In Enable và ☒ Calculate on exit.

- Nhắp nút Add Help Text mở hộp thoại tiếp. Hộp thoại nầy dùng để đưa ra câu thông báo hướng dẫn khi người ghi điền tiếp cận với Form Field. Câu thông báo có thể cho xuất hiện trên thanh Status Bar và / hoặc khi người ta bấm phím F1 tùy bạn chỉ định. Vào trang Status Bar, đánh dấu mục ◉ Type your own (tự ngài gõ vào), trong khung phía dưới, nhập câu nhắc "Xin nhập tên của bạn". Nếu muốn nhắc khi bấm F1, bạn vào trang Help Key và thao tác tương tự.

- OK đóng hộp thoại Help Text, và OK lần nữa đóng hộp thoại Options.

☞ Bạn được một vệt sẫm, trong đó ghi sẵn YOUR NAME HERE do trước đó ta quy định tại Default Text, màu sẫm nhằm dễ phân biệt phần văn bản bình thường với phần Form Field (khi in ra giấy thì không có sẫm).

★ Đặt con chớp trong Cell sau Phái, nhắp biểu tượng Text Form Field, tại vị trí điểm chèn sẽ có một vùng sẫm. Nhắp nút Field Options mở hộp thoại, chỉ định Type : Regular Text, Default Text : "Nam", Text Format : First Capital và OK (được trị Nam trong vùng sẫm). Nếu không quy định, tên Bookmark của Field nầy có thể là Text2.

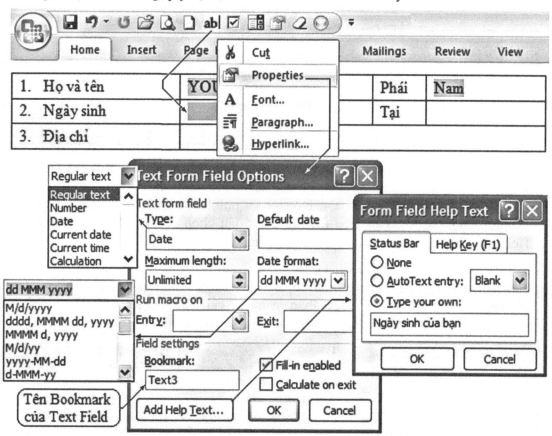

★ Vào Cell sau ngày sinh, nhắp biểu tượng Text Form Field tạo một vùng sẫm. Nhắp nút Field Options (hoặc Double Click vào Field) mở hộp thoại, chỉ định Type : Date, Default date : không cần, Date Format : dd MMM yyyy (nếu không có dạng nầy trong danh sách, bạn tự gõ vào) MM là Month, mm là Minute. Thêm Help Text là "Ngày sinh của bạn" và OK (chỉ được một vùng sẫm)

★ Tương tự, vào Cell sau nơi sinh, nhắp nút Text Form Field, nhắp Options : chọn Type : Regular Text, Default Text : Sài Gòn, Text Format : Title case, mục Add Help Text xin bạn tùy nghi, OK (được trị Sải Gòn trong vùng sẫm).

★ Vào Cell sau địa chỉ, tạo Text Form Field với các Options : Type Regular Text, Default Text : Trên từng cây số, Text Format : Title case, Add Help Text bạn tùy nghi, OK (được trị "Trên Từng Cây Số" trong vùng sẫm)

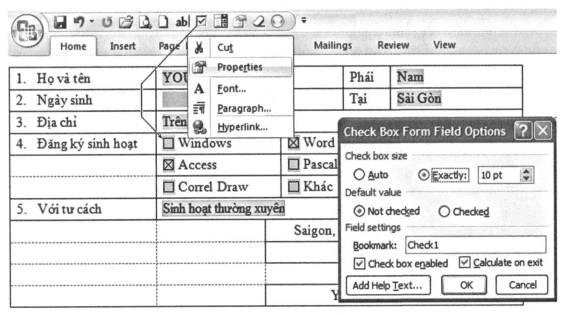

★ Đặt con chớp bên trái của từ Windows, nhắp biểu tượng Check Box, sẽ tạo ra một khung vuông sẫm, Double Click khung nầy hoặc nhắp nút Options mở hộp thoại. Dưới mục Check Box size, chọn Exactly 10 point (lớn quá không đẹp). Dưới mục Default, chọn ⦿ Not Checked (không đánh dấu chọn sẵn khi sử dụng). Phần Add Help Text bạn tùy nghi, OK, được một khung vuông.

★ Tương tự bạn tạo thêm các Check Box cho 7 môn còn lại, Trị Default Checked hay Not Checked tùy bạn. Lưu ý bạn có thể quét chọn hình của Check Box rồi Copy (Ctrl-C) xong Paste (Ctrl-V) để nhân ra nhiều cái khác, sẽ khỏi phải chỉ định các Option nhiều lần, tuy nhiên khi Paste như vậy, sẽ không có tên Bookmark.

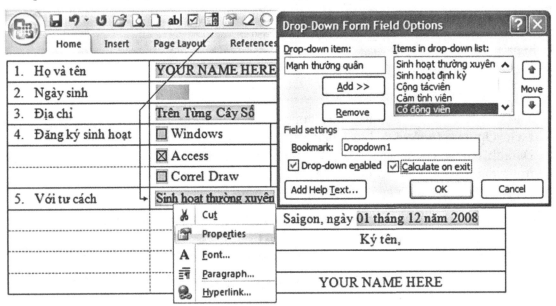

★ Vào Cell sau Với tư cách, nhắp biểu tượng Drop Down tạo một vùng sẫm, Right Click hoặc nhắp nút Options mở hộp thoại Drop Down Form Field Options :

- Trong khung Drop Down Item, gõ "*Sinh hoạt thường xuyên*" xong nhắp nút Add, nội dung nầy được ghi nhận vào khung Items in drop-down list bên cạnh. Tương tự, lần lượt nhập các mục còn lại, bạn có thể tự chế biến các mục theo ý riêng mình. Cặp mũi tên lên xuống bên cạnh khung Items in drop-down list dùng vào mục đích sắp đặt lại vị trí trên dưới các mục. Nút Remove gỡ bỏ mục đã Add. Xong OK. Bạn phải được trị "Sinh hoạt thường xuyên" trong vệt sẫm

★ Đặt điểm chèn sau cụm từ Saigon, ngày (cách một khoảng trắng), nhắp Text Form Field, nhắp Options, chọn Type Current Date (ngày hiện hành, mục Default date sẽ mờ đi không cho gõ gì vào được. Mục Date format bạn tự gõ vào dạng ngày tháng đã được Việt hóa dd 'tháng' MM 'năm' yyyy . Lưu ý chữ 'tháng' và chữ 'năm' phải rào trong dấu nháy đơn, còn MM thì phải gõ chữ in Hoa mới cho kết quả đúng. Xong chọn OK (được trị là ngày tháng năm vào lúc bạn đang ngồi trước máy).

1.	Họ và tên	YOUR NAME HERE		Phái	Nam	
2.	Ngày sinh			Tại	Sài Gòn	
3.	Địa chỉ	Trên Từng Cây Số				
4.	Đăng ký sinh hoạt	☐ Windows	☒ Word		☒ Excel	
		☒ Access	☐ Pascal		☐ FoxPro	
		☐ Correl Draw	☐ Khác			
5.	Với tư cách	Sinh hoạt thường xuyên				
			Saigon, ngày 04 tháng 03 năm 2009			
			Ký tên,			
			YOUR NAME HERE			

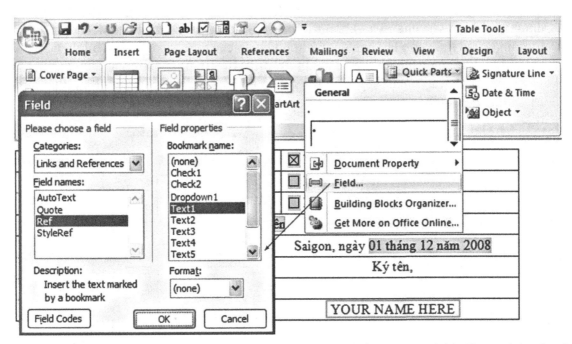

- Đặt con chớp tại Cell dưới ký tên, gọi Insert – Quick Parts – Field. Trong hộp thoại Field, nhóm Category chọn Link and References, mục Field names chọn Ref (Ref = Reference = tham chiếu), trong khung Bookmark name chọn Text1 (là tên đã đặt cho Text Form Field Họ và tên) và OK, Nếu bạn thao tác không sai sót gì thì nhất định phải được một cái tên giống y chang với cái tên xuất hiện ở dòng Họ và Tên.

☞ Kết quả của bạn có thể gần như sau ngoại trừ cái ngày đăng ký :

PHIẾU ĐĂNG KÝ
SINH HOẠT CÂU LẠC BỘ TIN HỌC

1.	Họ và tên	YOUR NAME HERE	Phái	Nam
2.	Ngày sinh		Tại	Sài Gòn
3.	Địa chỉ	Trên Từng Cây Số		
4.	Đăng ký sinh hoạt	☐ Windows	☒ Word	☒ Excel
		☒ Access	☐ Pascal	☐ FoxPro
		☐ Correl Draw	☐ Khác	
5.	Với tư cách	Sinh hoạt thường xuyên		
		Saigon, ngày 04 tháng 03 năm 2009		
		Ký tên,		
		YOUR NAME HERE		

- Bạn có thể trình bày thêm bớt gì tùy ý, xong lưu trữ với tên BaiTap12.docx chẳng hạn, trên ổ đĩa, thư mục nào đó tùy theo sự thuận tiện của bạn.

ĐƯA FILL-IN FORM VÀO SỬ DỤNG

Chúng ta vừa mới chuẩn bị xong mẫu văn bản nhưng chưa thấy hiệu quả của Form Field như thế nào. Nhằm để dành mẫu nầy cho nhiều người sử dụng, bạn hãy "Protect" nó và lưu trữ lại, để sau nầy không ai sửa đổi gì được, ngoại trừ các Form Field :

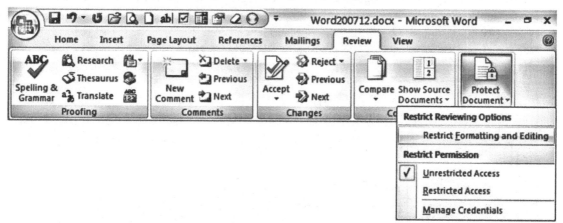

- Chọn Tab Review trên Ribbon, nhấp nút Protect Document, chọn Restrict Formatting and Editing, sẽ xuất hiện một Task Pane bên phải, dưới mục Editing Restrictions (hạn chế chỉnh sửa) đánh dấu chọn ☑ Allow only …, trong khung phía dưới chọn Filling in Forms (chỉ cho phép làm mẫu ghi điền).

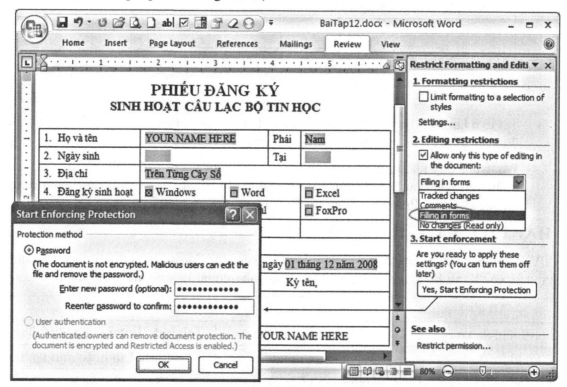

- Nhấp nút "Yes, Start Enforcing …". Một hộp thoại được mở ra để bạn cài mật khẩu bảo vệ nếu muốn. Nếu không chỉ định Password mà OK ngay, xem như không cần mật khẩu (bất kỳ ai cũng Unprotect được). Cho dù có Password hay không, mẫu sẽ được bảo vệ không cho thay đổi phần văn bản chung, chỉ cho tiếp cận các Form Field.

- Nếu có cài mật khẩu, thì gõ vào khung Enter new password (dài tối đa 15 ký tự), và gõ một lần nữa vào khung Reenter … to confirm. Dĩ nhiên là để bảo mật, lúc bạn gõ Password, trong khung chỉ nhìn thấy toàn những nốt tròn. Lưu ý phím CapsLock xem ở chế độ chữ hoa hay chữ thường, vì mật khẩu có tính nhạy phân con chữ (case sensitive), nếu quên mật khẩu, sau nầy sẽ không thể nào "Stop Protection" được.

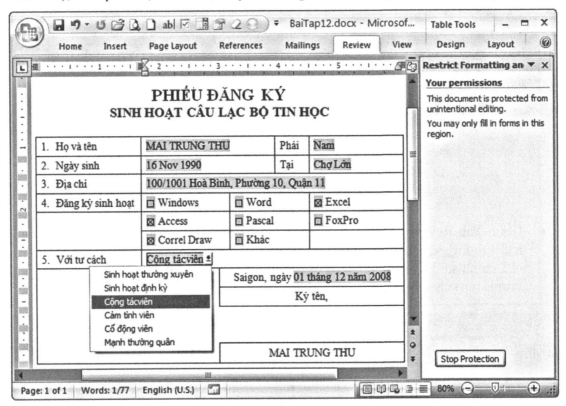

- Tài liệu khi đã Protect, dưới Task Pane sẽ là nút Stop Protection để có thể trở lại giai đoạn thiết kế Form. Nút ✖ thì đóng Task Pane.

☞ Password nầy không ngăn cản người ta mở tài liệu, chỉ ngăn cản không cho sửa phần văn bản chung mà thôi. Muốn không cho người ta mở tài liệu, phải dùng Office Button – Prepare – Encrypt Document mới có hiệu lực.

NHẬP LIỆU VÀO FILL-IN FORM

Vì lúc nầy tài liệu của chúng ta đã được "Protect for Forms" nên điểm chèn chỉ xâm nhập vào các Form Fields mà thôi. Và cách thao tác trên tài liệu có thể tóm lược như sau :

MUỐN	DÙNG CHUỘT	DÙNG PHÍM
Chọn Field để xử lý	Nhấp vào Field đó	Tab hoặc Enter hoặc Shift-Tab
Về Field trước	Nhấp vào Field đó	Shift Tab hoặc mũi tên lên
Chọn/bỏ một Check Box	Nhấp vào Check Box	Space Bar hoặc gõ chữ X
Nhảy Tab ngay lúc gõ		Ctrl-Tab
Chọn Drop Down list	Nhấp vào mũi tên xuống	F4 hoặc Alt+mũi tên xuống

★ Gia sử bạn Mai Trung Thu đăng ký sinh hoạt, sẽ thao tác cụ thể như sau :

• Lúc vệt sẫm đang ở Họ tên, gõ Mai Trung Thu, bấm Tab. Vệt sẫm nhảy sang mục Phái, có sẵn "Nam", nếu phái nữ thì gõ lại, còn Nam thì khỏi, bấm Tab. Vệt sẫm vào mục Ngày sinh, chỉ cần gõ 16/11/90, xong Tab (khi đời qua mục khác, Word chỉnh dạng ngày tháng thành 16 Nov 1990). Thao tác tương tự cho Nơi sinh và Địa chỉ.

• Khi vệt sẫm ở vào ô vuông bên trái Windows, nhấn Spacebar hoặc ký tự x, sẽ thành ☒ Windows (có chọn, nếu nhấn lần nữa, thì không chọn), muốn chọn môn nào, bạn thao tác tương tự.

• Khi vệt sẫm vào mục Tư cách, sẽ thấy bên cạnh hiện ra một mũi tên xuống, nhắp chuột vào đấy hoặc bấm Alternate + mũi tên xuống, sẽ được cả danh sách, chọn một trong các tư cách, xong bấm Tab hoặc Enter qua mục khác.

• Riêng mục Ngày tháng lập phiếu, sẽ không truy cập được, mà Word tự động ghi ngày hiện hành vào đó.

• Họ tên người ký tên, chúng ta cũng không thể truy cập được, nhưng bạn sẽ thấy ngay MAI TRUNG THU xuất hiện tại đấy, vì đó là Field Code Ref tham chiếu đến Bookmark Text1, mà Bookmark nầy đã được quy định ☒ Calculate on Exit nên vừa rời khỏi nó là đã "tính lại" ngay).

TỰ THỰC HÀNH

Bạn hãy giúp nhà hàng Yến Phương trình bày một mẫu dành cho khách đến đặt hàng như sau :

① Quý khách, Địa chỉ, Ngày : Text Form Field, tự khách hàng sẽ nhập số liệu.

② Tại địa điểm : Chọn 1 trong 2 nơi : nhà riêng của khách hoặc tại nhà hàng.

③ Khai vị : Soupe cua giả yến, Bát bửu, Soupe bóng cá, Bát tiên quá hải.

④ Món nhẹ : Gỏi ngó sen, Dồi trường, Tôm lăn mè, Bò bóp thấu, Gỏi thập cẩm.

⑤ Món chính : Gà đông cô - Bắp hộp, Bò đốp - Bánh mì, Gà quay - Xôi gấc, Vịt tiềm bát trân - Mì.

⑥ Đặc sản : Bò quanh lửa hồng, Vịt tiềm lục vị, Gà nấu sữa, Lẩu Quảng đông.

⑦ Món no : Cơm Dương châu, Lẩu thập cẩm, Hoành thánh, Bánh hỏi.

⑧ Tráng miệng : Bánh ngọt, Sương sa, Trái cây.

⑨ Món tính riêng : Gà (Rút xương, Quay chao, Phượng Hoàng ấp trứng)

Heo (Chiên dòn, Quay sữa), Vịt (Quay Tứ xuyên, Quay me)

Ghi chú : Hình sử dụng trang trí : tập Nouvflwr.wmf (từ bộ Office 4.3, nếu không có, bạn thay bằng hình khác).

Nhà Hàng Khách Sạn

YẾN PHƯƠNG

PHIẾU ĐẶT TIỆC

Qúy khách   Nhan Vat Quan Trong

Địa Chỉ   ✍ Nha Hang Bong Co May

                  ✉ TP Ho Chi Minh

                  ☎ 423.459

Ngày chiêu đãi :   tháng   năm 2009

Tại địa điểm :   ⊠ Nhà Hàng *Yến Phương*   ☐ Nhà riêng

THỰC ĐƠN TÙY CHỌN :

☞ Khai vị   Soupe cua giả yến

☞ Món nhẹ   Gỏi ngó sen

☞ Món chính   Gà đông cô - Bắp hộp

☞ Món Đặc Sản   Bò quanh lửa hồng

☞ Món ăn no   Cơm Dương châu

☞ Tráng miệng   Bánh ngọt

CÁC MÓN ĐẶC SẢN *(tính riêng)* :

☞ ☐ Gà   Rút xương

☞ ☐ Heo   Chiên dòn

☞ ☐ Vịt   Quay Tứ xuyên

Bài Thực hành số 13

TRỘN & IN THƯ - PHONG BÌ - NHÃN
(MAIL MERGE – ENVELOPES - LABELS)
VAI TRÒ VÀ CÔNG DỤNG

Mail Merge (trộn thư) là chức năng lắp ghép nội dung từ hai tập tin, gồm một văn bản mẫu gọi là Main Document (tài liệu chính) và một danh sách người nhận gọi là Recipient List dưới dạng một Table của Word hay dạng Database của phần mềm khác như Excel, Access, nhằm tạo ra một văn bản thứ ba, hoặc chỉ trộn rồi in mà không tạo thành văn bản nào khác. Trong một số trường hợp, Mail-Merge tỏ ra hết sức thuận lợi khi phải thực hiện các văn bản giao dịch cùng lúc với rất nhiều đối tượng như một cơ sở sản xuất cần giao dịch với nhiều cổ đông, một hãng buôn quan hệ với nhiều khách hàng, hoặc một trường học tiếp xúc với nhiều học viên v.v...

Giả sử bạn cần soạn một thư mời dự hội nghị, số người được mời lên đến hàng trăm. Nội dung thư mời thì giống nhau, chỉ khác ở mục tên và địa chỉ của quan khách được mời. Thật là nhàm chán khi phải ngồi gò lưng nhập vào tên, địa chỉ của từng người một trên mỗi lá thư ! Với Word, hãy để chức năng Mail Merge thao tác thay bạn.

Để tiến hành Mail - Merge, cần phải tổ chức 2 tập tin riêng biệt :

① Tập tin chính gọi là Main Document, chứa nội dung văn thư (kể cả đồ thị, bảng biểu, hình ảnh), trong đó có dành sẵn những chỗ gọi là Merge Fields để lắp ghép với số liệu trên danh sách từ một tập tin thứ hai gọi là Data File, ngoài ra cũng có thể lắp ghép với số liệu gõ trực tiếp vào khi đang tiến hành trộn in. Tập Main Document phải được soạn thảo với các công cụ trên Ribbon Mailings nhằm cài đặt các Merge Field dành cho công đoạn pha trộn.

② Tập thứ hai gọi là Data File hoặc Recipient List, tổ chức dưới dạng một cơ sở dữ liệu (Database). Tập nầy có thể do bạn tự chuẩn bị riêng dưới dạng một Table của Word (cách nầy đơn giản nhất), hoặc từ một Table đã chuẩn bị trước trong một tập tin dữ liệu .mdb của Access, hoặc từ bảng tính dạng cơ sở dữ liệu của Excel, hoặc thực hiện tạo danh sách với sự hỗ trợ của Word (sẽ tạo ra tập tin .mdb của Access). Trừ vài trường hợp cố tình tổ chức khác đi, hầu hết các Data File đều có dòng đầu tiên, gọi là Header Record, chứa tiêu đề cột số liệu (Field Names), các dòng còn lại chứa số liệu chi tiết, gọi là các Data Records (mẫu tin). Một Data Record gồm 1 đến nhiều Fields (vùng tin), cách phân bố Fields trong các Record đều giống nhau.

MỘT VÍ DỤ

① Dưới đây là hình ảnh một Data File, giả sử được lưu trữ với tên D1-WordList.docx. Trong đó dòng đầu tiên là Header Record, 7 dòng còn lại là các Data Records. Mỗi Record có 5 Fields, trong đó HoTen là tên của Field thứ hai, DiaChi là tên của Field thứ ba v.v... Tập tin nầy có thể tạo ra bằng một tài liệu Word trong đó chỉ chứa một Table nầy mà thôi.

AiDo	HoTen	DiaChi	DonVi	BaCon
Cụ	MAI ĐÌNH TÚY	100 Xóm Gà, Bình Thạnh	Cửa Hàng Cầu Kiệu	Nội
Dượng	HỒ LONG NGỌA	200 Xóm Chiếu, Quận 4	Xí Nghiệp Cầu Tre	Ngoại
Chị	CHÂU KIM SA	300 Xóm Củi, Quận 8	Phân Xưởng Cầu Mật	Nội
Thiếm	CỎ GIA TRƯỜNG	400 Xóm Đất, Quận 11	Tổ Hợp Cầu Kinh	Nội
Mợ	LÊ BÁ QUÂN	500 Xóm Mới, Gò Vấp	Nhà Máy Cầu Xáng	Ngoại
Em	NGÔ ĐỨC MẠC	600 Xóm Thơm, Gò Vấp	Chi Đội Cầu Đỏ	Nội
Anh	VI NHẤT TIÊU	700 Xóm Vôi, Quận 5	Liên Hiệp Cầu Sơn	Ngoại

② Và một Main Document, giả sử được lưu trữ trên đĩa với tên là ThuMoi.docx :

THƯ MỜI

Sàigòn, ngày 17 tháng 12 năm 2008

Kính gởi   :   «AiDo» «HoTen»

Địa chỉ   :   «DonVi»

«DiaChi»

Nhân dịp sinh nhật của bé Phương Nam gia đình chúng tôi rất vinh dự được mời «AiDo» đến dự buổi tiệc thân mật vào lúc {IF {MERGEFIELD Bacon} = "Nội" "16h30 ngày 25/12/2008 tại Khách sạn Hoa Anh Đào - Lầu 3" "18h45 ngày 27/12/2008 tại Nhà Hàng Hoa Sứ - Phòng VIP "}.

Sự hiện diện của «AiDo» là nguồn cổ vũ quý giá để bé Phương Nam vững bước vào đời.

Gia đình C.E.B

★ Trong nội dung của tập Main Document trên đây, các tổ hợp «AiDo», «HoTen», «DonVi» «DiaChi» đều là những Merge Field Codes (mã trộn), tham chiếu trực tiếp các Field-names như quy định ở Header Record của tập Data File D1-WordList.docx.

★ Đặc biệt, nội dung bạn thấy trên màn hình {IF {MERGEFIELD Bacon} = "Nội" "16h30 ngày 25/12/200&ạit Khách sạn Hoa Anh Đào - Lầu 3" "18h45 ngày 27/12/2008 tại Nhà Hàng Hoa Sứ - Phòng VIP"} thì không phải là gõ thẳng vào mà là một Word Field Code, cũng là mã trộn thông qua điều kiện gọi là *If ...... then .... Else* .... dưới sự hỗ trợ của Mail-Merge Helper.

③ Và sau đây là kết quả 2 trang đầu có được sau khi ra lệnh cho Word trộn 2 tập tin trên (Main Document ThuMoi.docx và Data File D1-WordList.docx) lại với nhau :

THƯ MỜI

Sàigòn, ngày 17 tháng 12 năm 2008

Kính gởi : Cụ MAI ĐÌNH TÚY

Địa chỉ : Cửa Hàng Cầu Kiệu

100 Xóm Gà, Bình Thạnh

Nhân dịp sinh nhật của bé Phương Nam gia đình chúng tôi rất vinh dự được mời Cụ đến dự buổi tiệc thân mật vào lúc 16h30 ngày 25/12/2008 tại Khách sạn Hoa Anh Đào - Lầu 3.

Sự hiện diện của Cụ là nguồn cổ vũ quý giá để bé Phương Nam vững bước vào đời.

Gia đình C.E.B

THƯ MỜI

Sàigòn, ngày 17 tháng 12 năm 2008

Kính gởi : Dượng HỒ LONG NGỌA

Địa chỉ : Xí Nghiệp Cầu Tre

200 Xóm Chiếu, Quận 4

Nhân dịp sinh nhật của bé Phương Nam gia đình chúng tôi rất vinh dự được mời Dượng đến dự buổi tiệc thân mật vào lúc 18h45 ngày 27/12/2008 tại Nhà Hàng Hoa Sứ - Phòng VIP.

Sự hiện diện của Dượng là nguồn cổ vũ quý giá để bé Phương Nam vững bước vào đời.

Gia đình C.E.B

★ Field Code {IF {MERGEFIELD Bacon} = "Nội" "16h30 ngày 25/12/2008 tại Khách sạn Hoa Anh Đào - Lầu 3" "18h45 ngày 27/12/2008 tại Nhà Hàng Hoa Sứ - Phòng VIP"} được Word hiểu rằng : *Nếu Field Bacon của mẫu tin sử dụng lúc pha trộn có trị là "Nội" thì in cụm từ "16h30 ngày 25/12/2008 tại Khách sạn Hoa Anh Đào - Lầu 3", bằng không thì in cụm từ "18h45 ngày 27/12/2008 tại Nhà Hàng Hoa Sứ - Phòng VIP".* Để thấy được FieldCode If ... then ... Else... nầy trong Main Document, phải bấm Shift-F9 hoặc Alt-F9 sang chế độ nhìn mã Field, còn bình thường, sẽ thấy trị nầy hoặc trị kia của một trong cụm từ kể trên, tùy theo mẫu tin hiện hành của Data File thỏa hay không thỏa điều kiện.

DATAFILE DÙNG VỚI MAIL MERGE

Để vào phần thực hành, chúng ta thử chuẩn bị trước 2 tập tin dùng làm Data File cho 2 trường hợp : ① D1-WordList.docx là Data File bằng Table trong một tài liệu của Word, ② D2-ExcelList.xlsx là Data File từ một bảng tính Excel, sau đó tạo ③ TotNghiep.mdb là cơ sở dữ liệu Access ngay khi thực hành với sự trợ giúp của Mail Merge.

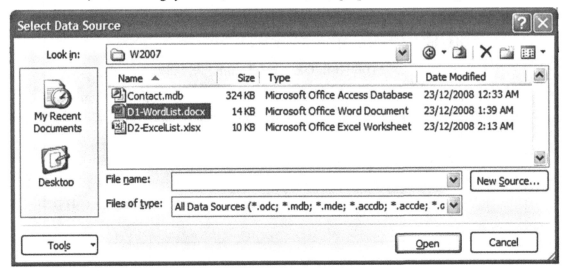

Vì đây là giáo trình nên chúng tôi cố gắng nêu ra nhiều tình huống để bạn tham khảo và tùy nghi sử dụng, trong thực tế, đơn giản nhất là dùng Table trong tài liệu Word làm Data File, nhưng một khi đã có sẵn danh sách Data File trong các ứng dụng khác như Excel, Access thì có thể dùng trực tiếp, không cần phải tạo lại Table trong Word.

DATA FILE BẰNG TABLE TRONG WORD

1. Nếu vừa khởi động Word đang có tài liệu trắng càng tốt, bằng không thì gọi Office Button – New – Blank Document (hoặc nhắp biểu tượng New hoặc bấm Ctrl-N) để được màn hình soạn thảo nguyên xi mới.

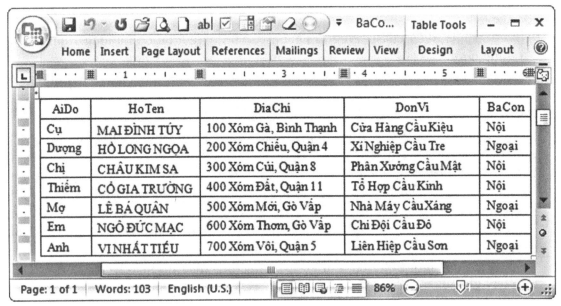

2. Gọi lịnh Insert - Table để tạo một Table với 5 cột, 8 hàng (giả sử danh sách chỉ có 7 người), và nhập nội dung như trên, với hàng đầu tiên là tựa cột. Lưu trữ với tên D1-WordList.docx (ví dụ), xong đóng tài liệu nầy lại.

3. Dùng Excel tạo bảng tính với danh sách sau đây, lưu trữ với tên D2 -ExcelList.xlsx (giả định là bạn đã quen dùng Excel, nếu chưa, bạn nhờ ai đó giúp cũng được).

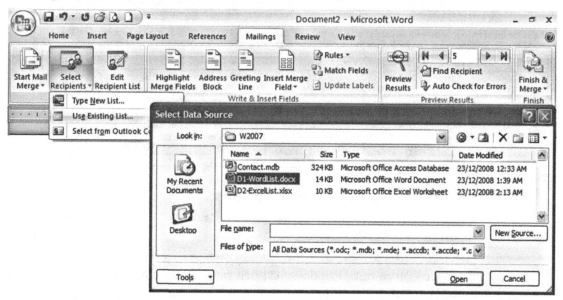

4. Trở lại Word, gọi Office Button - New – Blank Document tạo tài liệu mới để soạn nội dung thư mời Main Document.

- Trong Main Document, gọi Mailings – Select Recipients – Use Existing List… (dùng tập tin đang hiện hữu) sẽ mở hộp thoại Select Data Source trên, trong đó chọn tập D1-WordList.docx và nhắp Open. Mail Merge Helper âm thầm mở tập tin nầy.

- Muốn xem thử có phải đúng danh sách bạn muốn hay không, nhắp nút Edit Recipient List trên Ribbon Mailings, và Word bày cửa sổ Mail Merge Recipients rất đặc trưng như sau, là danh sách trong tập tin dùng làm Data Source cho Mail Merge.

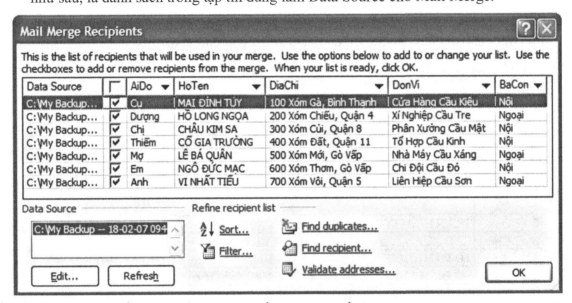

- Mỗi dòng có dấu Check ☑ bên trái, nếu không muốn dòng đó tham gia vào Merge thì nhắp tắt dấu Check nầy, nhắp lần nữa thì chọn lại. Chọn tất cả thì nhấn Check ☑ trên dòng Header, tắt tất cả thì tắt dấu Check trên dòng Header. Độ rộng các cột trong cửa sổ Mail Merge Recipients có thể điều chỉnh bằng cách rà chuột vào đường biên bên phải tựa cột, khi chuột có hình ✛ thì nhấn nút trái chuột và rê qua lại.

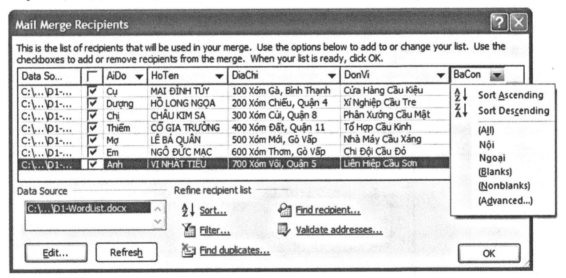

- Mỗi cột có tựa đề cột và nút Dropdown ▾ bên phải, nhắp chuột lên tựa cột nào thì xếp danh sách tăng dần theo cột đó, nếu nhắp nút ▾ sẽ bung ra một danh sách các trị khác nhau trong cột, chọn trị nào thì danh sách được lọc chỉ còn các dòng mang trị đó trong cột, Blanks lọc những dòng có cột nầy bỏ trống, Nonblanks chọn những dòng có cột nầy khác trống, Advanced thì mở hộp thoại Query Options sau đây, trong đó :

✓ Trang Filter Records (dưới trái) dùng nêu điều kiện lọc, tối đa 6 điều kiện phối hợp bằng toán tử luận lý And hoặc Or và các toán tử so sánh Equal, Not Equal v.v....

✓ Trang Sort Records (dưới phải) quy định xếp thứ tự theo tối đa 3 chỉ tiêu, mỗi chỉ tiêu có thể tăng (Ascending) hay giảm (Descending).

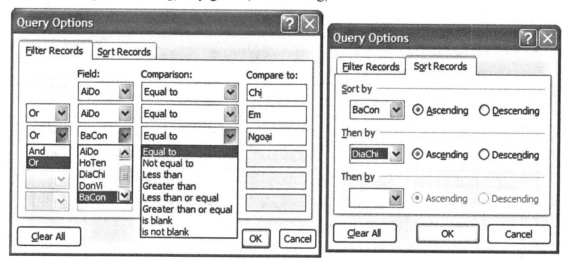

- Cột nào có điều kiện lọc thì nút 🔽 màu xanh, khi chọn All trong danh sách, nút 🔽 sẽ trở lại màu đen.

- Danh sách nầy chỉ xem, không thể sửa hay thêm mới hoặc xoá bớt. Muốn chỉnh sửa, thêm hoặc xoá thì nhắp vào tên tập tin trong khung Data Source rồi nhấn nút Edit, Word sẽ mở Data Form như sau, phía dưới là dàn bơi Navigation button giúp có thể dạo tới ▶ dạo lui ◀ hoặc về đầu, xuống cuối danh sách.

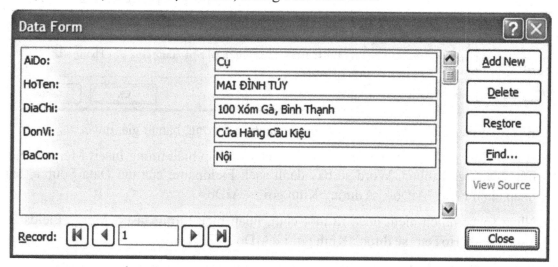

- Bạn chỉnh sửa số liệu từng mục tin trong các khung bên cạnh Field name của nó. Bấm Tab hoặc Shift Tab để chuyển từ Field nầy qua Field khác, nút Restore tái lập mẫu tin như lúc chưa chỉnh sửa. Muốn thêm mẫu tin mới, nhấn nút Add New, Word sẽ tăng thêm một mẫu tin vào danh sách để bạn nhập liệu vào, muốn xoá trọn mẫu tin thì nhấn nút Delete, nếu vừa mới Delete, thì nút Restore phục hồi lại mẫu tin vừa xoá. Nút Close thì đóng Data Form về lại cửa sổ Mail Merge Recipients.

CHÈN MERGE FIELD

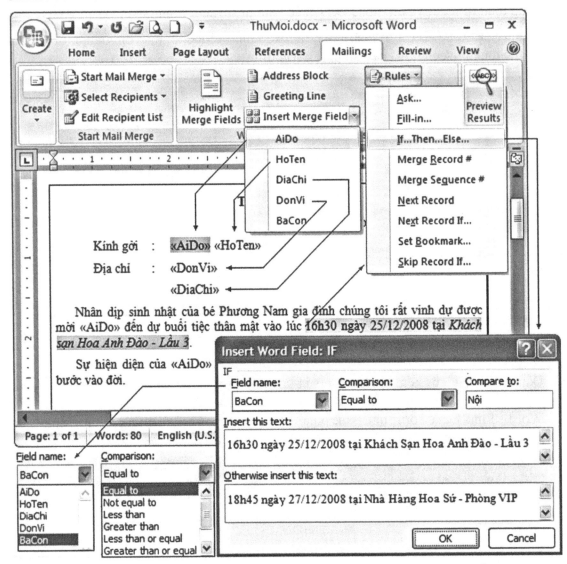

1. Hai dòng đầu THƯ MỜI và ngày tháng là văn bản thường, bạn tự giải quyết

2. Dòng "Kính gởi", đặt con chớp sau dấu hai chấm, nhắp biểu tượng Insert Merge Fields trên Mailings Ribbon, Word sẽ bày danh sách Fieldname của tập Data Source, bạn nhắp chọn Field "AiDo", sẽ được : Kính gởi : «AiDo».

3. Nhấn space nhích điểm chèn ra một chút, nhắp biểu tượng Insert Merge Fields rồi chọn Field "HoTen" sẽ được : Kính gởi : «AiDo» «HoTen».

4. Bạn hãy thực hiện tiếp phần đầu của nội dung thư mời, cho đến cụm từ "buổi tiệc thân mật vào lúc". Phần đóng khung trên đây chỉ nhằm làm cho dễ nhìn, lúc thực hành bạn không cần đóng khung.

• Lưu ý nếu bạn nhấn chìm biểu tượng "ABC" Preview Result lúc thao tác, thì thay vì nhìn thấy Kính gởi : «AiDo» «HoTen» sẽ thấy Kính gởi : Cụ MAI ĐÌNH TÚY, đó là trị thực của mẫu tin đang xử lý trong tập Data File. Preview Result dùng để trộn thử với 1 mẫu tin của tập Data Source. Mail Merge quản lý rất chặt tập nầy, muốn thử với mẫu tin đầu, cuối, trước, sau bạn nhấp vào các nút "Cassette" như First, Last, Previous, Next (xem hình Mailings Ribbon trang 233).

CHÈN WORD FIELD

- Muốn gài mã Word Field "If … Then … Else" : Đặt điểm chèn sau cụm từ "thân mật vào lúc", nhấp nút Rules. Một danh sách các Word Field buông xuống, chọn lịnh If... Then... Else. Trong hộp thoại Insert Word Field: IF như trên, bạn gài điều kiện sẽ in một trong hai nội dung tùy theo mục bà con bên nội hay bên ngoại :

✓ Nhấp nút ⏷ của khung Field name (tên vùng), danh sách các Field được kê ra, bạn chọn Field BaCon. Nhấp ⏷ của khung Comparison (phép so sánh), các điều kiện so sánh được kê ra (xem hình), chọn Equal to. Trong khung Compare To (so sánh với), bạn gõ *Nội*, cứ bỏ dấu tiếng Việt tự nhiên.

✓ Trong khung *Insert this text* (chèn văn bản nầy), bạn gõ ngày giờ và địa điểm mời bên nội, trong khung *Otherwise Insert this text* (ngược lại thì chèn văn bản nầy), bạn gõ ngày giờ và địa điểm mời bà con bên ngoại.

✓ Nhắp OK, bạn có thể thấy kết quả là ngày giờ và địa điểm mời bên nào đó tùy theo mẫu tin đang xử lý là nội hay ngoại. Nếu bấm Alt-F9, sẽ thấy {IF {MERGEFIELD Bacon} = "Nội" " 16h30 ngày 25/12/2008 tại Khách sạn Hoa Anh Đào - Lầu 3" "18h45 ngày 27/12/2008 tại Nhà Hàng Hoa Sứ - Phòng VIP"} như hình dưới . Bấm Alt-F9 lần nữa để trở lại bình thường.

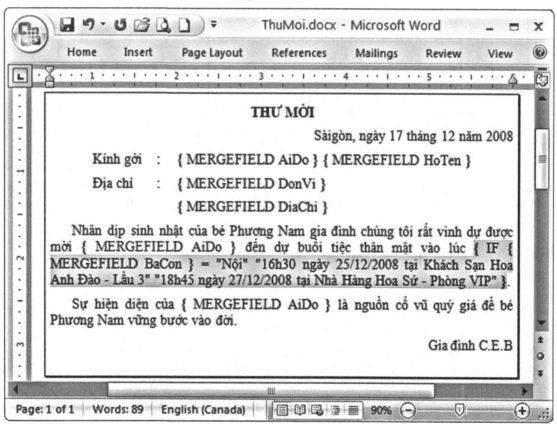

- Hãy thực hiện tiếp phần cuối của nội dung thư mời, xong lưu trữ cũng với tên là ThuMoi.docx.

☞ Bấm Alt-F9 là để tắt hay mở chế độ nhìn ☑ Field Code, nếu là mở, cái thư mời của bạn sẽ được nhìn thấy đầy những mã Field một cách khủng hoảng như trên, tuy nhiên, không ảnh hưởng gì khi trộn in ra giấy.

THỰC HIỆN GHÉP TRỘN

Trước khi thực hiện ghép trộn, bạn nên lưu trữ lần chót, tập Data Source vẫn là D1-WordList.docx, tập Main Document vẫn là ThuMoi.docx.

① Từ Main Document, nhắp nút Finish & Merge. Muốn in thẳng ra giấy thì chọn Print Documents… muốn trộn ra thành một tập tin Word thì Edit Individual Documents… sẽ dẫn đến hộp thoại để bạn chỉ định chọn tất cả hay chỉ mẩu tin hiện hành, hay từ mẩu tin thứ mấy đến thứ mấy… và OK.

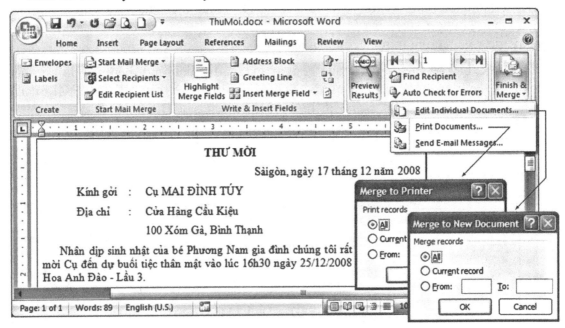

- Nếu chọn Edit Individual Documents… sẽ tạo ra một File với tên là Letters1 hoặc Letters2 gì đó, mỗi mẩu tin thành một trang. Sau đó gọi Office Button – Print để in. Tập tin Letters… nầy không cần lưu trữ.

ĐỔI TẬP TIN DATA FILE

Giả sử vẫn với Main Document nầy nhưng bạn muốn trộn với tập D2-ExcelList.xlsx:

- Gọi Mailings – Select Recipients – chọn Use Existing List… mở hộp thoại Select Data Source, trong đó bạn chọn tập tin D2-ExcelList.xlsx rồi nhấn Open.

- Vì tập tin Excel nầy có đến 3 Worksheet (ngầm định), Mail Merge sẽ mở tiếp hộp thoại Select Table để bạn chỉ định danh sách nằm trên Sheet nào, chọn Sheet1$ (hay Sheet khác tùy thực tế), giữ nguyên chọn lựa First rows contains headers, nhấn OK. Nếu đúng như dự kiến, mẩu tin đầu tiên sẽ trở thành Ông TRẦN HOÀI CỔ ở Công Ty Đường Sắt thay vì Cụ MAI ĐÌNH TÚY ở Cửa Hàng Cầu Kiệu.

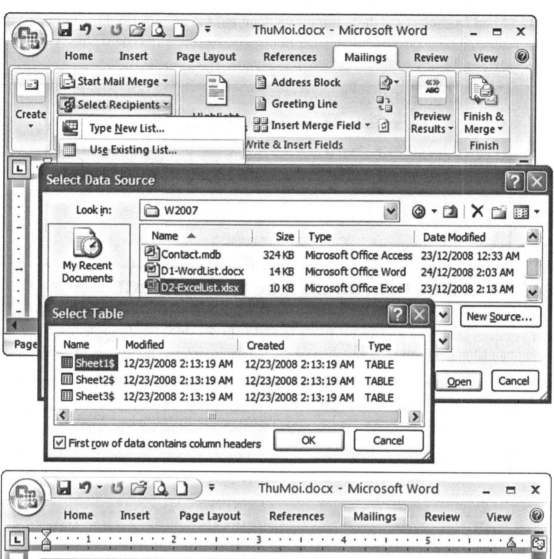

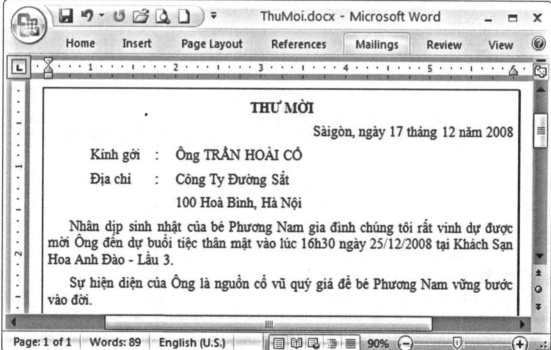

- Tập Main Document khi được lưu trữ và đóng lại, sau đó mỗi lần được mở ra, sẽ có hộp thoại thỉnh ý rằng Word sẽ chạy lịnh SQL "SELECT * FROM 'Sheet1$'" như hình dưới, bạn Yes.

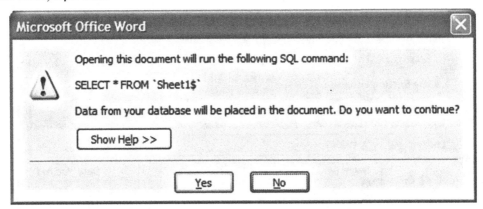

TẠO DATA FILE VỚI TRỢ GIÚP CỦA MAIL MERGE

Giả sử bạn thực hiện Main Document là mẫu giấy CHỨNG NHẬN TỐT NGHIỆP để trộn với danh sách gồm 8 nhân vật (với các Field HoTen, Phai, Sinh, QueQuan, DiaChi) nhưng bạn chưa lập danh sách nầy, bạn có thể tạo danh sách với hỗ trợ của Mail Merge.

1. Gọi Office Button – New – Blank Document để soạn nội dung Main Document. Gọi Mailings – Select Recipients – Typr New List.

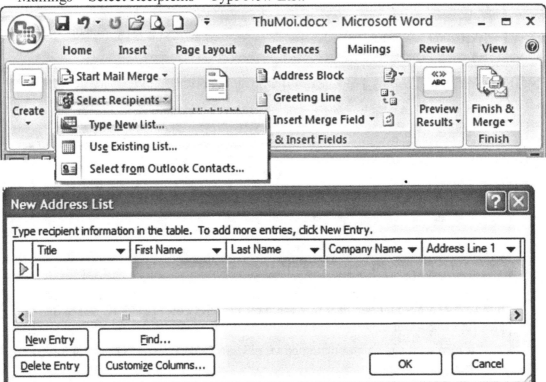

- Cửa sổ New Address List với 13 Fields có các tựa cột như trên, sẵn sàng cho bạn nhập liệu vào, từng cột một. Mỗi dòng là một Record. Nhưng các tựa cột nó Tây quá, bạn muốn đổi tựa cột theo ý bạn, hãy nhấn nút Customize Columns…

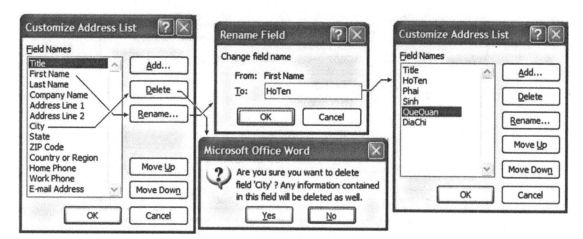

- Trong hộp thoại Customize Address List (trên trái), chọn First Name, nhấn nút Rename... mở hộp thoại Rename Field (trên giữa), gõ lại tên mới HoTen và OK. Tương tự, sửa các Field kế tiếp thành Phai, Sinh, QueQuan, DiaChi. Từ Field City trở đi : chọn tên Field, nhấn nút Delete và chọn Yes khi được hỏi Are you sure … Sau cùng được Address List như hình trên phải, bạn OK.

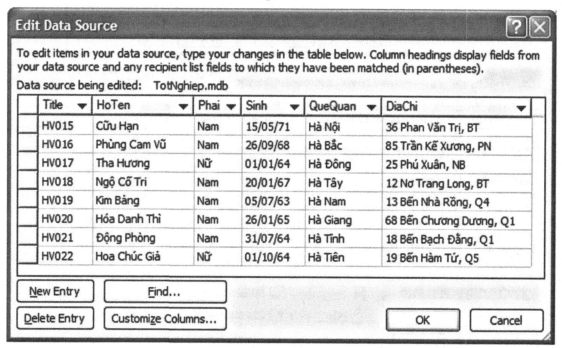

- Trở lại cửa sổ Address List, bạn nhập liệu cho các học viên như ví dụ trên, xong OK. Khi thực hành, bạn thoải mái thay bằng các nhân vật mà bạn quan tâm. Field Title trên đây dùng ghi mã học viên, bạn có thể sửa tên cột nếu muốn.

- Word sẽ mở hộp thoại Save Address List như hình sau, bạn đặt tên cho tập tin, ví dụ TotNghiep, và nhấn Save. Danh sách của bạn sẽ được lưu trữ thành một Table trong một tạp tin .mdb theo chuẩn Access.

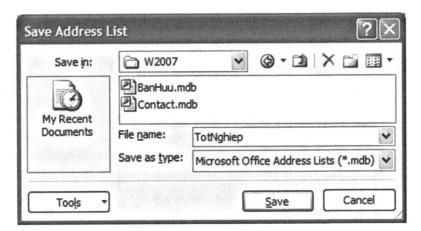

- Sau này mỗi khi dùng tập TotNghiep.mdb làm Data Source cho Main Document mà bạn có chỉnh sửa trên danh sách, lúc kết thúc, Word luôn thỉnh ý có cập nhật danh sách và lưu trữ tập .mdb hay không, thông thường, bạn chọn Yes.

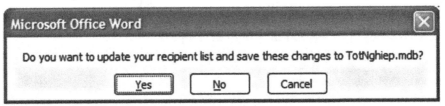

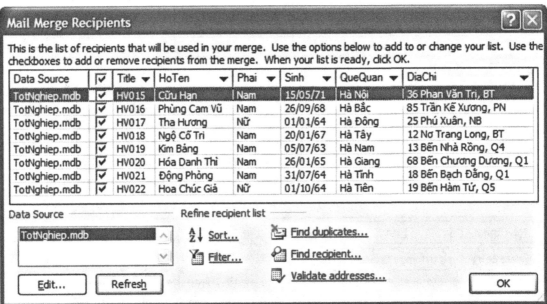

- Với số liệu của tập TotNghiep.mdb trên, bạn tự thực hành để tạo mẫu BẰNG TỐT NGHIỆP của TRƯỜNG RẠNG ĐÔNG SÀIGÒN theo gợi ý ở hình sau. Trong đó tên ngầm định của Trưởng Phòng Học Vụ là TRẦN BẮC và của Hiệu Trưởng là LÊ NAM, tuy nhiên, các tên vẫn được để mở, nhằm mỗi khi trộn, có thể thay đổi được

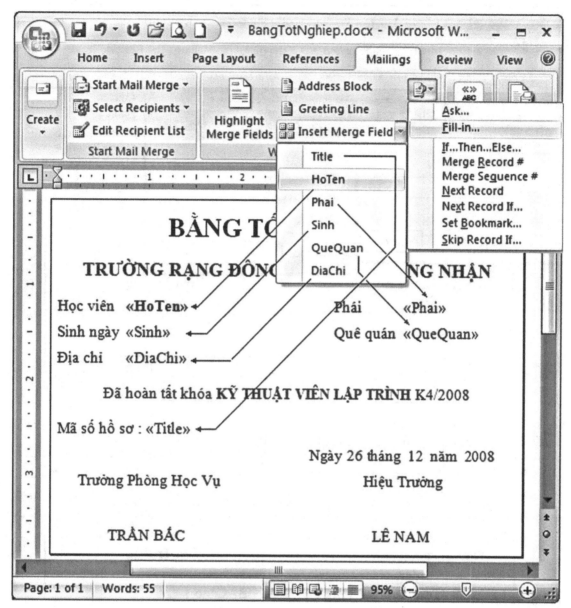

DÙNG WORD FIELD FILL-IN

- Đặt con chớp tại vị trí sẽ in tên Trưởng Phòng Học Vụ, nhấn nút Rules trên Ribbon Mailings và chọn Fill-in… sẽ mở hộp thoại Insert Word Field: Fill-in. Trong khung Prompt, gõ câu nhắc tùy ý, ví dụ "Tên Trưởng Phòng Học Vụ", trong khung Default Fill-in text, gõ tên chọn làm trị ngầm định , ví dụ TRẦN BẮC . Nhớ đánh dấu chọn Ask once để chỉ hỏi một lần mỗi khi trộn và trị đó được áp dụng cho mọi mẫu tin tham gia (nếu muốn sẽ cung cấp các trị khác nhau cho từng mẫu tin khi trộn thì đừng đánh dấu mục nầy), xong OK.

- Tương tự, bạn cài Word Field Fill-in cho tên Hiệu Trưởng, với câu nhắc Prompt và trị ngầm định Default như trong hình sau.

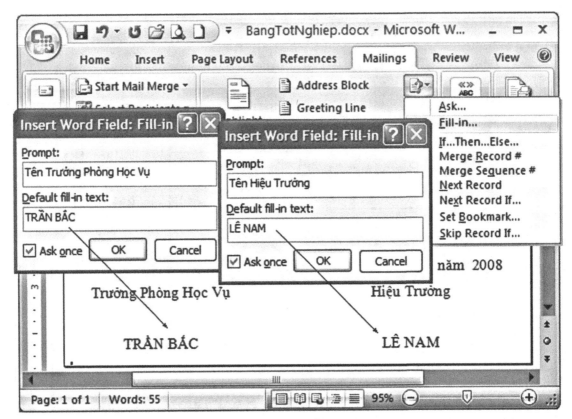

- Nếu bấm Alt-F9 xem Field Code, thì thực chất các Word Field Fill In như sau , trong đó bạn đoán được \d là trị Default (ngầm định) và \o là Ask once, chỉ hỏi 1 lần.

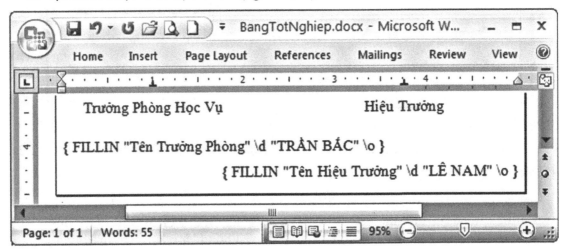

- Bạn lưu trữ Main Document nầy với tên BangTotNghiep.docx

- Khi nhắp Finish & Merge để trộn in, sau hộp thoại để chỉ định trộn những Record nào, sẽ có hộp thoại hỏi tên Trưởng Phòng với TRẦN BẮC được ghi sẵn trong đó, bạn gõ lại tên khác nếu cần, và OK. Lại hỏi tiếp tên Hiệu Trưởng, và bạn thao tác tương tự.

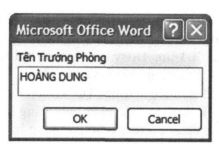
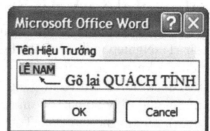

- Sau đây là hai nhân vật đại diện :

BẰNG TỐT NGHIỆP

TRƯỜNG RẠNG ĐÔNG SÀIGÒN CHỨNG NHẬN

Học viên	**Cửu Hạn**	Phái	Nam
Sinh ngày	15/05/71	Quê quán	Hà Nội
Địa chỉ	36 Phan Văn Trị, BT		

Đã hoàn tất khóa **KỸ THUẬT VIÊN LẬP TRÌNH** K4/2008

Mã số hồ sơ : HV015

Ngày 26 tháng 12 năm 2008

Trưởng Phòng Học Vụ   Hiệu Trưởng

HOÀNG DUNG   QUÁCH TỈNH

BẰNG TỐT NGHIỆP

TRƯỜNG RẠNG ĐÔNG SÀIGÒN CHỨNG NHẬN

Học viên	**Phùng Cam Vũ**	Phái	Nam
Sinh ngày	26/09/68	Quê quán	Hà Bắc
Địa chỉ	85 Trần Kế Xương, PN		

Đã hoàn tất khóa **KỸ THUẬT VIÊN LẬP TRÌNH** K4/2008

Mã số hồ sơ : HV016

Ngày 26 tháng 12 năm 2008

Trưởng Phòng Học Vụ   Hiệu Trưởng

HOÀNG DUNG   QUÁCH TỈNH

GẮN BÓ GIỮA MAIN VÀ SOURCE

Tập BangTotNghiep.docx là Main Document trong minh hoạ của chúng ta, nó luôn gắn bó với tập TotNghiep.mdb là Data File đi kèm. Do vậy, về sau, khi mở tập tin TotNghiep.mdb thì không có liên can gì đến BangTotNghiep.docx, nhưng khi mở tập BangTotNghiep.docx, thì Word sẽ tự động bắt liên lạc với tập TotNghiep.mdb, coi như một cặp bài trùng, nếu vì lý do nào đó mà tập Data File nầy tuyệt tích giang hồ (xóa, dời chỗ hoặc sửa tên), thì khi mở tập BangTotNghiep.docx sẽ xuất hiện thông báo Error has occured như hình dưới trái.

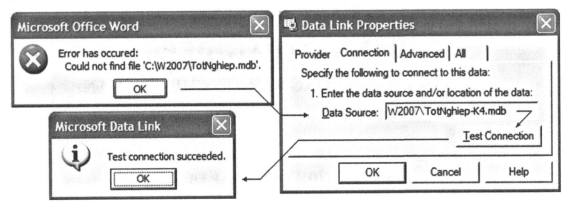

- Nhấn OK thì Word tự động mở hộp thoại Data Link Properties, trong đó bạn có thể nhập tên tập .mdb khác thế mạng cho TotNghiep.mdb rồi nhấn Test Connection, nếu việc nối kết thành công, sẽ nhận được thông báo connection succeeded.

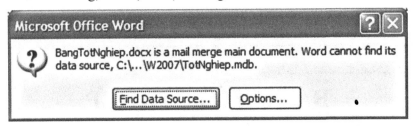

- Nếu không thay Data Source hoặc nối kết bất thành, Word sẽ thỉnh ý như trên, và bạn có thể chọn Find Data Source mở hộp thoại dưới đây để chọn tập tin khác.

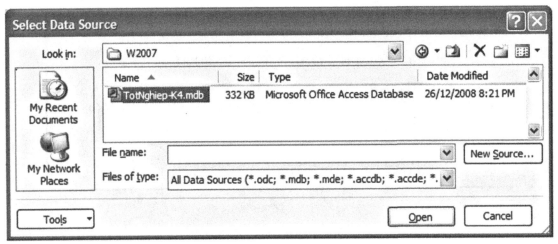

- Nếu chọn Options sẽ dẫn đến thỉnh ý sau, và bạn sẽ hoặc gỡ bỏ mối liên hệ giữa 2 tập nầy (Remove Source) hoặc loại bỏ khả năng trộn (Remove All Merge Info).

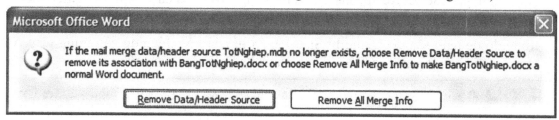

- Nếu không Remove cũng không Select được tập tin thế mạng, Word không thể mở tập Main Document, vì cuộc hôn nhân không thể chỉ một người.

PHONG BÌ VÀ NHÃN

Phần trên vừa thực hành ghép trộn một văn bản mẫu với danh sách nguồn để có được những văn thư gởi cho nhiều cơ quan, người nhận khác nhau. Thế phong bì để gởi đi ? Tốt nhất là nên tự tay mình trình bày phong bì, gõ vài dòng chữ, trình bày theo ý riêng, rồi dùng Mail Merge lắp ghép với tập tin số liệu nguồn, vừa chủ động vừa tiện lợi.

DÙNG MAIL MERGE - ENVELOPES

Chúng ta vừa thực hiện việc Mail Merge với Data Source là tập tin TotNghiep.mdb và Main Document là BangTotNghiep.docx, và đã in ra chứng nhận tốt nghiệp cho các học viên, nay bạn cần in các phong bì để gởi cho từng học viên liên hệ.

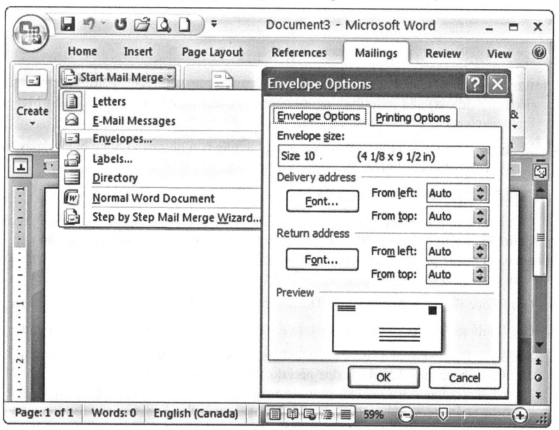

① Gọi Office Button – New – Blank Document cho một tài liệu mới.

② Gọi Mailings – Select Recipients – Use Existing List… và chọn tập TotNghiep.mdb

- Nhấn nút Start Mail Merge và chọn Envelopes… mở hộp thoại Envelope Options, trong đó đề nghị sẵn cỡ phong bì Size 10, cỡ nầy là vừa đúng để gấp trang giấy A4 làm 3 theo chiều ngang, bạn không cần phải chọn gì thêm, chỉ nhấn OK.

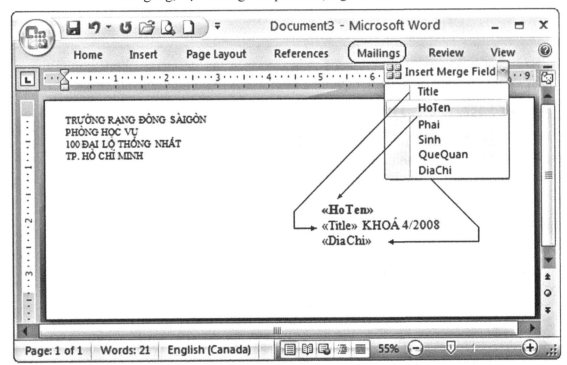

- Word tự động chỉnh Page Orientation theo hình phong bì. Bạn nhập phần nơi gởi (Return Address) như trên. Phần người nhận (delivery address) thì dùng Insert Merge Field để chèn các nội dung tương ứng.

- Xong gọi Mailings – Finish & Merge để in, lúc nầy bạn nhớ nạp phong bì cho máy in thay vì nạp giấy như thường lệ.

DÙNG MAIL MERGE – LABELS

Chúng ta vừa thực hiện việc Mail Merge với Data Source là tập tin TotNghiep.mdb và Main Document là BangTotNghiep.docx, và đã in ra chứng nhận tốt nghiệp cho các học viên, và in các phong bì để gởi cho từng học viên liên hệ, nay bạn muốn in nhãn, mỗi học viên 2 nhãn để dán lên hồ sơ lưu và hồ sơ gởi đi.

① Gọi Office Button – New – Blank Document cho một tài liệu mới.

② Gọi Mailings – Select Recipients – Use Existing List… và chọn tập TotNghiep.mdb

- Nhấn nút Start Mail Merge và chọn Labels… mở hộp thoại Label Options, trong đó đề nghị sẵn cỡ một Label vendor nào đó và một Product number nào đó. Bạn thử chọn Label vender A-ONE và product number A-ONE 28171 (ví ḍ), loại nầy in được 12 nhãn trong một trang giấy A4. Muốn xem kích cỡ và nếu cần thì điều chỉnh lại theo ý bạn, nhấn nút Details. Xong OK đóng các hộp thoại.

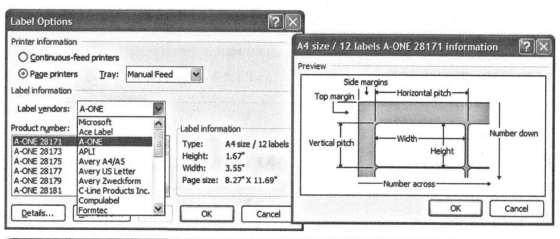

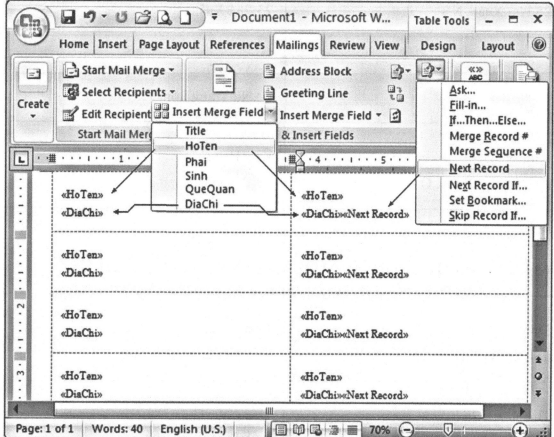

- Word tự động chỉnh kích cỡ trang và tạo ra một Table 6 hàng x 2 cột (= 12 nhãn). Bạn có thể chỉnh lại kích cỡ, số hàng, cột ngay trên Table nầy.

- Để in mỗi người 2 nhãn, bạn dùng Insert Merge Field và Rules – Next Record như hình trên (chỉ cần chuẩn bị 1 dòng đầu, sau đó Copy và Paste vào các dòng kế).

- Xong gọi Mailings – Finish & Merge để in, lúc nầy bạn nhớ nạp mẫu giấy A-ONE 28171 cho máy in, nếu dùng giấy A4 thì sau đó bạn phải cắt ra từng mảnh.

Cửu Hạn 36 Phan Văn Trị, BT	Cửu Hạn 36 Phan Văn Trị, BT
Phùng Cam Vũ 85 Trần Kế Xương, PN	Phùng Cam Vũ 85 Trần Kế Xương, PN
Tha Hương 25 Phú Xuân, NB	Tha Hương 25 Phú Xuân, NB
Ngộ Cố Tri 12 Nơ Trang Long, BT	Ngộ Cố Tri 12 Nơ Trang Long, BT
Kim Bảng 13 Bến Nhà Rồng, Q4	Kim Bảng 13 Bến Nhà Rồng, Q4
Hóa Danh Thì 68 Bến Chương Dương, Q1	Hóa Danh Thì 68 Bến Chương Dương, Q1
Động Phòng 18 Bến Bạch Đằng, Q1	Động Phòng 18 Bến Bạch Đằng, Q1
Hoa Chúc Giả 19 Bến Hàm Tử, Q5	Hoa Chúc Giả 19 Bến Hàm Tử, Q5

Bài Thực hành số 14

MỘT SỐ CHỨC NĂNG HỮU ÍCH
SPELLING & GRAMMAR – THESAURUS
HEADER & FOOTER

Bài nầy khảo sát một số chức năng hữu ích trong soạn thảo và trình bày tài liệu gồm các đề mục như nêu ở đầu bài. Mặc dù trong những áp dụng thường nhật rất ít khi cần tới nhưng lúc hữu sự mà thiếu chúng, sẽ gặp một số khó khăn. Đặc biệt trong một vài lĩnh vực ngành nghề, hầu như không thể thiếu.

- Những dạng nghiệp vụ cần dùng tiếng nước ngoài (tiếng Anh chẳng hạn), thì các chức năng kiểm tra từ vựng (Spelling), kiểm tra văn phạm (Grammar) và tra cứu từ đồng nghĩa hay phản nghĩa (Thesaurus) quả là rất đắc địa.

- Trong các tài liệu nhiều trang (sách vở, giáo trình, v.v...) thì những tiêu đề đầu trang (Page Header) và cuối trang (Page Footer) cũng không thể nào vắng mặt.

- Đối với các tư liệu nghiên cứu thì những cước chú (Footnotes) và chú giải (Annotations) là điều không thể bỏ qua (xem bài 15).

KIỂM TRA TỪ VỰNG & VĂN PHẠM

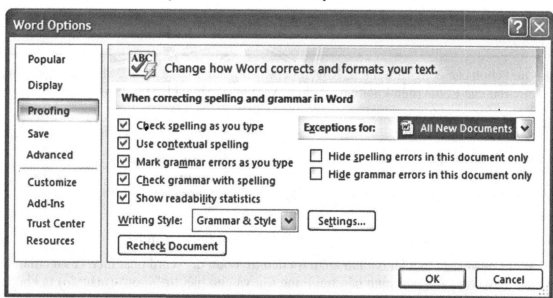

Để thực hành phần kiểm tra từ vựng và văn phạm, trước hết bạn nên gọi Office button – Word Options, kiểm lại mục Proofing xem có đánh dấu chọn các yêu cầu như trên hay

---

không, nếu không có dấu Check, bạn bổ sung cho đủ, xong OK. Với chọn lựa nầy, mà bạn soạn thảo tiếng Việt, hầu như mọi từ đều bị đánh dấu sai từ vựng, cho nên khi không cần kiểm tra nữa, bạn cũng gọi Word Options và tắt các mục Check spelling, Check Grammar trên đây.

Giả sử là bạn đang soạn thảo một bức thư như sau đây (trong đó còn một số lỗi về từ ngữ và lỗi văn phạm, nhưng bạn cứ gõ nguyên văn như vậy) để thử xem ra Word khôn ngoan đến mức độ nào. Dùng Word để tiến hành dò lỗi từ vựng cần phải quan niệm đúng đắn rằng dù sao đi nữa, Word cũng chỉ là một công cụ máy móc mà thôi nên đừng hy vọng gì nhiều vào phần ngữ nghĩa. Ví dụ câu: "I go too school" đối với Word thì chẳng có gì sai bởi lẽ "to" hay "too" thậm chí "two" hoặc "toe" thì cũng đều có trong tự điển cả.

① Trước hết, bạn thử nhập nguyên văn bức thư của Louis sau đây, dùng làm vật thí nghiệm để thử chức năng Spelling:

> *Saigon, November 16, 2000*
>
> *Darling Marie Anna,*
>
> *I've missed yoou very much. I has been so loneli this week because I haven't seen you for a lonng time - a whol month ! I have learned a lot of Vietnamese. I have worked haard and I haven't been out too muchs. Last night I had to do a lots of homework, and I'm tired twoday.*
>
> *Saigon city is much larger than Cleveland and it's more intereting. I think it's the best citiy I've ever been to. There is too much traffic and dust, and there aren't enough restaurants with American food, but I like it. All of my teachers are very nice. Some of them are beter than others. None of them speak English to us, so we all have to speak Vietnamese.*
>
> *Anyway, I have to study now. I'll write again soon. I promise.*
>
> *All my love and all my heart,*
>
> *Louis*
>
> *PS : You haven't written to me for two weeks. Please write.*

② Quét chọn các dòng từ Saigon, November ... cho đến Please write, khắp cả nội dung bức thư của Louis (nếu không quét chọn, xem như toàn cả bài).

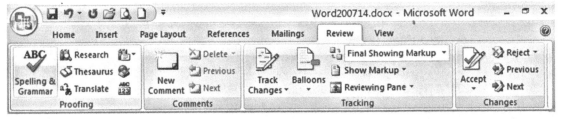

③ Mở Ribbon Review, nhấn nút Spelling & Grammar (hoặc bấm F7).

• Word ngẫm tò te một lát, và khi kiểm tra đến từ Yoou thì Word phát hiện là sai chính tả nên bày hộp thoại như hình bên trái trang sau và cho biết từ "yoou" (màu đỏ) là không có trong tự điển (Not in Dictionary) và đề nghị chọn từ "you" trong khung Suggestions để thay thế. Trong bài minh họa nầy, bạn hãy chọn "you" và nhấp nút Change, Word sẽ đổi "yoou" thành "you" giúp bạn.

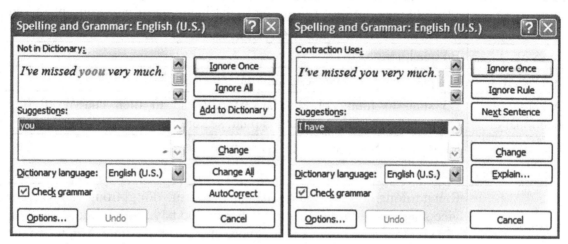

- Câu đầu vừa hết lỗi chính tả, nhưng I've là dạng rút gọn, Word cho biết đó là lỗi văn phạm (màu xanh) và đề nghị sửa lại I have. Nếu bạn chấp nhận sửa thì nhấn nút Change, hoặc giữ nguyên thì nhấn Ignore hoặc Next sentence. Nếu bạn cắc cớ muốn hỏi tại sao thì nhấn nút Explain… và Word sẽ lên lớp như một ông thầy giáo.

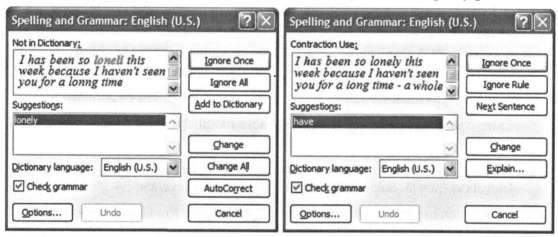

- Tiếp theo, Spelling lại phát hiện *loneli* là từ không có trong tự điển và đề nghị thay bằng *lonely*, kể cũng khá đấy chứ, bạn giữ vệt sáng tại *lonely* và nhắp Change. Sau đó nhất định nó sẽ cự từ *lonng*, và bạn sẽ thay bằng *long, whol* sẽ thay bằng *whole* và *month !* thành *month!* v.v…

- Rồi đến *I has been,* nên sửa lại *I have been,* quá khôn!

④ Trong hộp thoại bên trên, có các nút với ý nghĩa như sau:

Change	Dùng từ đang chọn trong Suggestions thay cho từ bị lỗi.
Auto Correct	Nếu muốn rằng từ bị sai đó, sau nầy khi nào thấy người ta gõ như vậy, hãy tự động sửa thành từ như đang chọn ở Suggestions. Word không những sửa lúc nầy mà còn đăng ký luôn vào danh sách Auto Correct.
Undo	Nếu lỡ sửa nhầm một từ nào đó, chọn Undo, Word sẽ ngược trở lại bước liền trước và chờ bạn quyết định. Có thể Undo nhiều bước liên tục.

Change All	Word tự sửa cho mọi trường hợp xuất hiện của từ nầy trong phần văn bản được chọn *(còn đúng hay không lại là chuyện khác)*.
Ignore	Bỏ qua không xét.
Ignore All	Bỏ qua không xét kể cả các lần xuất hiện sau đó.
Add to Dictionary	Bổ sung từ (đang bị cho là sai) nầy vào từ điển của Word (tập Custom.dic) sau nầy Spelling gặp lại, sẽ xem là từ hợp lệ.
Cancel	Không thêm Spelling nữa thì hãy Cancel.
Next Sentence	Qua câu kế tiếp
Resume	Riêng trường hợp đang Spell mà bạn muốn sửa đổi gì trong văn bản, chỉ việc nhấp chuột ra ngoài, sửa thoải mái, lúc bấy giờ hộp thoại Spelling vẫn chờ trên màn hình và mục Ignore biến thành Resume. Muốn tiếp tục kiểm tra, nhấp vào Resume.

⑤ Các loại lỗi: Khi hiện hộp thoại Spelling and Grammar, bạn có thể đọc lý do lỗi ở tiêu đề khung phía trên. Trong bài nầy, có các loại lỗi:

▱ Not in Dictionary (không có trong tự điển): là trường hợp các từ yoou, loneli, lonng, whol, haard, muchs, twoday, intereting, citiy, beter.

▱ Subject-Verb Agreement (chủ từ và động từ không hợp ngôi): cho trường hợp I has been so lonely this week.

▱ Number Agreement (số lượng không hợp): trường hợp a lots of homework.

▱ Extra Space (thừa khoảng trắng): a whole month ! và PS : (phải viết a whole month! và PS:).

▱ Comparison (so sánh): cho mệnh đề so sánh: Saigon city is much larger than Cleveland (nên là: Saigon city is much larger than Cleveland is).

▱ Contraction use (tỉnh lược): cho trường hợp viết gọn: I'm không chuẩn bằng I am.

▱ Colloquialism (thông tục): a lot of không chuẩn bằng many.

☞ Khi kiểm tra xong phần văn bản được chọn, Word sẽ xin ý kiến bạn

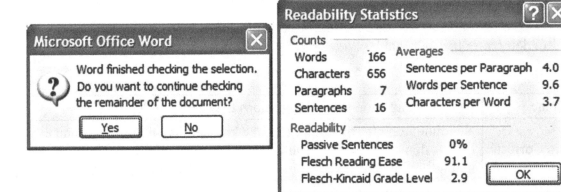

• *Tui vừa kiểm tra xong phần văn bản đã chọn. Ngài muốn tiếp tục phần còn lại của tài liệu không ? Hãy chọn No, kết thúc việc kiểm tra từ vựng và văn phạm. Tiếp đó là*

một bảng thống kê cho biết tổng số từ, số ký tự, số đoạn và số câu và các số trung bình như hình trên phải, xem cho biết chứ chẳng có tác dụng gì.

☞ Và bây giờ thì bức thư của Louis gởi cho Marie Anna sẽ như thế nầy

---

Saigon, November 16, 2008

Darling Marie Anna,

I have missed you very much. I have been so lonely this week because I have not seen you for a long time - a whole month! I have learned a lot of Vietnamese. I have worked hard and I have not been out too mutes. Last night I had to do lots of homework, and I am tired today.

Saigon city is much larger than Cleveland is and it is more interesting. I think it is the best city I have ever been to. There is too much traffic and dust, and there are not enough restaurants with American food, but I like it. All of my teachers are very nice. Some of them are better than others. None of them speaks English to us, so we all have to speak Vietnamese.

Anyway, I have to study now. I will write again soon. I promise.

All my love and all my heart,

Louis

PS: You have not written to me for two weeks. Please write.

☺ Tôi đã cắc cớ dùng Spelling tiếng Anh để kiểm tra câu tiếng Việt

Hằng năm cứ vào cuối thu, lá ngòai đường rụng nhiều.

Và cứ Change theo đề nghị của Word, kết quả được câu trời gầm thế nầy

Hang name co van cuie thou, law goal dugong rung Nihau.

☞ Ngòai ra, xin thưa rằng Word *hoàn toàn không thể thay thế ông thầy ngoại ngữ được*. Mai sau thế nào chưa biết, chứ hiện nay những lời khuyên của Word đôi khi rất ngô nghê buồn cười, mang tính cách máy móc. Dù sao, cũng giúp ích nếu bạn làm những việc cần dùng ngoại ngữ thường xuyên.

TÌM TỪ ĐỒNG NGHĨA VÀ TỪ PHẢN NGHĨA

Giả sử sau khi viết xong bức thư, bạn phân vân không biết nên thay từ "lonely" bằng từ nào tương đương trong khi bạn (hay tôi) rất lười tra tự điển. Vậy hãy nhờ Word giải quyết, vừa chớp nhoáng, vừa đầy đủ

- Đặt điểm chèn tại từ "lonely", ở chính giữa hay không chính giữa đều được, không cần phải chọn khối.

- Nhấn nút Thesaurus trên Review Ribbon (hoặc bấm Shift-F7). Word dò trong từ điển và đưa cửa sổ Research vào Task Pane bên phải màn hình như sau. Trong đó cho biết:

▭ Lonely có 2 nghĩa (Meaning) là feeling alone hoặc isolated và đều là tính từ (adjective).

- ☞ Nếu dùng theo nghĩa feeling alone thì các từ đồng nghĩa (Synonyms) có forlorn, lost, lonesome, alone, friendless, without a friend in the world, abondoned, deserted và đại diện là feeling alone.

- ☞ Nếu dùng theo nghĩa isolated thì các từ đồng nghĩa có solitary, secluded, cut off, remote, deserted, desolate và đại diện là isolated.

- ☞ Muốn thay lonely bằng từ nào thì nhấn nút 🔽 bên cạnh rồi chọn Insert, muốn lân la hỏi qua từ khác của từ đang xét thì chọn Lookup.

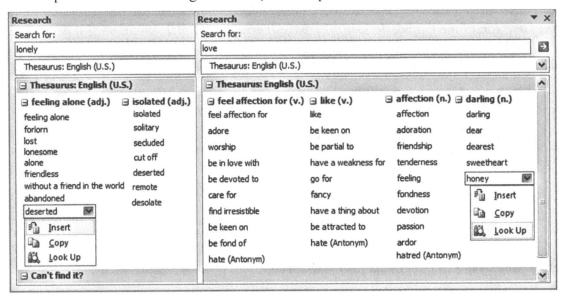

- ☞ Ví dụ khác muốn tìm từ đồng/phản nghĩa của "Love"

- • Đặt điểm chèn tại từ đó, bấm Shif-F7 hoặc nhấn nút Thesaurus, kết quả Research như hình trên trái, trong đó "love" có nhiều nghĩa

- ☞ Nghĩa của love có thể là các động từ feel affection for, like hoặc các danh từ affection, darling. Các từ liệt kê ở dưới hầu hết là đồng nghĩa (Synonym), từ phản nghĩa thì được ghi rõ "Antonym" trong ngoặc. Nếu bạn Double Click vào hate (Antonym), sẽ được các từ đồng nghĩa của hate trong đó có phản nghĩa là love.

- ☞ Nếu dùng theo nghĩa affection, thì những đồng nghĩa của nó là adoration, friendship, tenderness ....

- ☞ Việc tìm từ đồng nghĩa phản nghĩa gì đó, và có chọn hay không, hoặc có muốn truy nguyên tận các dây mơ rễ má của nó hay không là hoàn toàn tùy vào các bạn. Trong phạm vi bài nầy, chúng tôi chỉ nêu ra cách thức gọi lịnh mà thôi. Còn bức thư của Louis thì chúng tôi không dám sửa, bởi vì chưa được sự đồng ý của chủ nhân.

TIÊU ĐỀ ĐẦU & CHÂN TRANG

Phần nầy đề cập một chức năng rất cần thiết khi tiến hành các tài liệu nhiều trang: đầu trang & chân trang (Page Header & Footer). Cụ thể như là các dòng mà bạn nhìn thấy ở đầu mỗi trang cũng như ở cuối mỗi trang của giáo trình nầy.

Mỗi đầu trang đều có Header:

✪ *Computer for EveryBody*..............Ông Văn Thông..................TIN HỌC CHO MỌI NGƯỜI ✪

Mỗi cuối trang đều có Footer:

Chuyện nầy thì ai cũng hiểu và cũng hình dung được mục đích để làm gì. Đối với bạn, vấn đề là quy trình để làm việc đó ra sao ?

① Trong một tài liệu dài nhiều trang, bạn chỉ cần định nghĩa Header / Footer một lần thôi. Lúc in ra gấy hoặc nhìn màn hình theo chế độ Print Layout, Word tự động lắp ghép phần tiêu đề đó vào đầu và cuối mỗi trang. Header đương nhiên luôn luôn ở trên đỉnh trang, và Footer luôn luôn ở đáy trang cho dù trang đó chưa dùng hết mọi dòng.

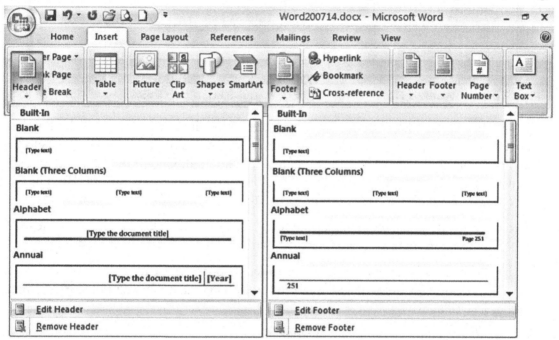

② Muốn tạo Header hay Footer, từ Ribbon Insert, nhắp biểu tượng Header hoặc Footer, sẽ bung ra một số các mẫu "Build-In" như Blank, Three Columns, Alphabet, và Annual, nhắp chọn kiểu bạn thích, nếu muốn tự trình bày thì nhắp mục Edit, nếu muốn gỡ bỏ Header / Footer hiện có thì Remove. Nếu chọn kiểu hoặc Edit, thì con chớp sẽ được đưa vào khu vực dành cho Header / Footer, và trên Ribbon sẽ xuất hiện thêm Tab Header & Footer Tools Design như hình sau.

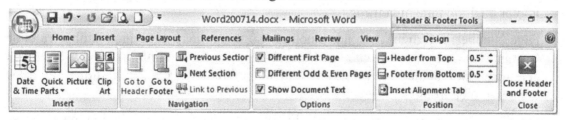

☞ Có thể Double Click lên khu vực dành cho Header / Footer, cũng kích hoạt được khu vực nầy và mở Tab Header & Footer Tools Design. Khi thao tác xong, nhắp Close Header and Footer hoặc Double Click vào khu vực văn bản cũng được.

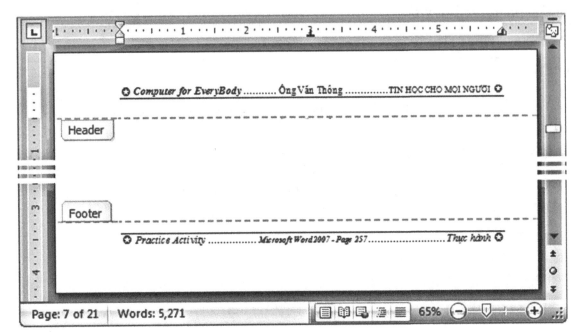

③ Trong phần Header hay Footer, Word gắn sẵn 2 mốc dừng: một Center Tab ngay giữa dòng và một Right Tab cuối dòng, tuy nhiên bạn có thể điều chỉnh tùy ý. Bạn thao tác hoàn toàn thoải mái như là soạn phần văn bản chính. Chọn Font, định dạng, chọn kiểu, chọn cỡ, bỏ dấu tiếng Việt, dùng mốc dừng Tab v.v... đều được cả. Bình thường thì chỉ soạn thảo một Header và một Footer để dùng chung cho tất cả mọi trang.

- Bạn cũng có thể phân biệt Header / Footer của trang đầu tiên sẽ khác với Header / Footer của những trang còn lại bằng cách đánh dấu mục ☑ Different First Page.

- Tương tự, bạn cũng có thể phân biệt Header / Footer của các trang chẵn (even) sẽ khác với Header / Footer của các trang lẻ (Odd) bằng cách đánh dấu mục ☑ Different Odd & Even Pages.

- Một số công cụ chuyên dùng cho Header / Footer :

★ Go to: Đang thực hiện Header thì Go to Footer và ngược lại.

★ Previous và Next: Dùng trong trường hợp tài liệu có phân biệt Header và Footer của riêng trang đầu tiên, hay trang chẵn (even), trang lẻ (odd). Đang thực hiện Odd Header mà nhắp vào Next, sẽ chuyển sang Even v.v...

★ Link to Previous: cho biết Header hay Footer đang thực hiện sẽ giống như Header / Footer đã được thực hiện trước.

★ Page Number: Đặt điểm chèn nơi muốn ghi số trang, nhắp nút Page Number và chọn Current Position, Word sẽ chèn số trang tại đó. Trị số nầy linh hoạt thay đổi khi in cho từng trang, nghĩa là sẽ in số đúng với số của trang được in. Biểu tượng nầy được dùng phổ biến trong hầu hết các Footer.

★ Quick Parts: Gọi Quick Parts rồi chọn Fields… để chèn các Field đặt biệt như tổng số trang (NumPages), tên tác giả (Author) v.v… Trị số nầy cố định cho mọi trang.

★ Date & Time: Chèn ngày giờ hiện hành, như Page Number, ít dùng

★ Show Document Text: Cho nhìn thấy (có chọn) văn bản của trang lúc thực hiện Header / Footer hay không cần nhìn chúng (không chọn).

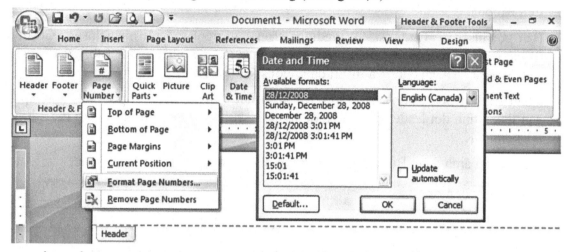

⌨ Nếu nhắp chọn mục Different Odd and Even, bạn sẽ phải định nghĩa Odd Page Header, Even Page Footer, Odd Page Header, Odd Page Footer.

⌨ Nếu nhắp chọn mục Different First Page, bạn sẽ định nghĩa thêm First Page Header, First Page.

• Format Page Number: Quy định cách ghi số trang: Chọn kiểu số ả Rập (1, 2, 3) hay La Mã (I, II, III) hay dùng mẫu tự (a, b, c). Đánh số trang tiếp theo hay bắt đầu từ số mấy ở mục Start at (tài liệu của bạn không nhất thiết phải bắt đầu từ trang số 1 trở đi, mà bắt đầu từ số bao nhiêu cũng được). Có thể gọi Quick Parts - Field để chỉ định các chi tiết nầy.

THỰC HÀNH

Để đi vào thực hành, bây giờ bạn hãy tạo ra Header và Footer giống như những trang của giáo trình nầy:

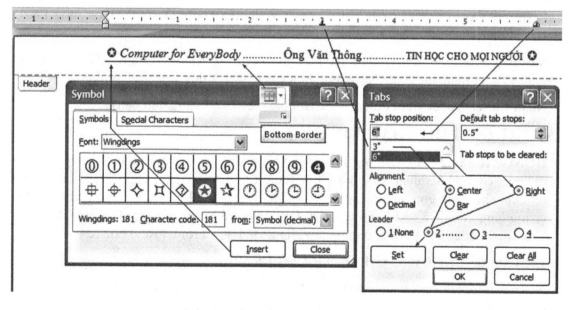

① Đặt điểm chèn ở bất cứ chỗ nào trong bài cũng được. Gọi Insert – Header – Edit Header, Word đặt con chớp vào khu vực Header và mở Tab Header & Footer Tools trên Ribbon.

- Bạn gọi Insert – Symbols – Wingdings chọn dấu ngôi sao rồi nhấn Insert. Gõ tiếp Computer for EveryBody, nhấn phím Tab, gõ tên tác giả, nhấn phím Tab, gõ TIN HỌC CHO MỌI NGƯỜI, lại chọn và Insert dấu ngôi sao.

- Nhấn Right Click, chọn Paragraph, rồi nhấn nút Tabs… trong hộp thoại Paragraph, gán thuộc tính dot leader cho các mốc dừng 3" rồi nhấn Set, tương tự cho mốc dừng 6", xong OK.

- Nhắp chọn định dạng Bottom Border trong nhóm Paragraph của Tab Home.

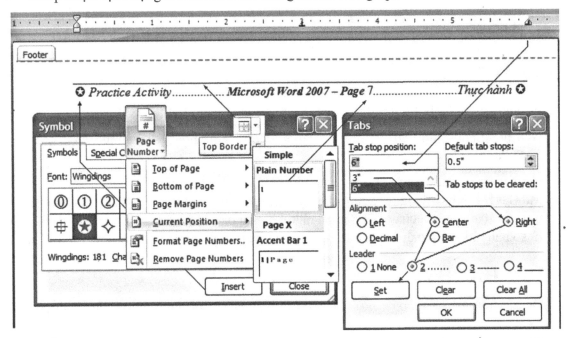

② Nhắp nút Go to Footer (trên Tab Header & Footer Tools Design) chuển sang khu vực Footer.

- Mời bạn nhìn hình trên và thao tác gần như bước ①. Riêng số trang : Đặt con chớp sau từ Page, nhấn nút Page Number, chọn Current Position – Plain Number.

☞ Nhấn Close Header and Footer (hoặc Double Click vào vùng văn bản).

VÀI TRƯỜNG HỢP ĐẶC BIỆT

① **DÙNG AUTO TEXT**: Những phần soạn thảo Header / Footer như thế nầy, bạn có thể quét chọn khối, nhấn Alt-F3 mở hộp thoại Create New Building Block, đặt cho nó một cái tên, ngắn gọn và gợi nghĩa, ví dụ chọn tên HD cho Header và FT cho Footer chẳng hạn, xong OK. Khi nào cần đến (cho một bài khác), chỉ cần Double Click vào khu vực Header hay Footer, bạn gõ tên HD hoặc FT, và rồi Close, khỏe re !

② **TRANG ĐẦU, TRANG CHẴN, TRANG LẺ**

- Nếu cần Header / Footer khác nhau cho trang chẵn và trang lẻ, khi Tab Header & Footer bày trên Ribbon, nhắp chọn mục Different Odd and Even Pages. Sau đó, thay ỳ như thường lệ Word sẽ bày ra khung Header, thì Word sẽ bày ra khung Odd Page Header, bạn trình bày xong khung nầy, nhấp biểu tượng Next Section (với điều kiện lúc đó tài liệu của bạn đã phải có từ 2 trang trở lên), Word sẽ bày tiếp khung Even Page Header.

- Bạn tự suy diễn khi soạn Footer và vận dụng khi muốn thêm Different first Page.

③ MỘT TRANG ĐÁNH SỐ 2 TRANG

Ví dụ tài liệu của bạn chia 2 cột, và dài 3 trang, nhưng trang 1 thì phải đánh số Trang 1 và Trang 2, còn trang 2 thì phải đánh số Trang 3 và Trang 4 v.v...

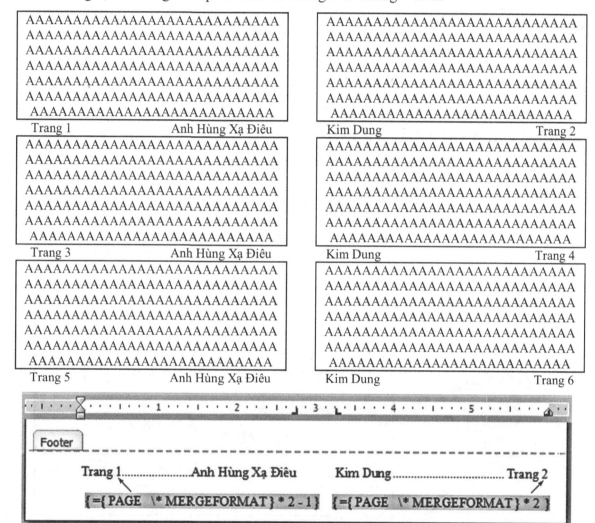

① Giải pháp: Bạn có thể vẫn theo đường gọi lịnh thông thường, có thể định lại thước Tab nếu thấy cần, như ví dụ trên đây đã chỉnh lại Ruler gồm 3 TabStop: Right 2.75" (có dot leader), và Left 3.25" (không Leader), và Right 6" (có leader).

② Thao tác:

- Gõ Trang, nhích một khoảng trắng. Bấm Ctrl-F9 tạo một Field Code {}. Điểm chèn ở trong cặp ngoặc nầy.

- Gõ dấu = bên trong cặp ngoặc móc. Điểm chèn ở bên trong ngoặc {= }.

- Gọi Insert – Quick Parts – Fields, chọn Category Numbering, chọn Field names là Page, và OK. Được mã { =\{PAGE *MERGEFORMAT} }, gõ tiếp * 2 - 1. Mã tổng hợp sẽ là { =\{PAGE *MERGEFORMAT} * 2 - 1 }, bấm Shift-F9 xem kết quả, được "Trang 1".

- Gõ Tab, gõ Anh Hùng Xạ Điêu, gõ Tab, gõ Kim Dung, Gõ Tab, gõ Trang . Bạn thao tác tương tự để được mã tổng hợp là { =\{PAGE *MERGEFORMAT} * 2 }, bấm Shift-F9, chọn Close.

☺ Giải thích:

Nếu trang là 1 thì biểu thức   PAGE*2 -1   cho trị 1   còn PAGE*2 sẽ cho trị 2

Nếu trang là 2 thì biểu thức   PAGE*2 -1   cho trị 3   còn PAGE*2 sẽ cho trị 4

Nếu trang là 3 thì biểu thức   PAGE*2 -1   cho trị 5   còn PAGE*2 sẽ cho trị 6

v.v... và bạn đã giải quyết được vấn đề !

④ **HÌNH CHÌM TRÊN CÁC TRANG**

- Bạn muốn in tập thơ, gồm nhiều bài, mỗi bài trên trang riêng, dù rằng có bài dài có bài ngắn. Thêm vào đó, bạn muốn cứ mỗi trang đều phải có hình vận động viên trượt tuyết như bên cạnh, xuất hiện ở một vị trí cố định nào đó, ví dụ xế bên phải phần giữa của mỗi trang trong tập thơ. Bạn có thể theo quy trình gợi ý sau đây

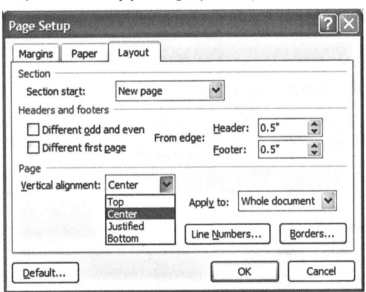

- Cuối mỗi bài thơ của bạn, bấm Ctrl-Enter để ngắt trang (hoặc gọi Insert – nhấp nút Page-Break).

- Gọi Page Layout – Margins – Custom Margins, mở hộp thoại (hình trên), chọn trang Layout, trong khung Vertical Alignment, chọn Center, khi đó lượng chữ trong mỗi trang của bạn dù ít, Word cũng bố trí vào giữa trang theo chiều dọc.

- Gọi Insert - Header – Edit Header, bạn có trình bày tiêu đề đầu trang cuối trang hay không cũng được, nhưng sẽ phải gọi Insert - Picture để chèn hình, nhớ gán thuộc tính Text Wrapping là Behind Text, xong rê hình đặt vào giữa trang.

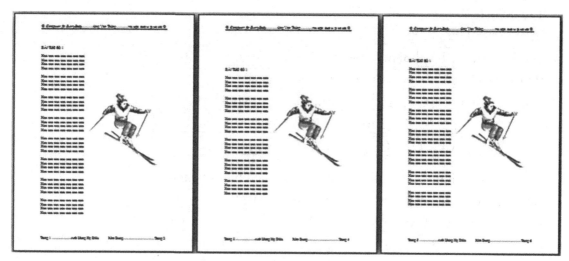

☞ Minh họa trên đây cho thấy 3 trang trên màn hình Print Preview, với Header và Footer, trong đó Header có hình đặt ở giữa trang. Nội dung của trang cũng được định dạng Vertical Alignment là Center

⑤ **MỘT TÀI LIỆU, 3 TÁC GIẢ**

Có những trường hợp mà chúng ta không thể giải quyết đơn thuần bằng các Field Codes trong lịnh Insert – QuickParts - Field (như trường hợp 3 trên đây) mà chỉ có thể giải quyết bằng cách phối hợp các Field Codes rải rác trong các Menu lịnh của Word. Ví dụ trong trường hợp sau đây chúng ta phải giải quyết bằng cách kết hợp 2 lịnh Insert – Quick Parts - Field và lịnh Table, Formula.

Đặt vấn đề: Chuyện xảy ra tại cơ sở dịch vụ nhận đánh máy vi tính. Có 3 tác giả cùng soạn chung một tài liệu. Tuy nhiên, họ lại yêu cầu phải luân phiên ghi tên mỗi tác giả trên từng trang khác nhau, ví dụ Vũ Như Cẩn chiếm trang 1, Nguyễn Y Vân cư ngụ ở trang 2, Đồng Như Khôi tọa lạc trên trang 3 và các trang sau cũng theo thứ tự như thế cho đến hết tài liệu. Bởi vì tuy cùng soạn một tài liệu nhưng họ lại thích đọc lập về tên, không ai muốn ở chung nhà với ai cả.

Phương án đề nghị:

1. Gọi lịnh Insert – Footer – Edit Footer, sử dụng phối hợp Field Codes của lịnh Insert – Quick Parts – Field và hàm MOD của lịnh Table Formula để tạo một công thức nhằm phát biểu điều kiện như sau

> Nếu số dư của bài toán chia khi đem số trang chia cho 3 bằng 1 thì Vũ Như Cẩn, nếu số dư của bài toán chia khi đem số trang chia cho 3 bằng 2 thì Nguyễn Y Vân, ngoài ra thì Đồng Như Khôi"

☞ Phát biểu thì đơn giản như thế nhưng cú pháp thì rắc rối vì bạn không thể gõ trực tiếp công thức mà phải dùng lịnh trên Menu để chèn các Field Codes vào Footer. Và nếu bạn chèn không đúng chỗ thì bạn sẽ bị báo lỗi hoặc chẳng báo lỗi nhưng kết quả chỉ là một khoảng trống không.

• Mở một tài liệu nào đó có chừng 5, 6 trang trở lên. Double Click và khu vực Footer (vì chúng ta muốn ghi tên tác giả ở Footer), đặt điểm chèn nơi muốn ghi tên tác giả.

3. Tạo công thức

- Bấm Ctrl-F9 được cặp $\boxed{\{\,\}}$
- Gõ IF, được $\boxed{\{\text{ IF }\}}$ Bấm Ctrl-F9, gõ $\boxed{\text{=MOD(}}$ được $\boxed{\{\text{ IF }\{\text{=MOD(}\}\}}$
- Bấm Ctrl-F9, gõ $\boxed{\text{PAGE}}$ được $\boxed{\{\text{IF }\{\text{=MOD(}\{\text{PAGE}\}\,\}\}}$
- Nhích ra khỏi {PAGE}, gõ $\boxed{\text{, 3)}}$ được $\boxed{\{\text{IF }\{\text{=MOD(}\{\text{PAGE}\}, 3)\}\}}$
- Nhích ra khỏi $\boxed{\{\text{=MOD(}\{\text{PAGE}\}, 3)\}}$ gõ $\boxed{= 1 \text{ "Vũ Như Cẩn"}}$
  được $\boxed{\{\text{ IF }\{\text{=MOD(}\{\text{PAGE}\}, 3)\} = 1 \text{ "Vũ Như Cẩn"}\}}$

4. Tiếp tục: Để điểm chèn sau "Vũ Như Cẩn" cách một khoảng trắng

- Bấm Ctrl-F9 được cặp dấu { }, gõ IF, bấm Ctrl-F9, gõ $\boxed{\text{=MOD(}}$
- Bấm Ctrl-F9, gõ $\boxed{\text{PAGE}}$, nhích ra khỏi {PAGE}, gõ $\boxed{\text{, 3)}}$
- Nhích ra khỏi $\boxed{\text{, 3)}\}}$, gõ $\boxed{= 2 \text{ "Nguyễn Y Vân" "Đồng Như Khôi"}}$

5. Công thức tổng hợp được như sau (liên tục chứ không xuống dòng)

> { IF { =MOD({ PAGE }, 3) } = 1 "Vũ Như Cẩn"
> { IF { =MOD({ PAGE }, 3) } = 2 "Nguyễn Y Vân" "Đồng Như Khôi"}}

6. Các hình sau đây dành cho bạn đối chiếu :

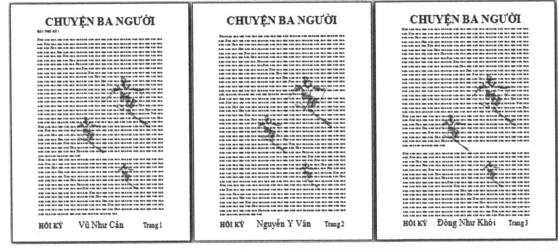

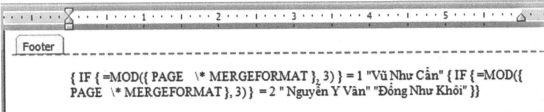

Computer for EveryBody
TIN HỌC CHO MỌI NGƯỜI

Bài Thực hành số 15

CÁC CHỨC NĂNG HỮU ÍCH KHÁC
CƯỚC CHÚ (FOOTNOTE) - CHÚ GIẢI (COMMENT)
MACRO (MACRO) – MẬT KHẨU (PASSWORD)

Cùng với nhu cầu thực hiện tiêu đề đầu trang cuối trang áp dụng cho các tài liệu nhiều trang, việc bổ sung các *cước chú* (Footnotes), hậu chú (Endnote) và *chú giải* (Comments) cũng là những chức năng rất hữu ích đối với nhiều tài liệu mang tính chuyên môn hoặc mang tính quy phạm : Các trích dẫn tư liệu, các bài tranh luận, biện chứng, những tài liệu giáo khoa v.v... hầu như không thể thiếu các công cụ nầy. Bên cạnh đó, chức năng bảo vệ tài liệu bằng mật khẩu (Password), cùng với chức năng thao tác mô phỏng (Macro) cũng là những quái chiêu mà bạn không thể làm ngơ.

Các chủ đề nầy được bố trí vào phần cuối của giáo trình, không phải vì chúng khó (thậm chí dễ là đằng khác), mà là vì nếu không đủ thời gian để thực hành chúng, cũng không ảnh hưởng gì lớn đến mục tiêu sử dụng Word của bạn. Nôm na là nếu bỏ qua các chủ đề nầy cũng được, tuy nhiên, sẽ uổng.

CƯỚC CHÚ (FOOTNOTES)

Word tự động dành chỗ ở cuối mỗi trang để in cước chú nếu có. Dĩ nhiên, nếu ta không chỉ định khác đi, phần văn bản cần có cước chú và phần cước chú tương ứng của nó sẽ luôn luôn được sắp xếp để in trên cùng một trang như là "anh ở đâu thì em theo đó" vậy ! Số hiệu của cước chú thường dùng là số in theo dạng số mũ (Superscript). Khi bổ sung một cước chú mới hoặc hủy bỏ một cước chú trước đó, Word đồng thời cũng đánh số lại (Renumber) cho các cước chú trong bài. Bạn có thể soạn xong cả tài liệu rồi làm cước chú sau. Cũng có thể biên soạn đến đâu, thấy cần thiết thì làm cước chú ngay đến đó, và cho dù là như vậy thì sau khi hoàn tất, bạn vẫn có thể thêm, bớt hay sửa đổi các cước chú, nói chung là bạn hoàn toàn an tâm trong việc xử lý các cước chú của mình. Hơn nữa bạn còn có thể chỉ định :

- Dùng một ký tự nào đó làm dấu cho cước số thay vì dùng số.

- Định dạng kiểu, cỡ, Font chữ của cước số.

- Vị trí cước số là ở ngay cuối trang, hay cuối chương hay ở cuối tài liệu.

- Thay vì in ở gần phần cuối trang giấy, có thể in liền ngay sau dòng chót của văn bản nếu văn bản đó không chiếm hết cả trang.

- Cước chú cũng có thể được trình bày trên nhiều trang liên tiếp chứ không nhất thiết phải kết thúc trong vòng 1 trang.

MỘT VÍ DỤ

Chúng ta có nội dung văn bản sau đây :

Cuối cùng bạn đã có thể nói chuyện với PC

Hàng ngày, mỗi khi đến văn phòng làm việc, bà Jean Kovacs lại choàng lên đầu bộ tai nghe xinh xắn rồi nói lời chào chiếc máy vi tính của mình : "Good morning !". Để đáp lại, máy Sun - một trạm làm việc bà ta sử dụng - liền bật sáng màn hình. "Nào, hãy bắt đầu bằng thư từ nhé ! ", bà Kovacs ra lệnh tiếp...

Nay bạn muốn ghi cước chú cho phần tiêu đề của bài là "[1] *Theo Tập San Thông Tin Tin Học NEWS, tập 6, tháng 10/1993 - NXB TPHCM*", đồng thời ghi cước chú sau cụm từ Jean Kovacs là "[2] *Phó Giám Đốc điều hành của Qualix Group - một Công Ty ở San Mateo (bang California, USA)*" và v.v...

☞ Quy trình thực hiện như sau :

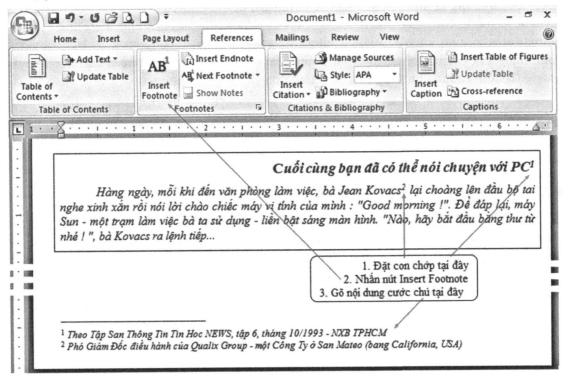

- Đặt điểm chèn ngay sau chữ *PC*, nhấn nút Insert – Footnote trên Tab References của Ribbon. Word đưa con chớp xuống phần cuối trang, dưới một lằn gạch, ở đó ghi sẵn một con số (là số thứ tự của Footnote tính từ đầu bài). Bạn nhập nội dung cước chú tùy ý, xong nhắp chuột ra vùng văn bản (hoặc bấm phím mũi tên lên).

- Phần văn bản nếu đầy trang sẽ chuyển sang trang sau nhưng vẫn chừa chỗ cho Footnote ở trang trước. Nếu dùng chuột thì bạn thoải mái nhắp vào khu vực Footnote để ghi hoặc sửa, sau đó nhắp sang vùng soạn thảo. Nếu dùng phím, bạn có thể dùng phím mũi tên lên hoặc xuống để từ vùng soạn thảo đi vào vùng Footnote và ngược lại. Các phím mũi tên trái và phải thì chỉ di chuyển trong vùng văn bản.

- Muốn quy định cách trình bày Footnote, bạn đặt con chớp trong vùng Footnote rồi nhấn Right Click gọi menu di động, xong chọn Note Options… để quy định:

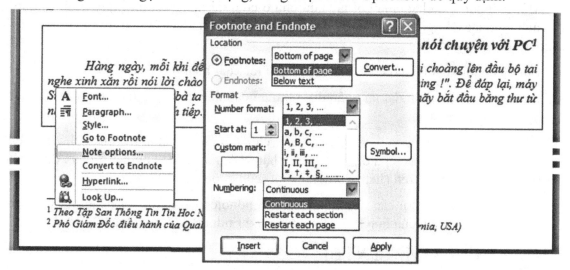

★ Location : Chọn vị trí ghi Footnote là ở chỗ nào : Phía dưới của trang (Bottom of page) hay liền phía dưới văn bản (Below text).

★ Number format : Chọn hệ thống số tự nhiên liên tục (1, 2, 3) hay mẫu tự La tinh (a, b, c hoặc A, B, C) hay số La mã (i, ii, iii hoặc I, II, III), hay ký hiệu đặc biệt khác.

★ Custom mark : Chọn ký hiệu theo ý riêng thì nhấn nút Symbol… mở hộp ký hiệu để chọn rồi nhấn Insert.

- Bạn có thể can thiệp xa hơn như bắt đầu từ số mấy (Start At), đánh số cước chú theo cách nào, như đánh số liên tục (Continuous) hay bắt đầu lại trong mỗi chương (Restart each section) hay bắt đầu lại mỗi trang (Restart each page). Nói chung việc can thiệp xa hơn là không cần thiết.

- Sau cùng nhấn Apply.

- Muốn bỏ một Footnote nào, chỉ việc đưa điểm chèn đến số hiệu của Footnote đó trong tài liệu (số 1 sau PC trong minh họa nầy), bấm Shift và quét phủ ngang qua nó, xong bấm phím Delete. Toàn bộ nội dung cước chú tương ứng sẽ bị bỏ. Những cước chú khác được đánh số lại (Renumber).

- Khi in ra, giữa vùng văn bản và cước chú sẽ có một nét gạch ngang phân cách.

> Phó Giám Đốc điều hành của Qualix Group - một Công Ty ở San Mateo (bang California, USA)
>
> *Cuối cùng bạn*
>
> *Hàng ngày, mỗi khi đến văn phòng làm việc, bà Jean Kovacs[2] lại choàng lên đầu bộ tai nghe xinh xắn rồi nói lời chào chiếc máy vi tính của mình : "Good morning !". Để đáp lại, máy Sun - một trạm làm việc bà ta sử dụng - liền bật sáng màn hình. "Nào, hãy bắt đầu bằng thư từ nhé ! ", bà Kovacs ra lệnh tiếp...*

☞ Lưu ý : Nếu trong văn bản của bạn có Footnote, khi rê chuột đến gần, nó vừa "đánh hơi" thấy Footnote, chuột có hình khung chữ nhật và nhá nhá nội dung tương ứng.

HẬU CHÚ (ENDNOTES)

Một loại ghi chú khác nữa gọi là "Ghi chú ở cuối tài liệu" với mọi quy trình sử dụng và cách thao tác đều giống như cước chú Footnotes. Điểm khác biệt giữa 2 loại nầy là vị trí xuất hiện trong tài liệu :

- Cước chú thì xuất hiện ở cuối trang, hậu chú thì xuất hiện ở cuối tài liệu.

- Cước chú có thể chọn đặt tại phần dưới trang hoặc liền dưới văn bản, hậu chú thì luôn đặt liền dưới văn bản.

- Nếu trên một trang chưa đầy, vừa có cước chú vừa có hậu chú, mà cước chú đặt liền dưới văn bản, thì cước chú được xếp trên hậu chú, nếu cước chú đặt ở phần dưới của trang, thì hậu chú ở trên (liền sau dòng chót) còn cước chú ở dưới.

☞ Bạn có thể chuyển đổi các Footnotes thành Endnotes và ngược lại bằng nút Convert trong mục Location của hộp thoại Footnote and Endnote khi gọi Note Options.

CHÚ GIẢI (COMMENTS)

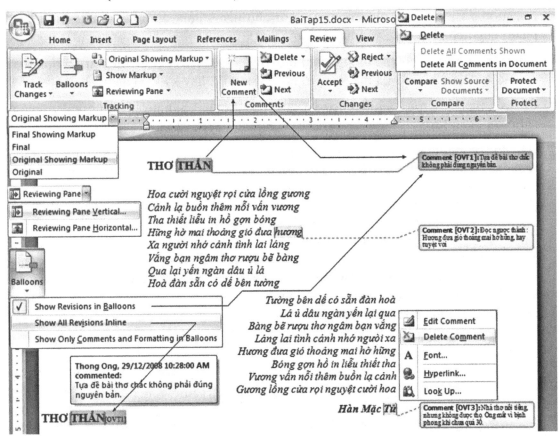

Chú giải là một hình thức đính kèm lời bình phẩm vào một tài liệu. Dùng trong trường hợp một tài liệu nào đó được luân chuyển từ người nầy sang người khác để xin ý kiến hay tiếp nhận những phê bình. Những ý kiến đóng góp đó sẽ được người ta ghi ngay vào cạnh tài liệu, trong khu vực dành riêng gọi là Comment Pane, không gây ảnh hưởng gì đến phần nội dung ban đầu của tài liệu. Chức năng nầy giúp tránh được tình trạng các góp ý của người khác làm cho thay đổi nội dung của bài cần xin ý kiến.

CÁCH ĐÍNH CHÚ GIẢI

- Quét chọn khối hoặc đặt điểm chèn tại nơi muốn ghi chú giải. Vào Tab Review của Ribbon, nhấn nút New Comment. Word sẽ đính một khung Balloon vào bên rìa văn bản, trong đí ghi sẵn từ "Comment" và tên của chủ nhân chiếc máy tính kèm một con số bên trong cặp móc vuông. Bạn gõ chú giải tùy ý trong khung nầy. Thao tác tương tự khi gắn Comment vào chỗ khác trong văn bản. Hình trên cho thấy có 3 Comment. Số hiệu ghi sau tên chủ nhân được đánh liên tục tính từ trên xuống, bất kể được tạo trước hay sau. Kiểu và cỡ chữ bên trong khung Balloon không thay đổi được.

- Muốn bỏ một Comment : Nhắp chuột đưa con chớp vào trong khung Balloon đó, nhấn nút Delete trên Tab Review rồi chọn Delete (hoặc đặt con chớp tại nởi đính Comment, nhấn Right Click gọi menu di động rồi chọn Delete Comment). Các Comment phía dưới được tự động đánh số lại.

- Nếu không muốn các Balloon đính bên rìa phải trang văn bản, nhấn nút Balloon và chọn Show all Revisions Inline. Các ký hiệu Comment chỉ còn phần bên trong cặp móc vuông và đứng khép nép bên cạnh một từ nơi nó được đính vào, và khi rê chuột ngang qua, nội dung Comment sẽ được nhá nhá trong khung Screen Tip. Trường hợp nầy nếu ghi Comment mới, sẽ ghi trong một Reviewing Pane ở bên trái hoặc phía dưới màn hình tùu theo chọn lựa Reviewing Pane là Vertical hay Horizontal.

- Bạn có thể tiến hành các hiệu đính trong Comment Pane nầy như là trong tài liệu chính đang soạn thảo. Bạn cũng có thể thực hiện việc sao chép, di chuyển nội dung từ tài liệu vào Comments và ngược lại.

- Khi in ra giấy, bạn sẽ thấy được cà Comment trong các Balloon hoặc thấy ký hiệu Comment trên dòng ăn bản. Muốn không nhìn thấy các nội dung nầy, nhấn nút Showing Markup và chọn Final hoặc Original.

- Tóm lại, trong các chức năng Footnotes, Endnotes và Comments, thì có chăng chỉ riêng Footnotes là hữu ích và cụ thể, còn chức năng kia hãy xem như là đồ xa xỉ phẩm của giới giàu có mà thôi, không áp dụng cũng chẳng chết thằng tây nào.

MACRO, DIỄN VIÊN KỊCH

Macro là một hình thức ra lịnh đặc biệt do người sử dụng quy định theo nhu cầu riêng của mình, bằng cách tập hợp những lịnh hay những thao tác nào đó thành một chuỗi, có lưu trữ hẳn hoi, để khi cần dùng đến chuỗi lịnh đó, chỉ cần kích hoạt bằng một tổ hợp phím bấm, Word sẽ thực hiện lại y chang như chính tay bạn thực hiện, dĩ nhiên với một tốc độ chóng mặt chứ không phải mổ cò như bình thường chúng ta vẫn làm.

① Người ta thường dùng Macro để :

- Nhập một nội dung văn bản nào đó mà thường xuyên bạn cần tới. Với mục đích nầy, Macro không thể cạnh tranh với AutoText và Auto Correct. Vì rằng AutoText thì lặng lẽ cho ra nội dung đã lưu trữ, với một nội dung có thể gồm nhiều hàng, nhiều trang, nhưng là cho ra cái kết quả sau cùng, trong khi Auto Correct thì mẫn cán theo dõi cách bấm phím của người ta, bấm đúng vào một tổ hợp đã quy định trước, thì sẽ thế vào bằng một tổ hợp tương ứng khác cũng đã quy định trước. Còn Macro thì thực hiện lại một số thao tác đã ghi nhận trước, nhưng thao tác nầy không nhất thiết phải sản xuất ra một nội dung văn bản nào. Tuy vậy nếu muốn dùng Macro để tạo văn bản thì cũng không phải là không được.

② Cách tạo một Macro :

- Cách đơn giản nhất là dùng chức năng Macro Recorder của Word : Chỉ cần kích hoạt chức năng nầy. Tiếp theo bạn thao tác gì đó tùy ý, bao nhiêu thao tác cũng được, bao lâu cũng được. Trong khi bạn thao tác, Word lặng lẽ ghi nhận như là bạn cứ việc hát, trong khi máy Cassette cứ việc thu vào băng vậy. Đến khi bạn cho lịnh kết thúc, Word lưu trữ những ghi nhận nầy dưới 1 tên nào đó và được quy ước bằng một tổ hợp phím nào đó. Lúc nào muốn lặp lại y chang các thao tác cũ, chỉ cần kích hoạt lại Macro thông qua tổ hợp phím bấm đã chọn, những diễn biến tiếp theo sẽ y như chính bạn đã thực hiện lúc ban đầu.

- Nếu thích bạn có thể tự mình biên soạn một Macro thông qua một dạng ngôn ngữ chuyên đề gọi là *WordBasic*. Cách nầy đòi hỏi nhiều công phu cũng như cần có khả năng lập trình.

- Bạn có thể phối hợp cả hai phương pháp : Trước tiên, dùng Macro Recorder để tạo một Macro dùng như một sườn bài. Sau đó bạn hiệu đính lại Macro nầy theo ý riêng của bạn, nhờ vậy sẽ đỡ một công đoạn lập trình, nhưng cũng không hẳn là đơn giản.

③ Thực hành tạo Macro : Giả sử bạn đã tạo một Table có 4 hàng 16 cột, và đã nhập vào bên trong đó như bảng sau. Nay bạn muốn tạo một Macro với mục đích đóng khung một Cell 2 nét mảnh 2 nét dầy, tô nền mờ 15%, và <u>kích hoạt</u> bằng tổ hợp phím Ctrl-!

A	B	C	D	E	F	G	H	I	J	K	L	M	N	O	P
Q	R	S	T	U	V	W	X	Y	Z	1	2	3	4	5	6
7	8	9	@	#	$	a	b	c	d	e	f	g	h	i	j
k	l	m	n	o	p	q	r	s	t	u	v	w	x	y	z

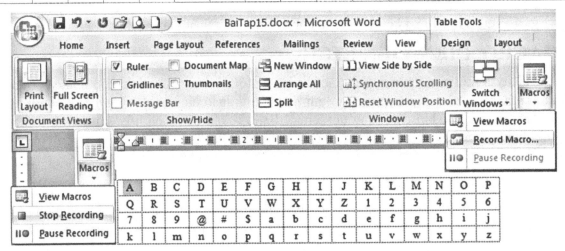

- Nhắp chọn Cell (ví dụ Cell A1, nơi đang chứa mẫu tự A)

- Trên Tab View của Ribbon, nhấn nút Macros, chọn Record Macro… (lúc nầy lịnh Pause Recording bất khả dụng), Word sẽ bày hộp thoại Record Macro như dưới đây.

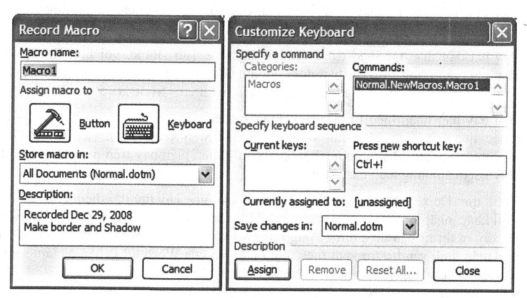

- Trong khung Description, gõ tùy ý, chỉ dùng để nhắc nhở. Trong khung Macro name, có đề nghị sẵn một tên, ví dụ Macro1 trong hình, sửa lại nếu cần. Dưới mục *Assign macro to*, nhắp nút *Keyboard*. Word bày hộp thoại Customize Keyboard (trên phải).

- Trong khung *Press new shortcut key*, bạn bấm (chứ không phải gõ) Ctrl – Shift đồng thời bấm dấu chấm than, sẽ thấy tín hiệu Ctrl+! trong khung nầy. Có thể chọn ký tự nào có trên bàn phím từ *A đến Z* hoặc từ 0 đến 9 hoặc từ F2 đến F12 hoặc phím *Insert* hay phím *Delete* cũng được. Trong minh họa nầy, chúng ta chọn tổ hợp Ctrl-!.

- Khi bấm chọn như vậy, bạn quan sát mục *Currently assign to* phía dưới, nếu Word ghi nhận [unassigned] có nghĩa là tổ hợp phím nầy chưa bị ai xí phần thì tốt, nếu đã, bạn sẽ thấy tên của Macro xí phần đó đằng sau từ Currently, nên chọn một tổ hợp phím khác. Sau cùng bạn nhắp nút Assign rồi Close.

- Trên màn hình sẽ thấy mũi chuột có kèm theo hình một cuộn băng cassette 🖭, còn nút Macros trên Tab View của Ribbon khi nhấn vào sẽ thấy lịnh Record Macro biến thành Stop Recording, và lịnh Pause Recording trở thành khả dụng. Bạn sẽ phải thấy ở dòng tình trạng phía dưới bên phải màn hình biểu tượng Recording đang active, tức là chức năng Macro-Recorder đã bắt đầu hoạt động.

A	B	C	D	E	F	G	H	I	J	K	L	M	N	O	P
Q	R	S	T	U	V	W	X	Y	Z	1	2	3	4	5	6
7	8	9	@	#	$	a	b	c	d	e	f	g	h	i	j
k	l	m	n	o	p	q	r	s	t	u	v	w	x	y	z

- Kể từ thời điểm nầy, bạn thao tác bất cứ cái gì cũng đều được Word ghi nhận như là bạn đang đứng trước sàn quay phim vậy. Kể cả những thao tác sai Word cũng không tha. Đặc biệt là khi di chuyển điểm chèn trong văn bản, bạn phải sử dụng bàn phím chứ không thể rê chuột mà chạy được. Ngoài ra, việc gọi lịnh trên Menu, trên Toolbar thì bạn có thể dùng cả 2 công cụ, nào cũng được, tùy bạn.

- <u>Hãy bắt đầu thao tác theo trình tự như sau</u> : Về Tab Home, gọi lịnh Borders and Shading, vào trang Borders bạn đóng khung 2 cạnh trên, trái nét đơn mảnh, 2 cạnh dưới phải nét đơn dầy. Vào trang Shading, chọn Patterns Style là 15%, OK.

- Đến đây bạn nhấp biểu tượng Recording ở thanh Status bar để tắt máy quay phim (hoặc qua Tab View, nhấn nút Macros rồi chọn Stop Recording). Vậy là bạn đã hoàn tất công đoạn tạo Macro có tên "Macro1", dĩ nhiên hiện nay trên màn hình bạn đang thấy kết quả những thao tác của mình.

④ Kiểm tra : Để xem Macro của bạn có chạy tốt không, hãy thử dời điểm chèn đến một Cell khác, nhấp chọn nó và bấm tổ hợp phím Ctrl-!, nếu bạn thấy một sự kỳ diệu nào đó xảy ra thì tự bạn hiểu được công dụng và vai trò của Macro. Nếu bấm Ctrl-! mà trên màn hình vẫn trơ trơ kèm theo một tiếng bíp của Word thì là bạn đã làm sai một chỗ nào đó trong quy trình tạo Macro.

A	B	C	D	E	F	G	H	I	J	K	L	M	N	O	P
Q	R	S	T	U	V	W	X	Y	Z	1	2	3	4	5	6
7	8	9	@	#	$	a	b	c	d	e	f	g	h	i	j
k	l	m	n	o	p	q	r	s	t	u	v	w	x	y	z

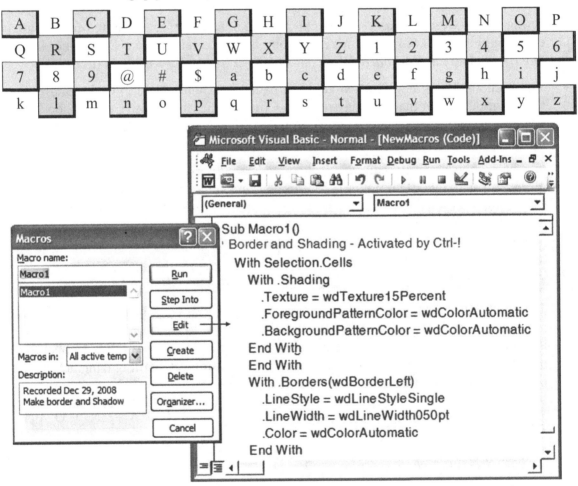

⑤ Để xem những thao tác của chúng ta được Macro Recorder ghi nhận như thế nào, bạn hãy qua Tab View, nhấn nút Macros và chọn View Macros để mở hộp thoại trên trái, trong đó phải có tên của Macro "Macro1".

- Muốn xem : Chọn tên, nhắp Edit. Muốn thi hành : chọn Run (trường hợp quên Shortcut Key chẳng hạn), muốn hủy bỏ nó đi thì chọn Delete.

☞ Vì ta quan tâm tới cách Record của nó nên chọn Edit, và bạn sẽ được Word chuyển sang màn hình Microsoft Visual Basic Editor của tập Normal.dotx, với nội dung của Macro1 được thể hiện thành một Sub (Subroutine -đoạn chương trình) khởi đầu bằng

 Sub Macro1() và kết thúc bằng End Sub mà hình trên phải chỉ là phần đầu.

- Muốn sửa tên Macro bạn có thể sửa trên dòng tên Sub, ví dụ Sub MX() thay vì Sub Macro1(). Phần giữa là những câu lịnh bằng Visual Basic để làm cái công việc mà bạn đã thao tác lúc tạo Macro nầy như sau :

```
Sub Macro1()
' Recorded Dec 29, 2008 - Border and Shading - Activated by Ctrl-!
    With Selection.Cells
        With .Shading
            .Texture = wdTexture15Percent
            .ForegroundPatternColor = wdColorAutomatic
            .BackgroundPatternColor = wdColorAutomatic
        End With
        With .Borders(wdBorderLeft)
            .LineStyle = wdLineStyleSingle
            .LineWidth = wdLineWidth050pt
            .Color = wdColorAutomatic
        End With
        With .Borders(wdBorderRight)
            .LineStyle = wdLineStyleSingle
            .LineWidth = wdLineWidth150pt
            .Color = wdColorAutomatic
        End With
        With .Borders(wdBorderTop)
            .LineStyle = wdLineStyleSingle
            .LineWidth = wdLineWidth050pt
            .Color = wdColorAutomatic
        End With
        With .Borders(wdBorderBottom)
            .LineStyle = wdLineStyleSingle
            .LineWidth = wdLineWidth150pt
            .Color = wdColorAutomatic
        End With
    End With
End Sub
```

- Word đã dựa vào thao tác của bạn để viết nên một chương trình trong đó gồm nhiều dòng, mỗi dòng một lịnh đặc trưng. Ngôn ngữ trong chương trình nầy gọi là Visual Basic được cải biên để dùng cho Word.

PASSWORD, NGƯỜI BẢO VỆ TRUNG THÀNH

Tiếp theo phần Macro, cũng không thể không nhắc tới một chức năng độc đáo khác : Password (mật khẩu). Từ bài thực hành số 1 đến bây giờ, thế nào bạn cũng gặp phải trường hợp gay cấn : có một tài liệu nào đó của bạn, đã soạn thảo, trau chuốt bằng các ngôn từ mỹ lệ, trình bày công phu. Bỗng một ngày đẹp trời kia, bạn mở ra và sững sờ khi đã có ai đó, bằng đôi tay lông lá, phá nát bấy công trình của bạn. Có thể do người ta vô tình, biết đâu cũng do ác ý ? Vậy thì hãy tự bảo vệ tài liệu của bạn bằng một mật khẩu. Chỉ ai biết mật khẩu nầy mới có thể xâm nhập được tài liệu của bạn.

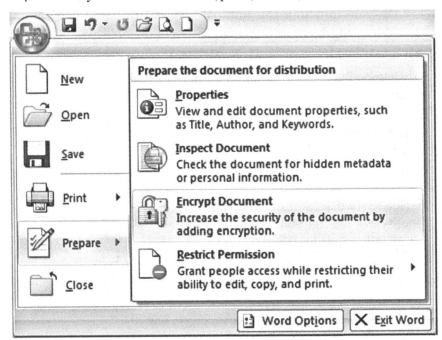

① Để cài Password cho tài liệu, sau khi soạn thảo xong (lần đầu hoặc những lần sau nếu trước đó chưa cài), bạn gọi Office button, chọn Prepare – Encrypt Document.

- Với hộp thoại Encrypt Document, trong khung Password, bạn gõ một mật khẩu tự chọn, không giới hạn số ký tự. Khi gõ vào, mỗi ký tự chỉ hiển thị tượng trưng bằng một hạt tròn (chứ chẳng lẽ mật khẩu lại phơi ra trước mắt mọi người thì còn gì là mật với đường ?) xong OK.

- Word lại cẩn thận mở hộp thoại Confirm Password, bạn phải gõ lại một lần nữa, giống như lần gõ trước, kể cả chữ Hoa và chữ thường cũng xem là khác nhau, và OK.

- Nếu không khớp với Password của lần gõ trước, Word sẽ thông báo : "Confirmation password is not identical" và dĩ nhiên là yêu cầu cài mật khẩu sẽ không thành.

- Muốn cho có hiệu lực về sau, bạn phải Save tài liệu sau khi vừa cài password.

② Kể từ khi tài liệu được lưu trữ có kèm mật khẩu, mỗi lúc mở lại, Word yêu cầu người sử dụng phải trả lời mật khẩu trong hộp thoại dưới trái.

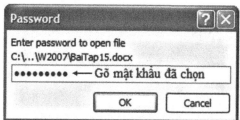 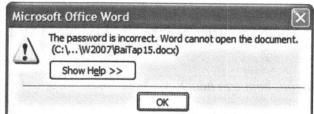

- Bạn phải trả lời trong hộp thoại Password to open và OK. Nếu gõ sai mật khẩu, sẽ nhận được thông báo The password is incorrect (hình trên phải), và không có cách nào để mở được.

③ Thay đổi hoặc gỡ bỏ Password :

Muốn thay đổi hoặc gỡ bỏ mật khẩu của một tài liệu đã cài mật khẩu, điều tiên quyết là bạn phải biết mật khẩu hiện tại để có thể đọc nó vào màn hình. Đọc vào rồi thì cũng gọi Office button, chọn Prepare – Encrypt Document mở hộp thoại Encrypt Document có sẵn mật khẩu cũ trong đó, gõ lại Password khác (và cũng phải gõ 2 lần) nếu muốn thay đổi, hoặc bấm phím Delete nếu muốn gỡ bỏ. Sau đó Save.

TỰ THỰC HÀNH

☞ Nếu vì một sự "vô tình để gió hôn lên má, bẽn lẽn làm sao lúc nửa đêm" mà bạn không tiện thổ lộ tâm tình với người yêu, thì bạn có thể thực hành nhập bức thư và một bài thơ sau đây để thực hành cài mật khẩu :

Thơ

Hàn Mặc Tử

Hoa cười nguyệt rọi cửa lồng gương	Tường bên dế có sẵn đàn hoà
Cảnh lạ buồn thêm nỗi vấn vương	Lá ủ dâu ngàn yến lại qua
Tha thiết liễu in hồ gợn bóng	Bàng bẽ rượu thơ ngâm bạn vắng
Hững hờ mai thoảng gió đưa hương	Láng lai tình cảnh nhớ người xa
Xa người nhớ cảnh tình lai láng	Hương đưa gió thoảng mai hờ hững
Vắng bạn ngâm thơ rượu bẽ bàng	Bóng gợn hồ in liễu thiết tha
Qua lại yến ngàn dâu ủ lá	Vương vấn nỗi thêm buồn lạ cảnh
Hoà đàn sẵn có dế bên tường	Gương lồng cửa rọi nguyệt cười hoa

☞ Bài thơ của Hàn Mặc Tử thì nên đặt tên là DOCNGUOC.THO với Password là MongCam. Hình Thiên Tần dùng tập SO00168_.wmf trong thư mục C:\Program Files\Microsoft Office\CLIPART\PUB60COR. Nếu không có, bạn thay bằng một hình nào khác cho phù hợp với nội dung hoặc thuận tiện cho bạn.

☺ Hãy thảo một thư tình gởi cho người yêu của bạn, càng lâm ly tha thiết càng tốt, xong lưu trữ với một mật khẩu mà chỉ riêng bạn biết mà thôi. Xong gọi File - Close để đóng tập thư tình đó lại. Tiếp theo hãy mở nó ra, xem thử Word yêu cầu đáp mật khẩu như thế nào. Lưu ý phải nhớ kỹ mật khẩu của riêng bạn, nếu quên, chỉ còn cách Delete nó đi, tài liệu nầy nhất định thủ tiết thờ Password, quyết không để cho ai kia bẻ khóa động đào !

☞ Bài văn xuôi sau đây nên lưu trữ với tên là MALMAL.DOC, có Password là YourName. Hình bao thư bạn dùng tập MAILBAG.WPG.

Sàigòn, hôm qua hôm nay và mai sau

Đời mình không còn gì cho nhau. Tình mình mưa giông hay mưa rào. Em đi theo chồng về quê xa. Dù em Cali, London hay Paris. Xin đừng suy tư, xin đừng bùi ngùi. Mình Anh bồi hồi trên sân ga. Đường bay dài và đường bay xa. Dòng thư em trao ngày xưa còn đây. Không bao giờ và không bao giờ. Anh không hờn ghen và không sao đành quên. Người ơi giờ đây nơi quê người. Riêng anh ngàn năm còn quê nhà. Quê người quê nhà xa như chiêm bao. Nhưng trong chiêm bao mình gần nhau vô cùng. Còn đâu ngày xưa mùa trăng phong trần. Em đi xa rồi nên trăng lang thang nên anh cô đơn. Này đây phong thư, mà không tìm đâu người đưa thư hay chim bồ câu. Sàigòn Cali hay Sàigòn Paris. Còn bao nhiêu lần mùa thu hay bao mùa trăng ngày hè. Cây xanh xao vàng. Hoa không đua màu. Bầu trời còn xanh hay vì mây màu xanh. Em còn trong anh hay em là trong anh. Thôi thì dù em quay đi mà anh hoài trông theo. Trông theo em mà không hề mong em quay về. Vì em là nguồn thơ khi hồn anh lên cơn điên. Tình mình một chiều như con đường một chiều. Em giờ đây cao sang và mai sau cao sang. Anh từ lâu điêu tàn và càng thêm điêu tàn. Lời thơ cho nhau hồn thơ vì nhau nhưng không bao giờ trao cho nhau, vì thơ nầy là thơ Window và nàng Macro không trao Password !